ருத்ரப்ரயாகையின் ஆட்கொல்லிச் சிறுத்தை

ருத்ரப்ரயாகையின் ஆட்கொல்லிச் சிறுத்தை
ஜிம் கார்பெட் (1875 - 1955)

எட்வர்டு ஜேம்ஸ் (ஜிம்) கார்பெட் இன்றைய உத்தராஞ்சல் மாநிலத்திலுள்ள நைனிடாலில் பிறந்தார். பிரித்தானிய ரயில்வேயில் ஒப்பந்தக்காரராகவும் இரண்டு உலகப் போர்களிலும் பிரித்தானிய ராணுவத்திற்காகவும் பணியாற்றினார். தமது 42ஆம் வயதில் முதன்முறையாக இங்கிலாந்து சென்று திரும்பினார். வேட்டைத் திறமையால் ஆட்கொல்லி வேங்கைகளையும் சிறுத்தைகளையும் கொன்று சாதாரண மக்களின் அன்பைப் பெற்றார். வேட்டைக்காரராகவும் இயற்கையியலாளராகவும் புகைப்படக்காரராகவும் விளங்கினாலும் தம் வேட்டை அனுபவங்கள் சார்ந்து எழுதிய நூல்களே இவருக்கு நீங்காத புகழைத் தந்தன. தம் வாழ்க்கை முழுவதையும் உத்தராஞ்சல் பகுதியிலேயே கழித்த ஜிம் கார்பெட், இந்தியா விடுதலை பெற்ற சில மாதங்களில் பிரிட்டனின் மற்றொரு காலனி நாடான கின்யாவிற்குக் குடிபெயர்ந்து, அங்கேயே காலமானார்.

ஜிம் கார்பெட்டின் பிற நூல்கள்: *Man-Eaters of Kumaon (1944); My India (1952); Jungle Lore (1953); The Temple Tiger and More Man-eaters of Kumaon (1954); Tree Tops (1955).*

தஞ்சாவூர்க்கவிராயர் (பி. 1953)
மொழிபெயர்ப்பாளர்

கவிதை, கதை, கட்டுரை ஆகிய படைப்புத் துறைகளில் கடந்த நாற்பது ஆண்டுகளாக இயங்கிவருகிறார். தஞ்சை ப்ரகாஷின் இலக்கிய வட்டத்தில் இடம்பெற்றவர்.

தமிழ்ப் பல்கலைக்கழக முதல் துணைவேந்தர் டாக்டர் வி.ஐ. சுப்பிரமணியத்தின் தனிச்செயலராகப் பணிபுரிந்தவர்.

தமிழக அரசின் தணிக்கைத் துறையில் உதவி இயக்குநராகப் பணிபுரிந்து ஓய்வுபெற்றவர்.

முகவரி	:	39 மகாகவி பாரதியார் வீதி
		ராம்நகர் (விரிவு)
		ஊரப்பாக்கம் 603211
		காஞ்சிபுரம் மாவட்டம்
கைபேசி	:	9677210062
மின்னஞ்சல்	:	*thanjavurkavirayar@gmail.com*

ஜிம் கார்பெட்

ருத்ரப்ரயாகையின் ஆட்கொல்லிச் சிறுத்தை

தமிழில்
தஞ்சாவூர்க்கவிராயர்

காலச்சுவடு பதிப்பகம்

அன்பார்ந்த வாசகருக்கு,

வணக்கம்.

காலச்சுவடு நூலை வாங்கியமைக்கு நன்றி.

நூலின் உள்ளடக்கம், உருவாக்கம், அட்டைப்படம் இன்ன பிற அம்சங்கள் பற்றிய உங்கள் கருத்துகளையும் ஆலோசனைகளையும் காலச்சுவடு வரவேற்கிறது. தகவல், எழுத்து, வாக்கியப் பிழைகள் தென்பட்டால் கட்டாயம் தெரிவித்து உதவுங்கள். நூல் தயாரிப்பில் கடும் குறைபாடு இருப்பின் மாற்றுப் பிரதி உங்களுக்குக் கிடைக்கக் காலச்சுவடு ஏற்பாடு செய்யும்.

மின்னஞ்சல்: publisher@kalachuvadu.com

காலச்சுவடு நாகர்கோவில் தலைமையகத்துக்கும் கடிதம் அனுப்பலாம்.

தங்கள்
எஸ்.ஆர். சுந்தரம் (கண்ணன்)
பதிப்பாளர் — நிர்வாக இயக்குநர்

ருத்ரப்ரயாகையின் ஆட்கொல்லிச் சிறுத்தை ❖ வேட்டை அனுபவங்கள் ❖ ஆசிரியர்: ஜிம் கார்பெட் ❖ தமிழில்: தஞ்சாவூர்க்கவிராயர் ❖ முதல் பதிப்பு: டிசம்பர் 2014, திருத்தப்பட்ட ஆறாம் (குறும்) பதிப்பு: டிசம்பர் 2022 ❖ வெளியீடு: காலச்சுவடு பப்ளிகேஷன்ஸ் (பி) லிட்., 669 கே. பி. சாலை, நாகர்கோவில் 629001

rutraprayaakaiyin aaTkollic ciRuttai ❖ Hunting Experiences ❖ Author: Jim Corbett ❖ Translated by Thanjavurkavirayar ❖ Language: Tamil ❖ First Edition: December 2014, Revised Sixth (Short) Edition: December 2022 ❖ Size: Demy 1 x 8 ❖ Paper: 18.6 kg maplitho ❖ Pages: 208

Published by Kalachuvadu Publications Pvt. Ltd., 669 K.P. Road, Nagercoil 629001, India ❖ Phone: 91-4652-278525 ❖ e-mail: publications@kalachuvadu.com ❖ Printed at Clicto Print, Jaleel Towers, 42 KB Dasan Road, Teynampet Chennai 600018

ISBN: 978-93-84641-08-5

12/2022/S.No. 642, kcp 4245, 18.6 (6) 1k

பொருளடக்கம்

முன்னுரை	9
1. யாத்ரிகர் சாலை	13
2. ஆட்கொல்லி	18
3. பீதி	22
4. வருகை	39
5. புலனாய்வு	42
6. முதல் இரை	47
7. சிறுத்தையைக் கண்டுபிடித்தல்	50
8. இரண்டாவது இரை	54
9. ஆயத்தங்கள்	62
10. மாந்த்ரீக வழிபாடு	68
11. பாய்ந்தது சிறுத்தை	72
12. வலையில் சிக்கிய சிறுத்தை	75
13. வேட்டையாடிகள் வேட்டையாடப்பட்டனர்	84
14. பின்வாங்கல்	93
15. மீன்பிடி இடைவேளை	101
16. ஒரு ஆட்டின் மரணம்	113

17. சயனைடு விஷம் வைத்தல்	118
18. தொட்டுவிடும் தூரத்தில்	126
19. ஒரு எச்சரிக்கைப் பாடம்	139
20. காட்டுப்பன்றி வேட்டை	145
21. தேவதாரு மரத்தின்மீது	152
22. பயங்கர இரவு	166
23. சிறுத்தைச் சண்டை	174
24. இருளில் சீறிய துப்பாக்கி	187
25. பின்னுரை	205

முன்னுரை

சிறுபிராயத்தில் கிராமத்துக் கிளை நூலகம் ஒன்றின் இருண்ட மூலையில் குண்டு பல்பு வெளிச்சத்தில் நான் ஜிம் கார்பெட்டைச் சந்தித்தேன். ஆம்; அவர் எழுதிய 'குமாவும் புலிகள்' என்ற தி.ஜ.ர. மொழிபெயர்ப்பில் வெளிவந்த புத்தகத்தை அங்கே தான் வாசித்தேன். ஆச்சர்யமும் ஆர்வமும் என்னை ஒருசேர ஆட்கொண்டன. காடுகள் பற்றி நான் வாசித்திருந்த கதைகளைவிடவும் ஜிம் கார்பெட்டின் வேட்டை அநுபவங்கள் மயிர்க்கூச்செறிய வைப்பதாக இருந்தன.

என் வாசிப்பு அனுபவங்களை நண்பர்களோடு பகிர்ந்துகொண்ட போதெல்லாம் நான் ஜிம் கார்பெட்டைச் சிலாகிக்கத் தவறுவதில்லை. இயற்கை மீது அவர் காட்டிய நேசமும், கானுயிர்கள் மீது அவர்கொண்ட காதலும் அவரை வேட்டையாடி என்பதைவிடவும் ஒரு கானகக் கலைஞராகவே எனக்கு அடையாளம் காட்டின. அடர்ந்த கானகத்தில் ஒரு ஆட்கொல்லி விலங்கு அவரைத் தொடர்வதான சூழலிலும் நகைச்சுவை உணர்வு அவரைவிட்டு அகலவில்லை. ஆகவேதான் ஜிம்கார்பெட்டை ஒரு படைப்பாளியாகவே நான் கொண்டாடுகிறேன்.

ஆயினும் அவர்மீது நான் கொண்ட ஈடுபாடு மட்டுமே அவரது வேட்டை அனுபவங்களைத் தமிழில் மொழிபெயர்க்கும் தகுதியை எனக்குத் தந்துவிடுமா? தராது என்கிறார் காட்டுயிர் ஆராய்ச்சி அறிஞர் திரு. சு.தியடோர் பாஸ்கரன் அவர்கள். காட்டுயிர் பற்றித் தமிழ் எழுத்தாளருக்குப் போதிய பரிச்சய மில்லை என்பது அவர் குற்றச்சாட்டு. புற உலகு

பற்றிய உதாசீனமும் இயற்கையைப் பேணல் ஒரு மக்கள் இயக்கமாகத் தமிழ்நாட்டில் உருவாகாததும் இதற்குக் காரணம் என்று அவர் சுட்டிக் காட்டுகிறார்.

ஆகவேதான் இம்மொழிபெயர்ப்பை வாசித்து இதனைச் சீர்தூக்கவும் செம்மைப்படுத்தவும் காட்டுயுரியலாளர் திரு. ப.ஜெக நாதன் அவர்களை நான் கேட்டுக்கொண்டேன். என் வேண்டு கோளினை ஏற்று தனது ஆய்வுப்பணிக்கும் பயணத்துக்குமிடையே இந்நூலின் மூலப் பிரதியை ஒப்புநோக்கி மொழிபெயர்ப்பினை செம்மைப்படுத்தி உதவிய திரு.ப.ஜெகந்நாதன் அவர்களுக்கு என் நன்றி உரியது.

ஒரு காட்டுயிர் ஆய்வாளருக்குரிய நுணுக்க அறிவு என்னிடம் இல்லை என்ற போதாமையைத் தாண்டி இம்மொழிபெயர்ப்பில் ஜிம் கார்பெட் என்கிற கதைசொல்லியை, கானக நேசரை வாசகர்கள் கண்டுகொள்ள இயலுமெனில் நான் பாக்யசாலி.

ஆயிரக்கணக்கான மக்களைப் பல ஆண்டுகள் அச்சுறுத்திய ஆட்கொல்லிச் சிறுத்தையைத் தனி மனிதனாகப் பின்தொடர்ந்து வீழ்த்தும் முயற்சியில் வெற்றிபெற்றது குறித்து எவ்விதப் பெருமிதமும் ஜிம்கார்பெட் கொள்ளவில்லை. மாறாக அந்த மனிதரிடம் ஆட் கொல்லியைக் கொன்றது குறித்து ஒருவிதத்தில் வருத்தமே மேலிடு கிறது. இப்படி அதை வன்மத்துடன் துரத்திக் கொல்லும் அளவிற்கு அதுசெய்த குற்றம்தான் என்ன என்ற கேள்வி உயிரற்றுக் கிடக்கும் சிறுத்தையைப் பார்க்கும்போது அவருக்குள் எழுகிறது.

இதற்குப் பதிலாக அவர் எழுதிய வரிகள் விலங்கினும் உயர்ந்த வனாய்த் தன்னை எண்ணியுள்ள மனிதனின் மனசாட்சியை உலுக்குகின்றன:

> அந்த விலங்கு செய்த ஒரே குற்றம் – அதுவும் இயற்கைச் சட்டத்துக்கு எதிரானது அல்ல; ஆனால் மனிதனின் சட்டங்களுக்கு எதிரானது – அது மனித ரத்தம் சிந்தக் காரணமாக இருந்தது என்பதுதான். மனிதனைப் பயமுறுத்தும் நோக்கமெல்லாம் அதற்கில்லை. தான் பிழைத்திருக்க வேண்டும் என்பதற்காக இதைச் செய்தது. இப்போது அதன் மோவாய், பள்ளத்தின் வெளி விளிம்பில் சாய்ந்திருக்கிறது. அதன் கண்கள் பாதி மூடி இருக்கின்றன. அது இப்போது அமைதியாக ஆழ்ந்த துயிலில் மூழ்கி உள்ளது.

ஜிம் கார்பெட்டுடன் இன்னும் நெருக்கமாக இந்தியாவின் மத்தியக் கிழக்கு மாகாணங்களின் கானகத்தில் அலைந்து

திரியும் வாய்ப்பினை நல்கிய காலச்சுவடு கண்ணன் அவர்களுக்கு என் நன்றி. அரசுப் பணியில் என் சகாவாகவும் மொழிபெயர்ப்பில் என் இனிய நண்பர் திரு ஜி. குப்புசாமி அவர்கள் எனக்கு அளித்த ஊக்கத்திற்கும் நான் கடமைப்பட்டிருக்கிறேன். இம்மொழிபெயர்பின் இறுதி வரைவினை சரிபார்த்து தேவையான திருத்தங்கள் செய்து உதவிய திரு. தி.அ. ஸ்ரீனிவாசன் அவர்களுக்கும் திரு. களந்தை பீர்முகமது அவர்களுக்கும் கணினி அச்சாக்கம் செய்து உதவிய காலச்சுவடு செல்வி. அகிலா அவர்களுக்கும் என் நன்றி உரியது.

ஊரப்பாக்கம் **தஞ்சாவூர்க்கவிராயர்**
10.12.2014

1. யாத்ரிகர் சாலை

வெயில் சுட்டெரிக்கும் இந்தியச் சமவெளி களில் வசிக்கும் ஒரு இந்துவாக நீங்கள் இருந்தால் எல்லா இந்துக்களையும் போல உங்களுக்குள் ஒரு விருப்பம் இருக்கும். அதாவது கேதார்நாத், பத்ரிநாத் போன்ற புராதனமாக புனிதத் தலங்களுக்கு யாத்திரை மேற்கொள்ள வேண்டும் என்பதுதான் அது. உங்கள் யாத்திரையை நீங்கள் ஹரித்வாரிலிருந்து தொடங்க வேண்டும். யாத்திரையைப் பூரணமாக மேற்கொண்டு அதன் பலாபலன்களை அடைய வேண்டுமென்று விரும்புவீர்களாயின் நீங்கள் ஹரித்வாரிலிருந்து கேதார்நாத்வரை வெறும் காலால் நடந்து அதன்பிறகு பத்ரிநாத்துக்குச் செல்லும் மலைப் பாதையில் பயணிக்க வேண்டும்.

புனிதமான ஹர்–கி–பௌரி குளத்தில் மூழ்கி உங்களைச் சுத்தி செய்துகொண்டு ஹரித்வாரில் உள்ள பல்வேறு தெய்வீகத் திருத்தலங்களிலும் கோவில்களிலும் தரிசனத்தை முடித்துக்கொண்டு செல்லும்போது புனித குளத்திற்குச் செல்லும் குறுகலான பாதையின் இருமருங்கும் உட்கார்ந் திருக்கும் தொழுநோய்ப் பிச்சைக் காரர்களுக்கு காசுபோடாமல் போய்விடக் கூடாது. ஒரு காலத்தில் கைகளாக இருந்து இப்போது அழுகிக்கொண்டிருக்கும் தசைத் துண்டுகளாக மாறி உங்களை நோக்கி நீள்கிற கைகளை நீங்கள் புறக்கணித்தால் உங்களைச் சபித்துத் தீர்ப்பார்கள். இந்தத் துரதிருஷ்டசாலிகள் அவர்களுடைய அழுக்குப் பைகளில் நீங்கள் கனவிலும் நினைக்க முடியாத அளவு காசுகளைச் சேர்த்து வைத்திருந்தால்தான் என்ன? அல்லது

தங்களின் வீடுகளாக அவர்கள் சொல்லிக் கொள்ளும் குகைகளில் செல்வத்தைக் குவித்து வைத்திருந்தால்தான் என்ன? அவர்களின் சாபத்தைத் தவிர்ப்பதே நல்லது. ஒருசில தம்பிடிகள் போதும். அந்தச் சாபங்களிலிருந்து நீங்கள் உங்களைக் காப்பாற்றிக் கொள்ளலாம்.

ஒரு நல்ல இந்துவானவர் சம்பிரதாயமாகவும் மதரீதியாகவும் செய்ய வேண்டிய அனைத்தும் செய்து முடித்துவிட்டீர்கள். இப்போது நீங்கள் உங்களுடைய நீண்ட, கடினமான யாத்திரையை மேற்கொள்ளத் தடை ஏதுமில்லை.

ஹரித்வாரை விட்டுப் புறப்பட்டதும் நீங்கள் வந்து சேருமிடம் ரிஷிகேசமாகத்தான் இருக்கும். இங்கே நீங்கள் முதன்முதலாக காலாகாம்ளி வாலாக்களைச் சந்திப்பீர்கள். அவர்களுடைய ஸ்தாபகர் அணிந்த கறுப்புப் போர்வை காரணமாக இந்தப் பெயர் அவர்களுக்கு ஏற்பட்டிருந்தது. அவருடைய பக்தர்கள் பழக்கத்தின் காரணமாக அப்படியோர் உடையணிகிறார்கள். இல்லாவிட்டால் தொளதொளவென்ற அங்கியை அணிந்துகொண்டு ஆட்டு ரோமத்தால் ஆன கயிறு ஒன்றை இடுப்பில் கட்டியிருப்பார்கள். அவர்கள் செய்கின்ற நற்செயல்கள் காரணமாகத் தேசத்தின் இந்தப் பகுதியில் அவர்களுக்கு நல்லபெயர் இருந்தது. யாத்திரையின்போது நீங்கள் சந்திக்க நேரும் வேறு மதத்தவர்களுக்கு இப்படியான நற்பெயர் இருந்ததா என்று எனக்குத் தெரியாது. ஆனால் காலாகாம்ளி வாலாக்களுக்கு இப்படி ஒரு நற்பெயர் இருந்தது. அது நியாயமான கீர்த்தி என்றுதான் சொல்ல வேண்டும். ஏனெனில் புனித ஸ்தலங்களிலும் கோயில்களிலும் தங்களுக்குக் கிடைக்கிற காணிக்கைகளை வைத்து அவர்கள் மருத்துவமனைகள், சிகிச்சைக் கூடங்கள் மற்றும் யாத்ரிகர் தங்குமிடங்களை ஏற்படுத்தியதுடன் ஏழை பாழைகளுக்கும் உணவு அளித்து உதவினார்கள்.

ரிஷிகேசத்தை விட்டுப் புறப்பட்ட பிறகு அடுத்து லக்ஷ்மண் ஜூலாவுக்கு வந்து சேர்வீர்கள். இங்கேதான் யாத்ரிகர் சாலை கங்கையின் வலது பக்கத்திலிருந்து இடது பக்கத்திற்கு ஒரு தொங்குபாலத்தின் வழியே கடக்கிறது. இந்தப் பாலத்தில் உள்ள செங்குரங்குகளிடம் நீங்கள் ஜாக்கிரதையாக இருக்க வேண்டும். இவை ஹரித்துவாரில் உள்ள தொழுநோயாளிகளைவிட அதிகம் தொந்தரவு கொடுப்பவை. அவற்றுக்கு இனிப்போ வறுகடலையோ கொடுத்து சந்தோஷப்படுத்தாவிடில் மிகவும் குறுகலான அந்த நீண்ட பாலத்தின் வழியாக உங்கள் பயணம் கடினமாகவும் இம்சை தருவதாகவும் ஆகிவிடும்.

கங்கையின் இடதுபக்க கரை ஓரமாக மூன்று நாள் பயணம். கட்வாலின் புராதனத் தலைநகரமான ஸ்ரீநகரை அடைந்துவிட்டீர்கள். ஸ்ரீநகர் – சரித்திரப் பிரசித்தி பெற்ற ஆன்மிகத்தலம் மட்டுமல்ல, முக்கியமான வணிக மையமாகவும் விளங்குகிறது.

இரண்டு உலக யுத்தங்களில் தீரத்துடன் போரிட்ட கட்வாலி* சிப்பாய்களின் முன்னணி இங்கேதான் 1805ஆம் வருடம் கூர்க்கா படையை வெல்ல முடியாமல் தோல்வியைத் தழுவியது.

1894இல் கோஹ்னா ஏரி உடைந்து வெள்ளநீரில் புராதன நகரமான ஸ்ரீநகர் அங்கிருந்த மன்னர்களின் அரண்மனைகள், கூடகோபுரங்கள், மாட மாளிகைகள் எல்லாம் ஒன்று பாக்கி யில்லாமல் மண்ணோடு மண்ணாய் அடித்துச் செல்லப்பட்டது மக்களின் மற்றொரு துயரமான நினைவாக உள்ளது.

இந்த அணை கங்கையின் கிளை நதிகளில் ஒன்றான பிரேஹி கங்காவின் பள்ளத்தாக்கில் ஏற்பட்ட நிலச்சரிவினால் உண்டான அணையாகும். இதன் அகலம் சமவெளியில் 11000 அடியும், உச்சியில் 2000 அடியும் உயரம் 900 அடியும் கொண்டதாகும். அது உடைந்தபோது ஆறுமணி நேரத்திற்குள்ளாக பத்து பில்லியன் கனஅடிநீர் வெளியேறியது.

அணை உடைந்த நேரம் கச்சிதமாக இருந்தது. உடைப்பி லிருந்து வெளிப்பட்ட கங்கை ஆற்றின் வெள்ளம் ஹரித்துவார்வரை இருந்த பள்ளத்தாக்கினை நிர்மூலமாக்கி பாலங்களை அடித்துச் சென்றாலும் ஒரே ஒரு குடும்பம்தான் வெள்ளத்தில் சிக்கியது.

ஸ்ரீநகரிலிருந்து சத்திகால் செல்ல செங்குத்தான மலைச்சரிவில் ஏறவேண்டும். ஆனாலும் இந்தச் சிரமத்துக்கு ஈடாக கங்கை நதி பள்ளத்தாக்கின் அற்புதமான காட்சியும் கேதார்நாத்தின் பனிமூடிய சிகரங்களும் காணக்கிடைக்கும்...

சத்திகாலில் இருந்து ஒருநாள் நடைப்பயண முடிவில் கோலாபிராயின் புல்வேய்ந்த யாத்ரிகர் குடில்களையும், ஒரே ஒரு அறைமட்டுமே உடைய கல்வீட்டையும் குடிநீர்த் தொட்டியையும் காணலாம். இந்தப் பிரம்மாண்டமான குடிநீர்த் தொட்டியை சிறு ஸ்படிகம் போன்ற தெளிந்த நீரோடை

---

* கட்வால்: இன்றைய உத்ரகண்ட் மாநிலத்தின் வடப்பகுதி. இமயமலையை ஒட்டி அமைந்துள்ளது. இங்கு வாழும் மக்கள் கட்வாலிகள் என்று அழைக்கப் படுகின்றனர்.

நிரப்புகிறது. கோடையில் இது தேவதாரு மரக்கன்றுகளின் ஊடாக மலைமேலிருந்து வழிந்தோடி வருகிறது. வருடத்தின் மற்ற பருவங்களில் பாறைகளின் மீதாக இலைகளையும் பூக்களையும் ஏந்திக்கொண்டு சந்தோஷமாகக் குதித்தோடி வருகிறது. பச்சைப் பசேலென்ற புல்வெளிகளும் வானத்து நீலமாய்ப் பூக்களும் மலர்ந்திருக்கும் மலைப்பிரதேச வழியாக அது வருகிறது.

யாத்ரிகர் குடில்களுக்கு நூறு கஜ தூரத்துக்கு அப்பால், சாலையின் வலப்பக்கம் ஒரு மாமரம் நிற்கிறது. இந்த மரமும் அதற்கு மேற்பகுதியில் உள்ள பண்டிட் ஒருவருக்குச் சொந்தமான இரண்டு மாடிக்கட்டிடமும் இருக்கின்றன. கோலாப்ராய் யாத்ரிகர் குடில்களுக்கும் இவர்தான் சொந்தக்காரர். இவற்றைக் குறித்துக் கொள்வது அவசியம். ஏனென்றால் நான் சொல்லப் போகிற கதையில் அவை முக்கிய பங்கு வகிக்கின்றன.

அடுத்த இரண்டு மைல் தள்ளி கடைசியில் தட்டையான நிலப்பரப்பு ஒன்றிருக்கிறது. இதை நீங்கள் பல நாட்கள் பார்க்கப்போகிறீர்கள். அதாவது ருத்ரப்பிரயாகைக்கு வந்து விட்டீர்கள். என் யாத்ரிக நண்பரே, இங்கே தான் நீங்களும் நானும் பிரிந்தாக வேண்டும். ஏனென்றால் உங்கள்வழி அலக்நந்தாவின் குறுக்கே மந்தாகினியிலிருந்து கேதார்நாத் செல்லும் இடதுபக்கக் கரை ஓரமாகச் செல்கிறது. எனது வழி என் இல்லம் இருக்கும் நைனிதால் செல்லும் மலைகளுக்கு அப்பால் இருக்கிறது.

உங்களுக்கு முன்னே இருக்கும் சாலை உங்களைப்போன்ற லட்சக்கணக்கான யாத்ரிகர்களின் பாதங்கள் நடந்துசென்ற பாதை. இது மிகவும் குறுகலானது. நம்ப முடியாத அளவு கரடுமுரடானது.

கடல் மட்டத்துக்கு மேலே காற்றைச் சுவாசித்திராத நுரையீரலை உடைய உங்களுக்கு உங்கள் வீட்டின் கூரையை விட உயரமான எதிலும் ஏறிப் பழக்கமில்லாத உங்களுக்கு, மணலில் கால்கள் புதையப் புதைய மட்டுமே நடக்கத் தெரிந்த உங்களுக்கு இந்தச் சாலையில் பயணிப்பது என்பது மிகவும் துன்பம் தருவதாக இருக்கும்.

கரடு முரடான பாறைகளின்மீதும் கூரான சரளைக் கற்கள் மீதும் உறைந்துபோன நிலத்தின்மீதும் நடந்து பாதங்கள் புண்ணாகி ரத்தம் கசிய மலைகளின்மீது மூச்சுவாங்க ஏறிச் செல்லும் தருணங்கள் பல உங்களுக்கு வாய்க்கும்.

அதுபோன்ற சமயங்களில் உங்களுக்குள் இதனால் கிடைக்கப் போகிற பலன் இத்தனைக் கஷ்டங்களை அநுபவித்து நீங்கள் கொடுக்கும் விலைக்கு ஈடாகுமா என்ற கேள்வி எழும்.

ஆயினும் ஒரு நல்ல இந்து என்ற எண்ணம் மேலிட்டு நீங்கள் உங்கள் கடும் பயணத்தைத் தொடர்வீர்கள். கஷ்டப்படாமல் பலன் இல்லை என்ற நினைப்பே உங்களுக்கு ஆறுதல் அளிக்கும்.

இவ்வுலகில் நீங்கள் எந்த அளவுக்குத் துன்பம் அனுபவிக் கிறீர்களோ அந்த அளவுக்கு அடுத்த பிறவியில் பயன் உண்டு என்ற உறுதியுடன் உங்கள் பயணம் தொடரும்.

2. ஆட்கொல்லி

ப்ரயாக் என்பது 'சங்கமம்' என்பதன் ஹிந்தி மொழிச் சொல். ருத்ரப்ரயாகையில் கேதார்நாத்திலிருந்து கீழிறங்கும் மந்தாகினி பத்ரிநாத்திலிருந்தும் வரும் அலக்நந்தா ஆகிய நதிகள் சந்திக்கின்றன. இந்த இடத்திலிருந்து இந்த இரு நதிகளும் இணைந்து வருவதைத்தான் ஹிந்துக்கள் 'கங்கா மாயி' என்று அழைக்கிறார்கள். உலகத்தில் உள்ள ஏனையோருக்கு அதன் பெயர் 'கங்கை'.

ஒரு விலங்கு அது சிறுத்தையானாலும் சரி புலி ஆனாலும் சரி ஆட்கொல்லியாக மாறும்போது அதனை அடையாளப்படுத்துவதற்காக ஒரு இடத்தின் பெயர் கொடுக்கப்படுகிறது. அவ்வாறு ஒரு ஆட்கொல்லிக்குச் சூட்டப்பட்ட பெயர் அந்த விலங்கு அந்தக் குறிப்பிட்ட இடத்திலிருந்துதான் ஆட்கொல்லியாக மாறியது என்றோ, அந்த இடத்தில் மட்டுமே அது இரைகளைக் கொல்கிறது என்றோ அர்த்தமில்லை.

ருத்ரப்ரயாகையிலிருந்து பன்னிரண்டு மைல் களுக்கு அப்பால் கேதார்நாத் யாத்திரை மார்க்கத்தில் ஆட்கொல்லியாக மாறிய சிறுத்தை அதனுடைய எஞ்சிய வாழ்நாள் முழுதும் ருத்ரப்ரயாகையின் ஆட்கொல்லிச் சிறுத்தை என்றே குறிப்பிடப்பட்டது.

புலிகள் என்ன காரணத்தினால் ஆட்கொல்லி யாக மாறுகின்றனவோ அதே காரணத்தால் சிறுத்தைகள் ஆட்கொல்லியாக மாறுவதில்லை. இக்கருத்துடன் எனக்கு உடன்பாடு இல்லை. நமது சிறுத்தைகள் கானகத்தில் காணப்படும்

விலங்குகளிலேயே மிகமிக அழகானதும் மிகவும் எழில் மிகுந்ததுமான விலங்கு என்றுதான் சொல்வேன். அதே சமயம் அவற்றை நீங்கள் மடக்கிவிட்டாலோ அல்லது காயப்படுத்திவிட்டாலோ துணிச்சலுடன் போராடுவதில் அவை எந்த விலங்குக்கும் சளைத்தவை அல்ல. ஒருவகையில் அவற்றைக் கானகத்தின் துப்புரவாளர் என்று சொல்லலாம். ஏனென்றால் ஆப்பிரிக்க புதர்க்காடுகளில் வசிக்கும் சிங்கத்தைப்போல காட்டில் காணப்படும் செத்த விலங்கு எதைப் பார்த்தாலும் பசி இருந்தால் இவை உண்ணுகின்றன.

கட்வாலில் வசிக்கும் மக்கள் இந்துக்கள். ஆகவே இறந்துபோகிறவர்களை எரிக்கும் வழக்கம் உடையவர்கள். ஓடை அல்லது ஒரு நதிக்கரை ஓரத்தில் தகனம் நடைபெறும். சாம்பல் கங்கையில் கரைந்து கடலோடு கலக்க வேண்டும் என்பதுதான் நோக்கம். பெரும்பாலான கிராமங்கள் மலைகளின் உயரமான பகுதிகளில் இருக்கின்றன. பள்ளத்தாக்கில் பல மைல்களுக்கு கீழே நதிகள் பாய்கின்றன. ஆகவே மலைகளின்மீது மிகவும் சொற்பமான எண்ணிக்கையில் வசிக்கும் கிராமவாசிகளுக்கு தகனச் சடங்கு மிகவும் சிரமம் தரக்கூடியது. பிணங்களைத் தூக்கிச் செல்வதற்கும் தகனத்திற்குத் தேவையான விறகுக் கட்டைகள் சேகரிக்கவும் கூலி ஆட்கள் தேவை. சாதாரணமான சமயங்களில் இந்தச் சடங்குகளை வெகு சிரத்தையோடு செய்யமுடியும். ஆனால் கொள்ளை நோய்கள் வந்து மனித உயிர்களைச் சூறையாடும்போது கிராமத்தில் தகனங்கள் முடிவதற்குள்ளாகவே மனிதர்கள் அடுத்தடுத்து இறந்து போகிறார்கள். ஆகவே ஒரு சிறு சடங்கு போதுமானதாக இருக்கிறது. இறந்தவரின் வாயில் ஒரு கரித்தணலை வைத்து, பிரேதத்தை மலைவிளிம்புக்குக் கொண்டுசென்று அங்கிருந்து பள்ளத்தாக்கில் தள்ளி விட்டுவிடுவது.

ஒரு சிறுத்தை அதற்கு இயற்கையாகக் கிடைக்கக்கூடிய உணவு அரிதாகிவிடும்போது இந்த உடலைக் காண்கிறது. அதற்கு மனித மாமிசத்தின்மீது ருசி ஏற்பட்டுவிடுகிறது. நோய்கள் மறைந்து சகஜநிலை திரும்பும்போது அதற்குரிய உணவு கிடைப்பது அரிதாகிவிடுகிறது. மனிதர்களை அடித்துச் சாப்பிடும் நிலைக்கு அது தள்ளப்பட்டு விடுகிறது.

1918இல் இன்புளூயன்ஸா காய்ச்சல் தொற்றுநோய் அலையாக இந்தியாவெங்கும் பரவிப் பல இலட்சம் உயிர்களைப் பலி வாங்கியபோது கட்வால் கடுமையாகப் பாதிக்கப்பட்டது. இந்தத் தொற்றுநோய் அலை ஓய்கிற சமயத்தில்தான் கட்வாலில் ஆட்கொல்லி முகம் காட்டியது.

ருத்ரப்பிரயாகையின் ஆட்கொல்லிச் சிறுத்தை கொன்ற முதல் மனித இரை 1918 ஜூன் 9ஆம் தேதி பெயிஞ்ஜி கிராமத்தில் நிகழ்ந்தது என்பதாகப் பதிவு செய்யப்பட்டுள்ளது. இந்த ஆட்கொல்லியின் கடைசி மனித இரையாக 1926 ஏப்ரல் 14இல் நடந்த சம்பவம் குறிக்கப்பட்டுள்ளது. இந்த இரண்டு தேதிகளுக்கு இடையே 125 மனித உயிர்கள் ஆட்கொல்லிச் சிறுத்தைக்கு இரையானதாக அரசாங்கப் பதிவுகள் குறிப்பிடுகின்றன.

கட்வாலில் பணிபுரிந்த அரசுப் பணியாளர்களும் அந்தப் பகுதியில் வசித்த மக்களும் 125 பேரை ஆட்கொல்லிச் சிறுத்தை அடித்துக் கொன்றதாகத் தந்துள்ள புள்ளி விவரம் எவ்வளவு தூரம் சரியானதென்று எனக்குத் தெரியவில்லை. இந்த எண்ணிக்கை சரியல்ல என்று எனக்குத் தெரியும். ஏனென்றால் நான் அந்தப் பிரதேசத்தில் ஆட்கொல்லி சிறுத்தை வேட்டைக்குக் களம் இறங்கியபோது பலியான பலரது பெயர் விவரங்கள் அரசாங்க ஆவணங்களில் இல்லை.

ஆட்கொல்லி உண்மையில் குறைவான நபர்களையே கொன்றிருந்தாலும் எட்டு நீண்ட வருடங்கள் கட்வால் மக்கள் அடைந்த பீதியைக் குறைத்து எடைபோட்டுவிட முடியாது. அதே போல கட்வால் வாசிகள் இதுவரை எக்காலத்தும் கண்டிராத பயங்கரமான ஆட்கொல்லிச் சிறுத்தை அவர்களிடையே உலவியதாகக் கூறுகின்ற கருத்தையும் ஒதுக்கிவிட முடியாது.

இதுவரை வாழ்ந்த விலங்குகளிலேயே இந்த சிறுத்தைதான் மிகவும் பிராபல்யமானது என்று கட்வால் வாசிகள் சொல்வதும் சரியே. ஏனென்றால் எனக்குத் தெரிந்தவரை இங்கிலாந்து அமெரிக்கா, கனடா, தென்னாப்பிரிக்கா, கென்யா, மலேயா, ஹாங்காங், ஆஸ்திரேலியா, நியூசிலாந்து முதலான நாடுகளின் நாளிதழ்களிலும் இந்தியாவின் வாரப் பத்திரிகைகளிலும் இச்செய்தி பரபரப்பாக வெளிவந்தது.

செய்திப் பத்திரிகைகளில் வெளியானது மட்டுமின்றி கேதார்நாத், பத்ரிநாத் புனிதத் தலங்களுக்கு ஆண்டுதோறும் வருகை புரிந்த அறுபதாயிரத்துக்கும் மேற்பட்ட யாத்ரிகர்கள் இந்தியாவின் மூலை முடுக்கெல்லாம் இந்த ஆட்கொல்லி பற்றிய கதைகளைக் கொண்டு சென்றார்கள்.

ஆட்கொல்லிகள் மனிதர்களை அடித்துக் கொன்றதாகக் கூறப்படும் சம்பவங்களை அரசு எப்படிக் கையாண்டது என்பதற்கான நடைமுறை வருமாறு:

ஆட்கொல்லிகளுக்கு இரையானவர்களாகச் சொல்லப்படும் நபர்களின் உறவினர்கள் அல்லது நண்பர்கள் கிராமத்துப்

பட்வாரியிடம் சம்பவம் நடந்த சற்று நேரத்தில் புகார் தாக்கல் செய்யவேண்டும். புகார் வந்ததும் பட்வாரி சம்பவ இடத்துக்குச் செல்வார். அவர் வருவதற்கு முன்னரே பலியானவரின் உடல் அங்கு இல்லை என்றால் அவர் ஒரு தேடல் குழுவை நியமிப்பார். அவர் வருவதற்கு முன்னரே பலியான நபர் கண்டுபிடிக்கப்பட்டிருந்தால் அல்லது தேடல்குழு உடலைக் கண்டுபிடித்தால் அதே இடத்தில் பட்வாரி விசாரணை நடவடிக்கையை மேற்கொள்வார். உண்மையிலேயே ஆட்கொல்லி தான் அந்த நபரைக் கொன்றிருக்கிறது, அது ஒரு கொலை அல்ல என்று அவர் முடிவு செய்வார். பிறகு உடலின் எஞ்சிய பகுதிகளை அவர் சம்பந்தப்பட்டவரின் சாதிமத சம்பிரதாயப்படி எரிப்பதற்கோ புதைப்பதற்கோ எடுத்துச்செல்ல அனுமதிப்பார். ஆட்கொல்லியால் அடித்துக் கொல்லப்பட்ட நபர் குறித்த விவரங்களைத் தன்னுடைய பதிவேட்டில் பதிவுசெய்து சம்பவம் குறித்த முழுமையான அறிக்கையை நிர்வாகத் தலைமை அதிகாரியான டெபுடி கமிஷனருக்கு அளிப்பார்.

டெபுடி கமிஷனரும் ஒரு பதிவேடு வைத்திருப்பார். அதில் ஆட்கொல்லிச் சிறுத்தை இதுவரை கொன்ற நபர்களின் விவரங்கள் அனைத்தும் பதிவுசெய்யப்பட்டிருக்கும்.

கொல்லப்பட்ட நபரின் உடலோ அல்லது உடலின் ஏதாவது பகுதியோ கிடைக்காவிட்டால் அவ்வாறு – சில சமயங்களில் நிகழ்வது உண்டு. ஏனென்றால் ஆட்கொல்லிகளிடம் ஒரு எரிச்சலூட்டும் சுபாவம் இருக்கிறது. தங்களின் இரைகளை அவை நீண்ட தூரம் இழுத்துச் செல்லும் – வழக்கு மேல் விசாரணைக்குப் போகும். ஆட்கொல்லிதான் அந்த மனிதனைக் கொன்றது என்ற முடிவுக்கு உடனே வந்துவிடமாட்டார்கள். மீண்டும் ஆட்கொல்லி தாக்குமானால் தாக்குதலில் சம்பந்தப்பட்ட நபர் காயங்களுடன் இறக்கும்படி நேரிட்டால்கூட ஆட்கொல்லிதான் காரணம் என்று சொல்லமாட்டார்கள்.

இதிலிருந்து ஆட்கொல்லிகளுக்கு இரையாகும் மனிதர்கள் பற்றிய விவரங்களைப் பதிவுசெய்யும் முறை நல்லதே ஆனாலும் ஆட்கொல்லிதான் மனிதர்களைக் கொல்கிறது என்ற முடிவுக்கு அரசு வருவதற்குள் ஏராளமான மனித உயிர்கள் பலியாகிவிடுகின்றன.

குறிப்பாக இத்தகைய ஆட்கொல்லிகளின் மனித வேட்டை பல வருஷங்கள் நீடிக்கும்போது இவ்வாறு நேர்கிறது.

3. பீதி

பீதி என்ற வார்த்தையைப் பொதுவாக அன்றாடம் நடக்கும் அல்ப விஷயங்களுக்கெல்லாம் பயன்படுத்துவது உலகவழக்காக இருக்கிறது. இதனால் அதை உள்ளபடியாகப் பயன்படுத்துகிற சந்தர்ப்பம் வரும்போது அதன் உண்மையான அர்த்தம் புரிபடுவதில்லை.

பீதி என்றால் என்னவென்று நான் உங்களுக்குச் சொல்லப் போகிறேன். அதாவது – உண்மையான பீதி – ஆட்கொல்லி ஒன்று உலவிய ஐநூறு சதுரமைல் பரப்பில் வாழ்ந்த ஐம்பதாயிரம் மக்கள் அடைந்த பீதி – 1918லிருந்து 1926வரை ஆண்டுதோறும் அவ்வழியே கடந்துசென்ற யாத்ரிகர்களுக்கு ஏற்பட்ட பீதி – பற்றிச் சொல்லப் போகிறேன். இந்தப் பகுதியில் வசித்த மக்களும் யாத்ரிகர்களும் எந்தப் பீதியில் அரண்டுபோனார்கள் என்பதைப் பற்றி சில சம்பவங்கள் சொல்கிறேன்:

ருத்ரப்ரயாகையின் ஆட்கொல்லிச் சிறுத்தை அமல்படுத்திய ஊரடங்கு உத்தரவைப்போல் கடுமையான ஊரடங்கு உத்தரவு இதுவரை பிறப்பிக்கப்பட்டதில்லை. மக்களைப் பணிய வைத்ததுமில்லை.

பகற்பொழுதில் அந்த வட்டாரத்தில் வாழ்க்கை சகஜமாகவே நடக்கும். வெகு தூரத்தில் நடந்த சந்தைகளுக்கு வியாபார நிமித்தமாக ஆண்கள் போனார்கள். பக்கத்துக் கிராமங்களில் இருந்த நண்பர்களையும் உறவினர்களையும் சந்திக்கச் சென்றார்கள். பெண்கள் மலைப்பகுதிகளுக்குப்போய்

வீட்டுக் கூரை வேய்வதற்கோ கன்றுகாலிகளுக்கு தீவனமாகவோ புல் அறுத்து வந்தார்கள். குழந்தைகள் பள்ளிக்குச் சென்றார்கள். இல்லாவிட்டால் ஆடுமாடுகளை மேய்க்கவும், சுள்ளி பொறுக்கவும் காடுகளுக்குப் போனார்கள். கோடைக்காலம் என்றால் யாத்ரிகர்கள் தனியாகவோ கூட்டம் கூட்டமாகவோ யாத்ராமார்க்கத்தில் கேதார்நாத்துக்கும் பத்ரிநாத்துக்கும் போய்க்கொண்டும் திரும்பிக்கொண்டும் இருந்தார்கள்.

சூரியன் மேலைவானில் மறையும் வேளை நெருங்கும்போது எங்கும் நிழல்பூசி இருள் கவியத் தொடங்கிவிடும். அந்த வட்டாரத்தில் வசித்த மக்களின் சுபாவத்தில் திடீரென்று ஒரு மாற்றம் திடுக்கிடவைக்கும் மாற்றம் ஏற்பட்டுவிடும்.

சந்தைக்குச் சென்ற ஆண்கள், பக்கத்துக் கிராமத்துக்குப் போனவர்கள் எல்லாம் வேகவேகமாக வீடு திரும்புவார்கள். புல்லுக்கட்டுகளைத் தலையில் சுமந்தபடி மலைப்பகுதிகளிலிருந்து வருகிற பெண்கள் மலைச்சரிவில் விழுந்தடித்துக்கொண்டு வருவார்கள். பள்ளிக்கூடத்திலிருந்து திரும்பும்போது அங்குமிங்கும் விளையாடும் குழந்தைகள், ஆடுமாடு மேய்க்குமிடத்திலும் சுள்ளி பொறுக்குவதிலும் தாமதமாகிவிட்ட சிறுவர் சிறுமியர்களை அவர்களுடைய தாய்மார்கள் பதைபதைப்புடன் கூவி அழைப்பார்கள். களைத்துப்போய் வருகிற யாத்ரிகர்களை உள்ளூர்வாசிகள் உடனே விடுதிகளுக்குள் போய்விடுமாறு அவசரப்படுத்துவார்கள்.

இரவு வந்துவிட்டால் போதும் அந்த வட்டாரம் முழுவதும் கனத்த நிசப்தம் சூழ்ந்துவிடும். எங்கே திரும்பினாலும் ஒரு அசைவோ சப்தமோ இல்லாமல் கப்சிப்பென்று ஆகிவிடும். ஒட்டுமொத்த ஊர்மக்களும் வேகம்வேகமாக கதவைச் சாத்தித் தாழிட்டுவிடுவார்கள். இல்லாவிட்டால் கதவுகளுக்கு இன்னும் கூடுதலாக ஒரு கதவைச் செய்து மூடிக்கொள்வார்கள். வீடுகளில் இரவைக் கழிக்க வாய்ப்பு கிடைக்காத யாத்ரிகர்கள் யாத்ரிகர் தங்கும் கொட்டகைகளில் நெருக்கியடித்துப் படுத்துக்கொள்வார்கள்.

எட்டு நீண்ட வருடங்கள் கட்வால் மக்களுக்கும், யாத்ரிகளுக்கும் 'பீதி' என்பதன் பொருள் இதுவாகத்தான் இருந்தது. இந்தப் பீதியை உணரச் செய்த ஒரு சில சம்பவங்களைச் சொல்கிறேன்:

அநாதைச் சிறுவன். அவன் வயது பதினான்கு. நாற்பது ஆடுகள் கொண்ட மந்தையைப் பராமரிக்கும் வேலை அவனுக்குக் கொடுக்கப்பட்டிருந்தது. தாழ்த்தப்பட்ட, தீண்டத்தகாத வகுப்பைச் சேர்ந்தவன் அவன். ஒவ்வொரு நாளும் பொழுது

சாய்ந்ததும் மந்தையை மேய்ச்சலில் இருந்து ஓட்டிவருவான். அவனுக்குச் சாப்பாடு போட்டு ஆடுகளுடன் சேர்த்து அவனையும் ஒரு சிறு அறையில் அடைத்துவிடுவார்கள். இரண்டு தளக் கட்டிடவரிசையின் கீழ்த்தளத்தில் அந்த அறை இருந்தது. அவனுடைய எஜமானர் தங்கியிருந்த அறைக்கு நேர்கீழே அவனது அறை இருந்தது. தூங்கும்போது தன்மீது ஆடுகள் ஏறி மிதித்துவிடாமல் இருக்க அறையின் கடைசியில் இடது பக்க மூலையில் தன்னைச் சுற்றிலும் தடுப்பு ஒன்றைக் கட்டிவைத்திருந்தான்.

இந்த அறைக்கு சாளரங்களே இல்லை. ஒரே ஒரு கதவுதான் இருந்தது. சிறுவனும் ஆடுகளும் பத்திரமாக அறைக்குள் சென்றபிறகு சிறுவனின் எஜமானர் கதவை இழுத்துமூடி தாழ்போட்டுவிடுவார். இந்தத் தாழ்ப்பாள் கதவு நிலைப்படியில் மேலிருந்த ஆணியில் ஒரு சங்கிலியை இணைத்து மாட்டப்பட்டிருந்தது. தாழ்ப்பாள் கழன்று வராமல் இருக்க ஒரு மரச்சட்டம் சொருகப்பட்டு இருந்தது. கதவின் மறுபக்கம் பையன் தன் பாதுகாப்பை உத்தேசித்து ஒரு கல்லை சாத்தி வைத்திருந்தான்.

அந்த அநாதைச் சிறுவன் தன் மூதாதையர்களிடம் போய்ச் சேர்ந்த அன்றிரவு. அவன் எஜமானர் கதவைத் தான் வழக்கம்போல் தாளிட்டு வைத்திருந்ததாக உறுதிபடச் சொன்னார். அவர் உறுதி செய்ததை மறுக்க எனக்கு எந்த காரணமும் புலப்படவில்லை. அவர் சொன்னதற்கு சாட்சியமாக கதவில் ஆழமான நகப் பிராண்டல் குறிகள் இருந்தன. கதவைத் தன் பாதத்தால் பிராண்டித் திறக்கும் முயற்சியில் மரத்துண்டு கழன்று விழுந்திருக்க வேண்டும். அதற்குப் பின் கல்லைத் தள்ளிவிட்டு அறைக்குள் நுழைவது சிறுத்தைக்கு எளிதாகிவிட்டது.

நாற்பது ஆடுகள் அடைக்கப்பட்ட ஒரு சிறிய அறை. ஒரு மூலையில் மரத்தடுப்பு. உள்ளே நுழைகிற மிருகத்திற்கு அங்குமிங்கும் அசையக் கூட வழியில்லை. கதவு இருந்த இடத்திலிருந்து பையன் படுத்திருந்த மூலைக்கு சிறுத்தை எவ்விதம் சென்றிருக்க முடியும் என்று பார்த்தால் ஒன்று ஆடுகளின் முதுகுமேல் ஏறியோ அல்லது அவற்றின் வயிறுகளின் கீழாக பதுங்கியோதான் சென்றிருக்க முடியும். இந்த நிலைமையில் திறந்த கதவின் வழியே எல்லா ஆடுகளும் ஓடிப் போயிருக்கும்.

கதவைத் திறக்க சிறுத்தை ஏற்படுத்திய சத்தம்கூட கேட்காமல் சிறுவன் தூங்கிப் போயிருக்க வேண்டும். சிறுத்தை அறைக்குள் நுழைந்தவுடன் ஆடுகள் ஓடிப்போயிருக்க வேண்டும். சின்னஞ் சிறு மரத்தடுப்பின் ஊடாக ஆபத்து அவனை நெருங்குவது

கண்டு அவன் கூச்சல் போட்டிருந்தாலும் யார் காதிலும் விழுந்திருக்கப் போவதில்லை.

சிறுத்தை அறையின் மூலையில் தடுப்புக்கு உள்ளே தூங்கிய சிறுவனைக் கொன்றபிறகு காலியான அறையின் ஊடாக அவனைத் தூக்கிச் சென்றிருக்கிறது. அந்த வாசல் வழியாக ஆடுகள் தப்பிச் சென்றிருக்கின்றன. கீழே மலைச்சரிவு நோக்கி அவனை இழுத்துச் சென்ற சிறுத்தை வயல்வெளிக்கும் அதைக் கடந்து மரங்கள் அடர்ந்த ஆழமான பள்ளத்தாக்கு பகுதிக்கு கொண்டு போயுள்ளது. இங்கேதான் காலையில் சூரியன் உதித்த சில மணிநேரம் கழித்து தனது வேலையாளின் தின்று முடித்த மிச்ச உடல் பாகங்களை அவன் எஜமானர் பார்த்தார். நம்ப முடியாமல் இருக்கலாம். அந்த நாற்பது ஆடுகளும் ஒரு கீறல்கூட இல்லாமல் தப்பித்துவிட்டன.

நண்பர் ஒருவர் பக்கத்தில் வசித்த சினேகிதருடன் புகைத்தபடி பேசிப் பொழுது கழிக்கச் சென்றார். அறை 'ட' வடிவத்தில் இருந்தது. அதன் ஒரே வாசல் கதவைப் பார்க்க முடியாத இடத்தில் உட்கார்ந்து சுவரில் சாய்ந்தபடி இரு நண்பர்களும் புகைபிடித்துக்கொண்டிருந்தனர். கதவு வெறுமனே மூடி இருந்தது. தாழிடப் பட்டிருக்கவில்லை. ஏனென்றால் முந்தின இரவுவரை அந்தக் கிராமத்தில் யாரும் ஆட்கொல்லிச் சிறுத்தைக்கு இரையாகவில்லை.

அறைக்குள் இருட்டாக இருந்தது. வீட்டுக்காரர் தனது ஹுக்காவை நண்பரிடம் நீட்டியபோது அது தரையில் விழுந்தது. அதிலிருந்து புகையிலைத்தூளும் தணல் துண்டுகளும் சிதறின. ஜாக்கிரதையாக இருக்குமாறும் இல்லாவிட்டால் தாங்கள் உட்கார்ந்து பேசிக்கொண்டிருக்கும் ஜமக்காளம் தீப்பிடித்துக் கொள்ளும் என்று கூறியபடி கீழே சிதறியதை சேகரிக்க குனிந்தார் நண்பர். அப்போதுதான் கதவு அவர் கண்ணில்பட்டது.

பிறை நிலவு மெல்ல மறைந்துகொண்டு இருந்தது. அதன் பின்புலத்தில் மெல்லிய இருளில் ஒரு சிறுத்தை அவர் நண்பரைச் கதவு வழியே இழுத்துச் சென்று கொண்டு இருந்தது.

சில நாள்கள் கழித்து அந்தச் சம்பவத்தை அப்படியே விவரித்தார் அந்த நண்பர்.

'சாஹேப். நான் உண்மைதான் சொல்லுகிறேன். அவரைக் கொன்று சிறுத்தை தூக்கிப் போனபோது என் கைக்கெட்டுகிற தூரத்தில் உட்கார்ந்திருந்த நண்பரிடமிருந்து மூச்சு சத்தம்கூட இல்லை. சின்ன சத்தம்கூட அவரிடமிருந்து கேட்கவில்லை.

எனக்கு என்ன செய்வது என்றே தெரியவில்லை. சிறுத்தை சென்று மறையும்வரை காத்திருந்தேன். பிறகு மெதுவாக கதவை நோக்கி நகர்ந்தேன். பத்திரமாகத் தாழ்ப்பாள் போட்டேன்.'

கிராமத் தலைவரின் மனைவி காய்ச்சல் கண்டு உடம்பு சரியில்லாமல் படுத்திருந்தார். அவரைப் பார்த்துக் கொள்ள அவரது சினேகிதிகள் இரண்டுபேர் கூடவே இருந்து பணிவிடை செய்தார்கள்.

வீட்டில் இரண்டு அறைகள் இருந்தன. வெளிப்புற அறையில் இரண்டு கதவுகள். ஒரு கதவு முன்பகுதி முற்றம் நோக்கி திறந்திருந்தது. இன்னொன்று உள்புறமிருந்த அறைக்கு செல்வதற்கானது. வெளிப்புற அறையில் ஒரு சாளரம் தரைமட்டத்திலிருந்து நான்கடி உயரத்தில் இருந்தது. இந்த திறந்த சாளரத்தை அடைத்துக்கொண்டு உட்பக்கம் ஒரு பித்தளை அண்டா –நோயாளிக்கான குடிநீருடன் இருந்தது.

வெளிப்புறம் செல்வதற்கான ஒற்றைக் கதவைத் தவிர்த்து உள்ளறையின் நான்கு சுவர்களில் எந்தத் திறப்பும் இல்லை. வெளிமுற்றம் செல்வதற்கான கதவு மூடப்பட்டுப் பத்திரமாகத் தாழிடப்பட்டு இருந்தது. இரண்டு அறைகளுக்கான நடுக்கதவு மட்டும் விரியத்திறந்திருந்தது.

அறையில் இருந்த மூன்று பெண்களும் தரையில்தான் படுத்திருந்தார்கள். நோயாளிப் பெண் நடுவிலும் அருகில் இருபுறமும் அவர் தோழிகளும் படுத்திருந்தனர். கணவர் வெளி அறையில் சாளரத்துக்கு வெகுஅருகில் இருந்த படுக்கையில் இருந்தார். அவர் படுக்கைக்குப் பக்கத்தில் கீழே ஒரு லாந்தர் விளக்கு எண்ணையைச் சிக்கனப்படுத்தும் நோக்கத்தில் வெளிச்சம் குறைத்து வைக்கப்பட்டு இருந்தது.

நடுநிசி. இரண்டு அறைகளிலும் இருந்தவர்கள் ஆழ்ந்த உறக்கத்தில் இருந்தனர். சாளரத்தின் இடுக்கு வழியே நுழைந்த சிறுத்தை தண்ணீர் நிரம்பிய பித்தளைப் பாத்திரத்தை தள்ளிவிட்டு ஆச்சரியமூட்டும் விதத்தில் அந்த இடத்தைத் தாண்டி அந்த மனிதரின் படுக்கையைச் சுற்றிக்கொண்டு உள் அறைக்குள் நுழைந்து அந்த நோயாளிப் பெண்மணியைக் கொன்றது. கனமான பித்தளைப் பாத்திரம் தரையில் விழுந்ததால் ஏற்பட்ட சத்தம் தூங்கிக் கொண்டிருந்தவர்களை எழுப்பிய அதேவேளையில் சிறுத்தை தன் இரையுடன் சாளரத்தின் வழியே வெளியேற முயற்சித்தது.

லாந்தர் விளக்குத் திரி உயர்த்தப்பட்டதும் நோயாளிப் பெண்மணி சாளரத்தின் கீழே சுருண்டு கிடப்பது தெரிந்தது. அவர் தொண்டையில் நான்கு பெரிய அழுந்தப் பதிந்த பற்குறிகள்.

பக்கத்து வீட்டுப் பெண்மணி, பணிவிடை செய்தவர்களில் அவரும் ஒருவர் என்னிடம் நடந்த சம்பவத்தை விவரித்துவிட்டு சொன்னார்: 'அந்த அம்மாள் காய்ச்சலால் ரொம்ப அவதிப்பட்டு விட்டார். எப்படி இருந்தாலும் அவர் செத்துப்போயிருப்பார். சிறுத்தை அவரைத் தேர்ந்து எடுத்தது நல்லதாகப் போச்சு.'

இரண்டு குஜ்ஜார்கள் (இடையர்கள்) முப்பது எருமைகள் கொண்ட மந்தையை ஒரு மேய்ச்சல் நிலத்திலிருந்து இன்னொரு மேய்ச்சல் நிலத்துக்கு அழைத்துப்போய்க் கொண்டிருந்தார்கள். அந்த இரண்டு பேரும் சகோதரர்கள். மூத்தவரின் பன்னிரண்டு வயது மகளும் அவர்களுடன் சென்றுகொண்டிருந்தாள்.

அவர்கள் அந்த வட்டாரத்திற்குப் புதியவர்கள். அதுமட்டுமன்றி ஆட்கொல்லி பற்றி அவர்கள் கேள்விப்பட்டிருக்கவுமில்லை. அப்படியே இருந்தாலும் அவர்களைக் காப்பாற்ற எருமைகள் இருக்கவே இருக்கின்றன.

சாலை ஓரம் எட்டாயிரம் அடி உயரத்தில் ஒரு குறுகலான நிலப்பகுதியும் அதன் கீழே கால் ஏக்கர் அளவுக்கு கருக்கரிவாள் வடிவ வயல் பகுதியும் இருந்தன. இங்கே பல வருஷங்களுக்கு முன்பே சாகுபடி செய்வதை விட்டுவிட்டார்கள். இந்த இடத்தைச் சகோதரர் இருவரும் தங்குவதற்குத் தேர்ந்தெடுத்தார்கள். சுற்றிவர காட்டில் சேகரித்த மரத்துண்டுகளால் முளையடித்து அதில் வரிசையாக எருமைகளைக் கட்டி வைத்தார்கள்.

சாயங்காலமானதும் அந்தச் சிறுமி தயாரித்த உணவைச் சாப்பிட்டுவிட்டு குறுகலான அந்த தரைப்பகுதியில் சாலைக்கும் எருமைகளுக்கும் இடைப்பட்ட பகுதியில் படுத்து தூங்கிப் போனார்கள்.

கனமான இருள் சூழ்ந்த இரவு அது. அதிகாலையில் எருமைகள் கத்துவதும், அவற்றின் கழுத்துமணி ஓசையும், எருமைகளின் பயந்துபோன அலறல்களும் அவர்களை எழுப்பிவிட்டன. அவர்களின் நீண்டகால அனுபவத்தில் இப்படியான சத்தங்கள் அங்கே ஒரு இரைக்கொல்லி நடமாடுவதை உறுதிப்படுத்தின. இரண்டுபேரும் ஒரு லாந்தரை ஏற்றிக் கையில் எடுத்துக்கொண்டு எருமைகளைச் சமாதானப்படுத்தச் சென்றனர். அவற்றைக் கட்டியிருந்த கயிறுகள் அறுக்கப்படவில்லை.

அவர்கள் அந்த இடத்திலிருந்து விலகிச் சென்றது சில மணி நேரம்தான். மீண்டும் அவர்கள் தங்கியிருந்த இடத்திற்குத் திரும்பியபோது அங்கே தூங்கிக்கொண்டிருந்த மகளைக் காணவில்லை. அவள் படுத்திருந்த ஜமக்காளத்தில் இரத்தத் திட்டுகள் சிதறிக் கிடந்தன.

சூரிய வெளிச்சம் வந்ததும் அப்பாவும் சித்தப்பாவும் இரத்தச் சுவடுகளைப் பின்பற்றித் தேடிக்கொண்டு போனார்கள். கட்டிப்போட்டிருந்த எருமைகளைச் சுற்றிக் கொண்டு குறுகலான வயல் பகுதியைக் கடந்து அங்கிருந்த குன்றின் செங்குத்தான சரிவில் சில அடி தூரம் சென்று சிறுத்தை தன் இரையைச் சாப்பிட்டிருக்கிறது.

'சாஹேப். என் சகோதரனுக்கு அதிருஷ்டமில்லாத ஜாதகம். அதனால் அவனுக்கு ஆண்குழந்தை பாக்கியம் இல்லை. அவனுக்கு இருந்ததோ இந்த ஒரே பெண்தான். இவளுக்கும் வெகுசீக்கிரம் கல்யாணம் பண்ண நினைத்துக் கொண்டிருந்தான். காலப்போக்கில் அவளுக்கு ஒரு குழந்தை பிறந்து அதன் மூலம் தனக்கு ஒரு வாரிசு கிடைக்குமென்று ரொம்ப ஆசையாக இருந்தான். இப்போது இந்த சிறுத்தை வந்து அவளைச் சாப்பிட்டுவிட்டது.'

இப்படி நான் சொல்லிக்கொண்டே போகலாம். ஆட்கொல்லிச் சிறுத்தை இதுபோல் பலரைக் கொன்றிருக்கிறது. ஒவ்வொரு மனித வேட்டைக்கும் பின்னால் ஒரு சோகக் கதை இருக்கிறது. ருத்ரப்ரயாகையின் ஆட்கொல்லிச் சிறுத்தை கிளப்பிய பீதியில் கட்வால் மக்கள் நடுங்கிக் கிடந்ததற்கு நான் சொன்னவைகளே போதுமென்று நினைக்கிறேன். கடுவாலிகள் மூடநம்பிக்கையில் ஊறியவர்கள். அதுவும் சிறுத்தை அவர்களை ருசிபார்க்க தொடங்கியதும் அமானுஷ்ய சக்தி பற்றிய பெரிய பயம் அவர்களைப் பீடித்தது. ஒரு சின்ன உதாரணம் சொல்கிறேன்.

ருத்ரப்ரயாகையின் ஒற்றை அறை இன்ஸ்பெக்ஷன் பங்களாவிலிருந்து ஒருநாள் அதிகாலை புறப்பட்டேன். வராந்தாவி லிருந்து வெளியே மண்ணில் காலடி எடுத்து வைத்ததும் அங்கே பல மனித காலடித் தடங்களைக் கண்டேன். அவற்றையும் மீறி ஒரு ஆட்கொல்லியின் தடம் அங்கே பிறாண்டியிருப்பதை கவனித்தேன்.

காலடித்தடங்கள் இப்போது சற்றுமுன் ஏற்பட்டவை என்று தெரிந்தது. எனக்கு முன்னதாக சில நிமிடங்களுக்கு முன்புதான் அது அந்த வராந்தாவிலிருந்து இறங்கியிருக்கிறது. சிறுத்தை

சென்ற திசையிலிருந்து பங்களாவுக்கு வந்த அந்த ஆட்கொல்லி, இரை கிடைக்காததால் ஐம்பது அடி தொலைவில் இருந்த யாத்ரிகர்களின் சாலை மார்க்கம் நோக்கி சென்றுள்ளதை அனுமானிக்க முடிந்தது.

பங்களாவிலிருந்து யாத்ரிகர் சாலை செல்லும் வழி மோசமாக இருந்தது. அவ்வழியில் தேடிச்செல்வது இப்போது சாத்தியமில்லை. ஆனால் வெளிப்புற 'கேட்' அருகே சென்றபோது பாதக்குறிகள் சிறுத்தை கோலபிராய் நோக்கிச் சென்றிருப்பதை உறுதிப்படுத்தின. முந்தினநாள் மாலைதான் அவ்வழியே ஒரு பெரிய ஆட்டுமந்தை சென்றது. அவற்றின் குளம்படிகளால் எழுந்து படிந்த புழுதியில் சிறுத்தையின் காலடிச் சுவடுகள் புதிதாகப் பொழிந்த பனியில் பதிந்ததுபோல் பளிச்சென்று தெரிந்தன.

இதற்குள் அந்த ஆட்கொல்லியின் பாதக்குறிகள் பரிச்சயமாகிவிட்டன. எத்தனை நூறு சிறுத்தைகளின் பாதக்குறிகள் தென்பட்டாலும் இந்த ஆட்கொல்லியின் பாதக்குறிகளை இனம் கண்டுகொள்வது எனக்கு எளிதாக இருந்தது.

இரைக்கொல்லியின் காலடித்தடங்களை வைத்து பலவிஷயங்களைத் தெரிந்து கொள்ளமுடியும். அந்த விலங்கின் பாலினம், வயது, அதன் உடல் அமைப்பு ஆகியவற்றைத் தெரிந்து கொள்ளலாம். முதன்முறையாக இந்த ஆட்கொல்லியின் பாதக் குறிகளை நான் கவனமுடன் ஆராய்ந்தபோது எனக்குப் புலனான விஷயங்கள்: அந்த விலங்கு ஒரு பெரிய ஆண் சிறுத்தை. வாலிப வயதைப் பல ஆண்டுகளுக்கு முன்பே அது கடந்துவிட்டது.

இன்று காலை ஆட்கொல்லியின் சுவடுகளைப் பின்பற்றி நான் நடந்து சென்றபோது அது சில நிமிடங்களுக்கு முன்னர்தான் எனக்கு முன்னால் சென்று கொண்டிருந்தது. சீராக ஆனால் மெதுவாக நடந்துகொண்டிருந்தது.

இந்த அதிகாலை வேளையில் சாலையில் ஆள் நடமாட்ட மில்லை. சிறு பாறைப் பள்ளங்களின் ஊடாக சாலை புகுந்து புறப்பட்டுச் சென்றது. இந்தச் சந்தர்ப்பங்களில் பகலில் வெளிவருவது இல்லை என்ற அதன் விதியை மீறி சிறுத்தை செயல்படக் கூடும். ஒவ்வொரு திருப்பத்தையும் வெகு ஜாக்கிரதை யாக ஊர்ந்து கடந்தேன். ஒரு மைல் தூரம் சென்றபின் சிறுத்தை சாலையைக் கடந்திருப்பது புலப்பட்டது. அடர்ந்த புதர்களும், காட்டு மரங்களும் நிரம்பிய வனப்பகுதிக்குள் அது சென்றுவிட்டது.

சிறுத்தை சாலையைக் கடந்த நூறடி தொலைவில் ஒரு சிறு வயல்வெளி. அதன் மத்தியில் முள்வேலித் தடுப்பு. அதற்குள் முந்தின நாள் மாலை நான் பார்த்த ஆட்டுமந்தை அடைக்கப்பட்டிருந்தது.

மந்தையின் சொந்தக்காரரர் ஒரு கச்சடா ஆசாமி. யாத்ரிகர் சாலையில் ஐம்பது வருஷங்களுக்கு மேலாக வியாபார சாமான்களை மூட்டை கட்டி மேலும் கீழுமாய்க் கொண்டு செல்கிற வேலை செய்பவர் அவர். ஆடுகள் அடைத்திருந்த வேலிப்படலுக்காக மூடியிருந்த முட்புதர்களைத் தள்ளிக்கொண்டு இருந்தார். நான் அவரை விசாரித்தபோது தமக்கு ஆட்கொல்லி பற்றி ஏதும் தெரியாது என்று மறுத்தவர் விடியற்காலை மந்தைக்குக் காவலிருந்த நாய்களின் குரைப்புச் சத்தம் கேட்டதைச் சொன்னார். சில நிமிஷங்கள் கழித்து சாலைக்கு மேல்பக்கம் கேளையாடு ஒன்றின் குரைப்பொலி கேட்டதாகக் கூறினார்.

அந்த வயதான மூட்டைக்காரரிடம் ஒரு ஆடு விலைக்குக் கிடைக்குமா என்று கேட்டேன். ஆட்கொல்லிச் சிறுத்தைக்காக அதைக் கட்டிவைக்கத் தேவைப்படுவதாக அவரிடம் தெரிவித்தேன். அவர் திரும்பிச் சென்று முள்வேலியை மூடிவிட்டு நான் நீட்டிய சிகரெட்டுகளில் ஒன்றை எடுத்துப் பற்றவைத்துக்கொண்டு சாலை ஓரமிருந்த பாறைக்கருகில் உட்கார்ந்தார்.

கொஞ்சநேரம் எதுவும் பேசாமல் புகைத்துக் கொண்டிருந்தோம். நான் கேட்ட கேள்விக்கு முதலில் பதில் சொல்லா விட்டாலும் பிறகு பேச ஆரம்பித்தார்.

“சாஹேப். பத்ரிநாத்துக்கு பக்கமிருக்கும் என் சொந்தக் கிராமத்திலிருந்து வரும் வழியில் உங்களைப் பற்றி கேள்விப்பட்டேன். உங்க இடத்திலிருந்து இவ்வளவு தூரம் கஷ்டப்பட்டு ஒரு பிரயோசனமில்லாத வேலைக்கு வந்திருக்கிறீர்கள். இங்கே நடந்து வருகிற மனிதச் சாவுகளுக்கு காரணம் நீங்கள் நினைப்பதுபோல் காட்டு விலங்கு அல்ல. துப்பாக்கி குண்டு போட்டாலும் வேறு எந்த ஆயுதத்தாலும் வேறுயார் என்ன விதத்தில் முயற்சி பண்ணினாலும் அதைக் கொல்ல முடியாது. இதற்குப் பிரமாணமாக இதோ இந்த இரண்டாவது சிகரெட்டைப் புகைக்கும்போது ஒரு கதை சொல்லுகிறேன். இந்தக் கதையை என் அப்பா சொன்னார். அப்பா பொய் சொல்லவே மாட்டார் என்பது எல்லோருக்கும் தெரியும். இதுவரை ஒரு பொய்கூட அவர் சொன்னதில்லை.

அப்போது என் அப்பா வாலிப வயசில் இருந்தார். நான் பிறந்திருக்கவில்லை. அப்போதுதான் – இதோ இப்போது இந்த வட்டாரத்தையே காபரா படுத்தும் ஒரு கெட்ட ஆவி போல

ஒன்று – கிராமத்துக்குள் நுழைந்தது. எல்லோரும் அதைச் சிறுத்தை என்றார்கள். ஆண்கள், பெண்கள் மற்றும் குழந்தைகள் எல்லோரும் அவர்களின் வீட்டில் வைத்தே கொல்லப்பட்டார்கள். இப்போதுபோல அப்போதும் அதைக் கொல்ல முயற்சி செய்தார்கள். வலைகள் போட்டுப் பார்த்தார்கள். மிகவும் திறமைசாலிகளான வேட்டைக்காரர்கள் மரங்களில் உட்கார்ந்து சிறுத்தையை நோக்கிச் சுட்டார்கள். அதைக் கொல்வதற்காக எடுத்துக்கொண்ட எல்லா முயற்சிகளும் தோல்வியில் முடிந்தன. மக்கள் பெரும் பீதியில் உறைந்து போனார்கள். சூரிய உதயத்திற்கும் சூரிய அஸ்தமனத்திற்கும் இடைப்பட்ட காலத்தில் வெளியே வர பயந்து வீட்டுக்குள்ளேயே முடங்கிப் போனார்கள்.

அப்பா வசித்த கிராமத்தின் தலைவர் கிராமத்து மக்களை அழைத்து பஞ்சாயத்து கூடி ஆட்கொல்லிச் சிறுத்தையிடமிருந்து தப்பிக்கப் புதிதாக ஏதாவது வழி இருக்கிறதா என்று ஆலோசித்தார்கள்.

அப்போது ஒரு முதியவர் எழுந்தார். சற்றுமுன்தான் சுடுகாட்டிலிருந்து திரும்பி இருந்தார் அவர். அவருடைய பேரனை முந்தின இரவில்தான் ஆட்கொல்லி கொன்றது.

இரவோடு இரவாக அவர் வீட்டுக்குள் புகுந்து அவர் அருகிலேயே படுத்திருந்த பேரனைக் கொன்றது சிறுத்தை அல்லவென்றும் அவர்கள் வசிக்கிற கிராமத்தைச் சேர்ந்த ஒருவர்தான் என்றும் அந்த நபர் மனித மாமிசமும் ரத்தமும் பருக ஆசைப்படும்போதெல்லாம் சிறுத்தை போன்ற வடிவம் எடுத்து வருவதாகவும் அந்த ஆசாமியை வழக்கமான யுக்திகள் மூலம் கொல்லமுடியாது என்றும் இதுவரை நடந்திருக்கிற சம்பவங்களைக் கவனித்தால் இது நிரூபணமாகும் என்றும் நெருப்பு மூலம்தான் அந்த மனிதனைக் கொல்ல முடியும் என்றும் தெரிவித்தார். தன் சந்தேகமெல்லாம் பாழடைந்த கோவிலுக்குப் பக்கத்தில் உள்ள குடிசையில் வசிக்கும் அந்த குண்டு சாது மீதுதான் எனவும் அவர் கூறினார்.

இதைக் கேட்டதும் கூட்டத்தில் பெரும் அமளி உண்டாயிற்று. பேரன் செத்துப்போன சோகத்தில் கிழவன் இப்படிப் பேசுவதாகவும் வேறுசிலர் முதியவர் சொல்வது சரிதான் எனவும் கூறினர். கிராமவாசிகள் கிராமத்தில் மக்கள் பலியாகத் தொடங்கிய அதே சமயத்தில் சாது கிராமத்துக்கு வந்து சேர்ந்ததை நினைவு கூர்ந்தார்கள். அதே சமயம் ஒரு மனிதன் கொல்லப்பட்டபோது அதற்கு மறுநாள் அவர் எதுவும் சாப்பிடாமல் கட்டிலில் நல்ல வெயிலில் படுத்துக் கிடந்ததையும் அவர்கள் நினைவு கூர்ந்தனர்.

அமளி அடங்கிய பிறகு விஷயம் விரிவாக விவாதிக்கப்பட்டது. உடனடி நடவடிக்கை ஏதும் எடுக்க வேண்டாம் என்று பஞ்சாயத்து முடிவுசெய்தது. ஆனால் சாதுவின் நடமாட்டம் கண்காணிக்கப்பட வேண்டும். அங்கு கூடியிருந்தவர்கள் மூன்று குழுக்களாகப் பிரிக்கப்பட்டனர். முதல்குழு அடுத்த நபர் கொல்லப்படும்போது தனது கண்காணிப்பைத் தொடங்கவேண்டும். ஏனென்றால் மனிதர்கள் கொல்லப்படுவது ஏறத்தாழ ஒரு ஒழுங்கான இடைவெளியில் நடைபெற்றது.

இரவு நேரங்களில் முதல் மற்றும் இரண்டாவது குழுக்கள் கண்காணிப்பில் ஈடுபட்டன. சாது குடிசையை விட்டு வெளியே வரவில்லை.

என் தந்தை மூன்றாவது குழுவில் இருந்தார். இரவானதும் அவர் தனது நிலையில் ஓசைப்படாமல் உட்கார்ந்துகொண்டார். சற்றுநேரம் கழித்து குடிசையின் கதவு மெல்லத் திறந்தது. சாது வெளியே வந்தார். இருட்டுக்குள் மறைந்து போனார். சில மணிநேரம் கழித்து யாரோ வலியால் துடிக்கும் அலறல் சத்தம் கேட்டது. இந்த ஓலம் கரியடுப்புக்காரர் குடியிருக்கும் மலைப் பக்கத்திலிருந்து வந்தது. அதற்கப்புறம் எங்கும் அமைதி நிலவியது.

என் அப்பாவின் குழுவைச் சேர்ந்த எவருமே அன்றிரவு கண்மூடவில்லை. அதிகாலை கிழக்கு வெளுத்தபோது அவர்கள் சாது வேக வேகமாக வீடு திரும்புவதைக் கண்டனர். சாதுவின் கைகளும் வாயும் ரத்தம் சொட்டச் சொட்ட காட்சியளித்தன.

சாது குடிசைக்குள் சென்று கதவைமூடித் தாழிட்டுக் கொண்டார். கவனித்துக் கொண்டிருந்த ஆசாமிகள் கதவின் வெளிப்புறம் ஆடிக்கொண்டிருந்த சங்கிலியை எடுத்து மாட்டி கதவைத் தாழிட்டனர். அப்புறம் ஒவ்வொருவராகத் தங்களின் வைக்கோல் போருக்கு சென்று கையில் வைக்கோல் கட்டுடன் திரும்பினர். சூரியன் உதித்து விடிந்தபோது குடிசை இருந்த இடத்தில் புகையும் சாம்பல் மட்டுமே மிச்சமிருந்தது. அன்று முதல் மனிதர்கள் ஆட்கொல்லியால் கொல்லப்படுவதும் நின்றுவிட்டது.

இந்த வட்டாரத்தில் வாழும் சாதுக்களில் எவர்மீதும் இன்னும் சந்தேகம் எழவில்லை. அப்படி சந்தேகம் ஏற்படுமேயானால் என் அப்பா காலத்தில் பின்பற்றப்பட்ட அதே முறை என் காலத்திலும் பின்பற்றப்படும். அந்த நாள் வரும்வரை கட்வாலில் வாழும் மக்கள் அவதிப்பட வேண்டியதுதான்.

'உங்களுக்கு ஒரு ஆடு விலைக்கு வேண்டுமென்று கேட்கிறீர்கள். சாஹேப் உங்களுக்கு விற்க என்னிடம் ஆடு

கிடையாது. ஆனால் நான் சொன்ன கதையைக் கேட்டபிறகும் நீங்கள் நினைப்பதுபோல் அது ஆட்கொல்லிச் சிறுத்தையாக இருந்து அதற்காக கட்டிவைக்க ஒரு ஆடு தேவைப்படுமெனில் என் ஆடுகளில் ஒன்றைத் தருகிறேன். இதை சிறுத்தை கொன்றுவிட்டால் இதற்கான விலையைக் கொடுங்கள். ஆடு கொல்லப்படாவிட்டால் அதற்கான விலையைத் தரவேண்டாம். ஆட்டைத் திருப்பிக் கொடுத்துவிடுங்கள். இன்றைக்கு ராத்திரி இங்கேதான் தங்குவதாக இருக்கிறேன். காலையில் வெள்ளி முளைத்ததும் புறப்பட்டு விடுவேன்.'

சாயங்காலமானதும் நான் முள்வேலியிட்ட அந்தப் பகுதிக்குச் சென்றேன். என் மூட்டைக்கார நண்பர் என்னை உற்சாகமாக வரவேற்று அவருடைய மந்தையிலிருந்த ஒரு கொழுத்த ஆட்டை எடுத்துக் கொள்ளும்படி கூறினார். சிறுத்தைக்கு அது இரண்டுநாள் இரவு சாப்பாட்டுக்கு ஆகும். இந்த ஆட்டைக் கொண்டுபோய் சிறுத்தை பன்னிரண்டு மணிநேரத்துக்கு முன் அப்பகுதியைக் கடந்துசென்ற பாதையில் ஒரு அடர்ந்த புதர் அருகில் கட்டிவைத்தேன்.

மறுநாள் காலை சீக்கிரமே எழுந்துவிட்டேன். பங்களாவை விட்டு வெளியேறியபோது ஆட்கொல்லியின் பாதக்குறி அடையாளங்களை வராந்தாவுக்கு வெளியே கண்டேன். கேட் அருகில் அது கோலபிராய் இருந்த திக்கிலிருந்து வந்தது தெரிந்தது. பங்களாவரை வந்துவிட்டு அது ருத்ரப்ரயாகையின் கடைத்தெருப் பக்கமாகச் சென்றுள்ளது.

சிறுத்தை நான் கட்டிவைத்த ஆட்டைத் தின்னாததில் இருந்து அது மனித மாமிசத்துக்காக அலைவது நிரூபணமாகிவிட்டது. நான் கட்டிவிட்டு வந்த சிறிதுநேரத்தில் ஆடு கொல்லப்பட்டிருக்கிறது. ஆனால் அதைத் தின்பதில் சிறுத்தைக்கு நாட்டமில்லை.

"சாஹேப் வீட்டுக்குப் போய்ச் சேருங்கள். உங்கள் நேரத்தையும் பணத்தையும் காப்பாற்றிக் கொள்ளுங்கள்." வயதான அந்த மூட்டைக்காரர் என்னிடம் விடைபெறும் முன் இப்படி ஓர் அறிவுரையைக் கூறிவிட்டு ஹரித்வார் நோக்கி மந்தையை ஓட்டிக்கொண்டு சீழ்க்கை அடித்தபடி சென்றார்.

இதேபோல ஒரு சம்பவம் ருத்ரப்ரயாகை அருகில் சில வருஷங்களுக்கு முன் நடந்தது. நல்ல வேளையாக இதன் முடிவு சோகமானதாக இல்லை.

தங்களது நண்பர்களும் உறவினர்களும் இப்படி அடிக்கடி கொல்லப்படுவதைப் பார்த்து இதற்கு யாரோ ஒரு மனிதன்தான் காரணம் என்று கோபப்பட்ட கும்பல் ஒன்று தாஸ்ஜூலா

பாட்டி அருகில் இருந்த கோத்கி கிராமத்தில் ஒரு சாதுதான் இதற்கெல்லாம் காரணம் என்பதாக முடிவுக்கு வந்தனர். சாதுவைப் பழி தீர்க்கும் முன்னதாக ஃபிலிப் மேசன் என்ற கட்வாலின் டெபுடி கமிஷனர் அருகில் முகாமிட்டிருந்தவர் சம்பவ இடத்துக்கு வந்து சேர்ந்தார். கும்பலின் மனநிலையைத் தெரிந்து கொண்ட பிலிப்மேசன் 'உண்மையான குற்றவாளி பிடிபட்டு விட்டான். ஆனால் சாதுவை சட்டத்தின் முன் நிறுத்தி தண்டனை வாங்கித் தரும் முன்னதாக அவரைக் கைதுசெய்து காவலில் வைத்துக் கண்காணிக்க வேண்டும்" என்றார். சாதுவை போலீசும் பொதுமக்களும் இரவும் பகலும் கண்காணிக்க ஏற்பாடாயிற்று. ஏழுநாட்கள் இரவும் பகலும் அந்த சாது கண்காணிக்கப்பட்டார். எட்டாம் நாள் காலை சாதுவைக் காவல் காப்பவர்கள் தங்களின் பணிநேரத்தை மாற்றிக்கொள்ளும் சமயம் சில மைல்களுக்கு அப்பாலிருந்த கிராமத்தில் முந்திய இரவு ஆட்கொல்லி ஒரு மனிதனைத் தூக்கிச் சென்றுவிட்ட தகவல் கிடைத்தது.

மக்கள் காவல்துறை சாதுவை விடுவிக்க எவ்வித ஆட்சேபமும் தெரிவிக்கவில்லை. ஆனால் இந்த முறை தவறான ஆசாமி பிடிக்கப்பட்டு விட்டதாகவும் அடுத்த முறை இத்தகைய தவறு நடக்காது என்றும் சொல்லியபடி சென்றனர்.

கட்வாலில் ஆட்கொல்லிகளால் ஏற்பட்ட எல்லா மரணங்களுக்கும் சாதுக்கள் மீது பழிபோடப்பட்டது. நைனிதால் மற்றும் அல்மோரா மாவட்டங்களில் இத்தகைய மரணங்களுக்கு போக்ஷார்கள்தான் காரணம் என்றனர். தேராய் குன்றுகளின் கீழே அசுத்தமான புல்வெளிகளில் போக்ஷார்கள் வாழ்ந்தனர். வேட்டையாடுவது இவர்கள் தொழில்.

சாதுக்கள் மனித மாமிசத்துக்கும் ரத்தத்துக்கும் வெறிபிடித்து மனிதர்களை இப்படிக் கொல்வதாகவும் போக்ஷார்கள் நகைக்கும் பணத்துக்கும் ஆசைப்பட்டுக் கொல்வதாகவும் நம்பினர். நைனிதால் மற்றும் அல்மோரா மாவட்டங்களில் ஆண்களைவிடப் பெண்களே அதிகம்பேர் ஆட்கொல்லியால் கொல்லப்பட்டார்கள். ஆனால் இதற்கு இவர்கள் சொல்லுவதைவிட வேறு வலுவான காரணம் இருந்தது.

கற்பனைக்கும் எட்டாத நிசப்தமான பகுதிகளில் நான் வாழ்ந்திருக்கிறேன். குறிப்பாக ருத்ரப்ரயாகையில் நான் கழித்த இரவுகள். ஒரு சந்தர்ப்பத்தில் தொடர்ந்து இருபத்தெட்டு இரவுகளை – பாலங்களை, குறுக்கு சாலைகளை கிராமங்களுக்கு

செல்லும் சிறு ரஸ்தாக்களை கவனித்தபடி அல்லது கொல்லப்பட்ட விலங்குகள், மனிதர்களின் உடல்களுடன் கழித்திருக்கிறேன். ஆட்கொல்லியை ஒரு பெரிய மங்கலான நிறம் கொண்ட விலங்காக என் கற்பனையில் கண்டிருந்தேன் – முதன்முதலாக அதை சந்தித்தபோது – அது சிறுத்தையின் உடலையும் ஒரு பேயின் தலையையும் கொண்டிருந்தது.

பேய் – நீண்ட இரவுகளின் ஊடாக என்னை உற்றுக் கவனித்த பேய் – அதை எப்படியாவது சாய்த்துவிட நான் செய்யும் வீண் முயற்சிகளைக் கண்டு தலையை ஆட்டியும் அசைத்தும் ஒரு மௌனமான பேய்ச் சிரிப்புடன் நான் சற்றே கவனம் இழக்கும் ஒரு சிறிய கணத்துக்காக நாக்கைச் சப்புக்கொட்டிக்கொண்டு என் கழுத்தில் தன் பற்களை பதிக்கும் தருணத்திற்காக அது காத்திருந்தது.

கட்வால் மக்களை ருத்ரப்ரயாகையின் ஆட்கொல்லி இவ்வாறு அச்சுறுத்திக் கொண்டிருந்தபோது அரசாங்கம் இத்தனை வருஷமும் என்ன செய்துகொண்டிருந்தது என்று நீங்கள் கேட்கலாம்.

அரசாங்கத்துக்குச் சாதகமாக நான் பேசவில்லை. ஆனால் நேரடியாகப் பத்து வாரங்கள் இந்த விஷயத்தில் செலவழித்திருக்கிறேன். இந்த காலக்கட்டத்தில் பாதிக்கப்பட்ட பகுதியில் இருந்த கிராமங்களில் பலநூறு மைல்கள் நான் கால்நடையாக அலைந்திருக்கிறேன். அரசாங்கம் இத்தகைய அச்சுறுத்தலைப் போக்க தன் சக்திக்கு உட்பட்ட அனைத்தையும் செய்திருக்கிறது. வெகுமதிகள் அறிவிக்கப்பட்டன: உள்ளூர் மக்கள் பத்தாயிரம் ரூபாய் ரொக்கமாகக் கிடைக்குமென்றும் இரண்டு கிராமங்கள் அன்பளிப்பாகத் தரப்படும் எனவும் நம்பினார்கள். கட்வாலில் இருந்த துப்பாக்கி உரிமம் பெற்றிருந்த நாலாயிரம் பேரில் எவராவது ஒருவர் ஆட்கொல்லியைக் கொன்றழிக்க இந்த தூண்டுதலே போதுமானது. தாராளமான சம்பளத்துடன். வேட்டைக்காரர்கள் தேர்வு செய்யப்பட்டனர். அவர்கள் முயற்சியில் வெற்றிபெற்றால் சிறப்பு சன்மானம் கொடுப்பதாகவும் அறிவிக்கப்பட்டது. லான்ஸ் டவுனில் முகாமிட்டிருந்த கட்வால் ரெஜிமென்டைச் சேர்ந்த ராணுவத்தினர் விடுமுறையிலோ வீட்டிற்கோ செல்லும்போது ரைஃபிள்களைத் தம்முடன் எடுத்துச் செல்ல அனுமதிக்கப்பட்டனர். செய்தித்தாள் மூலம் இந்தியா முழுமைக்கும் இச்சிறுத்தையை ஒழிக்க வேண்டுகோள் விடப்பட்டது. கிராமங்களுக்குச் செல்லும் இணைப்புச் சாலைகளிலும் ஆட்கொல்லி நடமாடும் சாலைகளிலும்

ஆடுகள் கட்டிவைக்கப்பட்டன. பட்வாரிகளுக்கும் அரசுப் பணியாளர்களுக்கும் ஆட்கொல்லிக்கு வைக்க விஷம் விநியோகிக்கப்பட்டது. அரசு ஊழியர்கள் அரசுப்பணி முடிந்ததும் அபாயகரமான ஆட்கொல்லி வேட்டையைத் தொடர்ந்தனர்.

இப்படியான ஏராளமான ஒருங்கிணைந்த முயற்சிகளின் மொத்த விளைவு சிறுத்தையின் இடதுபக்க பின்காலில் ஒரு சிராய்ப்பை மட்டுமே உண்டாக்கிய துப்பாக்கி சூட்டின் காயம் மட்டுமே. அப்புறம் அதன் கால் விரல்களிலிருந்து ஒரு சிறிய துண்டு தோல்பகுதி பிய்த்துக்கொண்டு போய்விட்டது. கட்வால் டெபுடி கமிஷனர் பராமரிக்கும் அரசாங்க ஆவணத்தில் ஒரு குறிப்பு காணப்படுகிறது: கொல்லப்பட்ட மனிதர்களின் உடலில் விஷம் தூவப்பட்ட பிறகு அதைச் சாப்பிட்ட சிறுத்தையின் உடலில் எவ்வித கெடுதலான பாதிப்பும் ஏற்படாது மட்டுமன்றி சிறுத்தை விஷத்தை உட்கொண்டதால் முன்னிலும் வீரியத்துடன் செயல்படுவது தெரியவந்துள்ளது.

அரசாங்க ஆவணத்தில் மூன்று சுவாரஸ்யமான சம்பவங்கள் பதிவு செய்யப்பட்டுள்ளன. அவற்றின் சுருக்கம் வருமாறு:

முதலாவது:

பத்திரிகை விளம்பரத்தின் காரணமாக இரண்டு பிரிட்டிஷ் அலுவலர்கள் 1921இல் ருத்ரப்ரயாகைக்கு ஆட்கொல்லியை கொல்லும் நோக்கத்துடன் வந்து சேர்ந்தனர். அலக்நந்தா ஆற்றின் ஒரு கரையிலிருந்து மறுகரைக்கு சிறுத்தை அடிக்கடி ருத்ரப்ரயாகையின் தொங்குபாலத்தின் வழியே சென்றுவருவதாக அவர்கள் ஏன் நினைத்தார்கள் என்பதற்கு எவ்விதக் காரணமும் எனக்குப் புலப்படவில்லை. எப்படியோ அவர்கள் தொங்குபாலத்தை மையமாக வைத்து தங்கள் முயற்சிகளைச் சுருக்கிக் கொண்டு இரவு நேரத்தில் அது பாலத்தைக் கடக்கும்போது சுடுவது என்று தீர்மானித்தார்கள். பாலத்தின் இருமுனைகளிலும் தொங்குபாலத்தின் கேபிள்களைத் தாங்கிக்கொண்டு இரு கண்காணிப்புக் கோபுரங்கள் நின்றன. ஆகவே இருவரில் ஒருவர் இடதுபக்கக்கரை ஓரத்துக் கோபுரத்திலும் மற்றவர் வலதுபக்கக்கரை ஓரமும் இருந்த கோபுரத்திலும் உட்கார்ந்து கொண்டனர்.

இந்த கோபுரங்களில் உட்கார்ந்து கவனித்தபடி இரண்டு மாதங்கள் கழித்துவிட்டார்கள். இடது பக்க கரை ஓரமிருந்தவர் தொங்குபால கோபுரத்தின் கீழ்ப்பகுதியிலிருந்து சிறுத்தை பாலத்தின் மீதாக நடந்து செல்வதைக் கவனித்துவிட்டார்.

பாலத்தின் மீது நன்றாக வரும்வரை காத்திருந்து அவர் சுட்டார். சிறுத்தை பாய்ந்தோடிய அதே சமயம் வலது பக்கக் கோபுரத்தில் இருந்தவர் தனது ரிவால்வரின் ஆறு குண்டுகளைக் காலிசெய்தார். அடுத்தநாள் காலை பாலத்தின்மீதும் குன்று நோக்கிச் சென்ற பாதையிலும் ரத்தக் கறைகள் காணப்பட்டன. காயத்தின் காரணமாகச் சிறுத்தை செத்திருக்கும் என்ற அநுமானத்தில் அப்பகுதியில் பல நாட்கள் தேடினார்கள். அடுத்த ஆறுமாதங்களுக்குக் காயம்பட்ட சிறுத்தை யாரையும் கொல்லவில்லை என்று அரசாங்க அறிக்கை குறிப்பிடுகிறது.

இந்தச் சம்பவத்தைப் பற்றி ஏழுமுறை துப்பாக்கிச்சூடும் சத்தங்களைக் கேட்டவர்களும் காயமுற்ற விலங்குக்கான தேடுதல் வேட்டையில் ஈடுபட்டவர்களும் எனக்குச் சொன்னார்கள். அந்த இரு ஆங்கிலேயர்களும், உள்ளூர் மக்களும் முதல் குண்டு சிறுத்தையின் பின்பகுதியில் பாய்ந்திருக்க வேண்டும் என்றும் அடுத்தடுத்த குண்டுகள் அதன் தலையைத் தாக்கியிருக்கக்கூடும் என்றும் நம்பினார்கள். அதனால்தான் அவர்கள் தீவிரமான தேடலில் ஈடுபட்டார்கள். ரத்தச் சுவடுகளை வைத்துப் பார்க்கும்போது அவ்விரு ஆங்கிலேயர்களும் சிறுத்தையின் உடலிலும் தலையிலும் காயத்தை ஏற்படுத்தியதாகக் கருதியது தவறு என்று எனக்குத் தோன்றியது. ரத்தச் சுவடு எப்படி இருந்தது என்று நான் கேட்டறிந்ததில் இருந்து கால்காயத்திலிருந்துதான் அது ஏற்பட்டிருக்கவேண்டும் என்ற முடிவுக்கு நான் வந்தேன். நான் முடிவுகட்டியது சரியே என்று பின்னால் தெரிந்தது. இடதுபக்கக் கோபுரத்தில் உட்கார்ந்திருந்தவர் சுட்ட குண்டு சிறுத்தையின் வலது பின்பக்கக் காலை சிறாய்த்தபடி சென்றுவிட்டது. வலதுபுற கோபுரத்தில் உட்கார்ந்திருந்தவர் சுட்ட எல்லா குண்டுகளும் குறி தவறிவிட்டன.

இரண்டாவது:

இருபது சிறுத்தைகளுக்கு மேல் வலைவைத்துப் பிடித்துக் கொன்றபின்பு ஆட்கொல்லிச் சிறுத்தையும் ஒரு வலையில் அகப்பட்டிருக்கிறது. ஆனால் சிறுத்தையைக் கொல்வதில் இந்துக்களான கிராம மக்கள் தயக்கம் காட்டியிருக்கிறார்கள். அந்தச் சிறுத்தை இதுவரை கொன்ற உறவினர்களின் ஆவிகள் அதற்குள் இருந்தால் அவை தங்களை இம்சிக்கும் என்று நம்பினார்கள். ஆகவே முப்பது மைல்களுக்கு அப்பாலிருந்த ஒரு கிராமத்தில் வசித்த இந்திய கிறிஸ்தவரை வரவழைக்க ஏற்பாடாயிற்று. அவர் வருவதற்குள் சிறுத்தை ஒரு குழியைத் தோண்டி அதன் வழியே தப்பித்துவிட்டது.

மூன்றாவது:

ஒரு மனிதனைக் கொன்றபிறகு சிறுத்தை கானகத்தின் உள்ளே தனியான திட்டாக இருந்த பகுதியில் உடலுக்கு அருகிலேயே படுத்திருந்தது. மறுநாள் காலை அந்த மனிதனைத் தேடத் தொடங்கியபோது சிறுத்தை அந்த காட்டுப் பகுதியைவிட்டு வெளியேறுவது தெரிந்தது. அதைத் துரத்திச் சென்றபோது ஒரு குகைக்குள் புகுந்து விட்டது. விரட்டிச் சென்றவர்கள் குகையின் வாயிலை முட்புதர்களாலும் பெரிய பாறைகளை உருட்டியும் போட்டு மூடிவிட்டனர். ஒவ்வொரு நாளும் கிராமத்திலிருந்து கும்பல் கும்பலாக அந்த இடத்திற்கு வர ஆரம்பித்தனர். ஐந்து நாள் கழித்து ஐந்நூறு மனிதர்களுக்கு மேல் அங்கே கூடிவிட்டனர். அப்போது அந்தப்பகுதியின் ஒரு 'செல்வாக்கான பிரமுகர்' அங்கே வந்தார். அரசு அறிக்கையில் அவர் பெயர் குறிப்பிடப்படவில்லை. அவர் குகையைப் பார்த்துவிட்டு 'இதன் உள்ளே சிறுத்தையுமில்லை, ஒன்றுமில்லை' என்றார் எரிச்சலுடன். குகையை மூடியிருந்த முட்களையும் அகற்றினார். முட்செடிகளைச் சற்றே தூக்கியதும் சிறுத்தை குகைக்குள்ளிருந்து பாய்ந்து வெளியே வந்து ஐந்நூறு மனிதர்களுக்கு மேலிருந்த அந்தக் கூட்டத்தில் வழியுண்டாக்கியபடி ஓடிப்போயிற்று.

சிறுத்தை ஆட்கொல்லியாக மாறிய சிறிது காலத்தில் இந்தச் சம்பவங்கள் நடந்தன. சிறுத்தைமட்டும் அன்று அந்த தொங்குபாலத்தில் கொல்லப்பட்டிருந்தாலோ அல்லது குகை வாசலை இறுக மூடியிருந்தோலோ பின்னர் பலநூறு மனிதர்கள் உயிரிழந்திருக்க நேர்ந்திராது. கட்வாலும் பலவருடம் நீடித்த துயரத்திலிருந்து தப்பியிருக்கும்.

4. வருகை

1925ஆம் வருடம் நைனிதாலில் உள்ள சேலட் திரையரங்கில் கில்பர்ட் அன்ட் சல்லிவனின் 'யாமென் ஆஃப் கார்ட்' படம் ஓடிக் கொண்டிருந்தபோது இடைவேளையில் தான் ருத்ரப்ரயாகையின் ஆட்கொல்லி பற்றி உறுதியான தகவல் எனக்கு வந்தது.

கட்வாலில் ஒரு ஆட்கொல்லிச் சிறுத்தை நடமாடுவதாக போகிற போக்கில் ஒரு செய்தியைக் கேள்விப்பட்டிருந்தேன். அந்த விலங்கைப்பற்றிய பத்திரிகைச் செய்தியையும் படித்திருந்தேன். கட்வாலில் நாலாயிரத்துக்கும் மேற்பட்டவர்கள் துப்பாக்கி உரிமம் வைத்திருக்கிறார்கள் என்ற தகவலும், ருத்ரப்ரயாகையில் இருந்து எழுபது மைல் தொலைவில் இருந்த லேன்ஸ் டவ்னேயில் வேட்டைப் பிரியர்கள் பலர் இருப்பதை அறிவேன் என்பதாலும் சிறுத்தையைச் சுட்டுக் கொல்ல அங்கே ஒரு பெரும் போட்டா போட்டி நடக்கிற சூழ்நிலையை நானாக கற்பனை செய்து கொண்டு ஒரு அந்நியனான நான் அங்கே செல்வது விரும்பத்தக்கதாக இருக்காது என்று எண்ணினேன்.

அன்றிரவு சாலெட் மதுக்கூடத்தில் ஒரு நண்பருடன் மது அருந்தும்போது அங்கு வந்திருந்த ஐக்கிய மாகாணங்களின் முன்னாள் தலைமைச் செயலாளரும் பின்னர் அஸ்ஸாம் கவர்னராகவும் பணிபுரிந்த மைக்கேல் கீன் அங்கு கூடியிருந்த சிறு குழுவினரிடையே ஆட்கொல்லி பற்றிக் கூறினார். அதைப் பின்தொடர்ந்து உங்களில் யாராவது

அதைக் கொல்லமுடியுமா என்று கேட்டார். அங்கிருந்தவர்கள் அவர் வேண்டுகோளினை ஏற்றுக் கொள்ளத் தயாராக இல்லை. 'நூறு பேரைக் கொன்ற ஆட்கொல்லியைத் தேடிப் போவதாவது! எங்களுக்கெல்லாம் உயிர்மேல் ஆசை இல்லையா என்ன?' என்றார்கள் ஒருமித்த குரலில்.

மறுநாள் காலை மைக்கேல் கீனைச் சந்தித்தேன். தேவையான விவரங்களை அவரிடமிருந்து பெற்றுக் கொண்டேன். ஆட்கொல்லி குறிப்பாக எங்கே உலவுகிறது என்று அவரால் சொல்ல முடிய வில்லை. ருத்ரப்ரயாகைக்குச் சென்று அங்கே இபாட்சன் என்பவரைச் சந்திக்கும்படி கூறினார். வீடு திரும்பியதும் என் மேஜைமீது இபாட்சனிடமிருந்து வந்த கடிதம் காத்திருந்தது.

இபாட்சன் – தற்போது சர் வில்லியம் இபாட்சன் – ஐக்கிய மாகாணங்களின் கவர்னருடைய ஆலோசகராகப் பின்னாளில் இவர் பதவி உயர்வு பெற்றார் – அண்மையில் கட்வாலின் டெபுடி கமிஷனராகப் பணியேற்றிருந்தார். அவர் வந்ததும் செய்த முதல்வேலை அந்த மாவட்டத்தை ஆட்கொல்லிச் சிறுத்தையிடமிருந்து காப்பாற்ற முயற்சி எடுத்ததுதான். இது சம்பந்தமாகத்தான் அவர் எனக்கு கடிதம் எழுதியிருந்தார்.

எனது ஏற்பாடுகள் சடுதியில் முடிந்தன. ராணிகட், அட்பத்ரி மற்றும் கரன் ப்ரயாக் வழியாக நக்ராசு என்ற இடத்திற்கு அருகிலிருந்த இன்ஸ்பெக்ஷன் பங்களாவிற்கு பத்தாவது நாள் மாலை போய்ச்சேர்ந்தேன். நைனிதாலை விட்டுப் புறப்படும்போது இந்த பங்களாவில் தங்க அனுமதிச்சீட்டு தேவை என்று நான் அறிந்திருக்கவில்லை. அந்த பங்களாவின் காப்பாளர் உரிய அனுமதிச்சீட்டு இல்லாததால் என்னை அங்கே தங்க அனுமதிக்கவில்லை. எனது பெட்டி படுக்கையைத் தூக்கி வந்த ஆறு கடுவாலிகள், எனது ஏவலாள் ஆகியோருடன் ருத்ரப்ரயாகையின் கீழே, மேலும் இரண்டுமைல் தள்ளி, தங்குவதற்கு ஏற்ற இடமாகப் பார்த்து இரவை அங்கே கழிப்பது என்று தீர்மானித்தோம்.

எனது ஆட்களில் சிலர் தண்ணீரும் சுள்ளிகளும் சேகரிக்கச் சென்றனர். எனது வேலையாள் அடுப்புமூட்ட கற்களை எடுத்து வைத்துக்கொண்டிருந்தார். நான் கோடரியை எடுத்துக்கொண்டு முட்செடிகளை வெட்டிக்கொண்டு வரக் கிளம்பினேன். இரவில் எங்களைச் சுற்றி அவற்றைத் தடுப்பாக அமைப்பது பாதுகாப்பு அரணாக இருக்கும். ஏனென்றால் சாலைக்குப் பத்துமைல் முன்னதாகவே நாங்கள் ஆட்கொல்லி நடமாடும் எல்லைப் பகுதிக்குள் வந்துவிட்டதாக எச்சரிக்கப்பட்டிருந்தோம்.

இரவு சமையலை ஆரம்பிப்பதற்காக நாங்கள் தீ மூட்டியதும் மலைப்பகுதியில் இருந்த கிராமத்திலிருந்து பதற்றமான குரல் கேட்டது. இங்கே திறந்தவெளியில் நாங்கள் என்ன செய்கிறோம் என்று ஒருவன் ஓடிவந்து கேட்டான். அதே சமயம் இந்த இடத்தில் நாங்கள் தங்கினால் ஆட்கொல்லிச் சிறுத்தை எங்களில் ஒருவரை அடித்துக் கொல்வது உறுதி என்றும் எச்சரித்தான். ஏற்கனவே இருட்டிவிட்டதால் பாவம் அந்த மனிதனும் ஆபத்தைப் பொருட்படுத்தாது ஓடிவந்திருக்கிறான். மாதோ சிங் – இவனை நீங்கள் வேறு ஒரு சந்தர்ப்பத்தில்[1] சந்தித்திருக்கலாம் – அவன் அங்கிருந்தோர் எண்ணத்தைப் பிரதிபலிப்பதுபோல் 'சாஹேப் நாம் இங்கேயே தங்கலாம். லாந்தரில் இரவு முழுவதும் எரிய எண்ணெய் இருக்கிறது. உங்களிடம் ரைஃபிள் இருக்கிறது,' என்றான்.

லாந்தரில் போதுமான எண்ணெய் இருந்தது உண்மை. காலையில் நான் கண் விழித்தபோது அது இன்னமும் எரிந்து கொண்டிருந்தது. குண்டுகள் நிரம்பிய என் ரைஃபிள் படுக்கையின் குறுக்கே கிடந்தது. ஆனால் அந்த முள் தடுப்புகள் ஒழுங்காக இல்லை. பத்துநாள்கள் நடந்தே வந்த களைப்பில் நாங்கள் அடித்துப் போட்டதுபோல் தூங்கினோம். அன்றிரவு மட்டும் ஆட்கொல்லிச் சிறுத்தை வந்திருந்தால் எங்களில் ஒருவர் அதற்கு இரையாகக் கிடைத்திருப்போம்.

மறுநாள் ருத்ரப்ரயாகை போய்ச் சேர்ந்தோம். இபாட்சனின் ஆட்கள் அவரது அறிவுரையின்பேரில் எங்களைச் சிறப்பாக வரவேற்றார்கள்.

---

* குமாவும் ஆட்கொல்லிகள் என்ற புத்தகத்தில் 'சவ்கார் புலிகள்' – என்ற பகுதியை பார்க்கவும்

5. புலனாய்வு

ருத்ரப்ரயாகையில் நான் கழித்த பத்து வாரங்களில் ஒவ்வொரு நாளும் என்ன செய்தேன் என்பதை விரிவாகக் கூறப்போவதில்லை. இத்தனைக் காலம் கடந்துவிட்ட பின் அப்படிப் பட்ட விவரங்களை நினைவுகூர்ந்து எழுதுவது இயலாத ஒன்று. எழுதினாலும்கூட அது வாசிக்க உங்களுக்கு அலுப்பூட்டுவதாக அமைந்து விடக்கூடும். நான் தனியாக இருந்தபோதும் இபாட்சனுடன் இருந்தபோதும் எனக்கு ஏற்பட்ட அநுபவங்களில் ஒருசிலவற்றை மட்டும் உங்களிடம் பகிர்ந்துகொள்வதோடு முடித்துக்கொள்ள விரும்புகிறேன். அதற்கு முன்பாக எட்டு ஆண்டு கள் சிறுத்தை உலவிய, பத்துவாரகாலம் நான் அதை வேட்டையாடுவதில் ஈடுபட்ட இடம் எப்படிப்பட்டது என்பதைப் பற்றி நீங்கள் ஒரு மனச் சித்திரத்தை உருவாக்கிக்கொள்ள இது உதவும்.

ருத்ரப்ரயாகையின் கிழக்கே இருந்த ஒரு குன்றின்மீது நீங்கள் ஏறி நின்றால் ருத்ரப்ரயாகை ஆட்கொல்லி அலைந்து திரிந்த *500* சதுரமைல் பரந்த நிலப்பகுதியின் பெரும்பகுதியைப் பார்க்க முடியும். அலக்நந்தா நதி இதைக் கிட்டதட்ட இரண்டு சமமான பகுதிகளாகப் பிரிக்கிறது. கான்ப்ரயாகையைக் கடந்து ருத்ரப்ரயாகைக்கு தெற்குநோக்கிப் பயணித்து அங்கு தென்மேற்கிலிருந்து வரும் மந்தாகினி நதியைச் சந்திக்கிறது. இவ்விரண்டு நதிகளுக்கும் இடைப்பட்ட முக்கோணவடிவப் பிரதேசம் அலக்நந்தாவின் இடதுபக்க கரை யோரத்தைவிட குறைவான செங்குத்தில் அமைந் திருப்பதால் இங்கே நிறைய கிராமங்கள் இருக்கின்றன.

நீங்கள் நின்று கொண்டிருக்கும் உயரமான பகுதியிலிருந்து தூரத்தில் தெரியும் விவசாய நிலங்கள் செங்குத்தான மலைச் சரிவுகளில் வரிசைவரிசையாக கோடுகள் வரைந்த மாதிரி காட்சியளிக்கும். இந்தக் கோடுகள் வேறுபட்ட அகலங்கள் கொண்ட பயிர்நிலங்கள். சில இடங்களில் ஐம்பதுக்கும் மேற்பட்ட ஏக்கர் பரப்பளவு கொண்டவை. சாகுபடி செய்யப்பட்ட நிலங்களுக்கு மேற்பகுதியில் கிராமத்தின் கட்டிடங்களைக் காணமுடியும். மேலிருந்தபடி வன விலங்குகளோ ஆடுமாடுகளோ வயல்களை மேய்ந்துவிடாதபடி பாதுகாக்கவே இந்த ஏற்பாடு. ஏனென்றால் பெரும்பாலான வயல்களுக்கு எவ்விதமான தடுப்புகளோ வேலிகளோ கிடையாது. பழுப்பும் பச்சையுமாகக் காட்சியளிக்கும் திட்டுகளில் பழுப்பு புல்வெளிகளையும் பச்சை கானகத்தையும் குறிக்கிறது. சில கிராமங்கள் பச்சைப் புல்வெளிகளால் சூழப்பட்டிருப்பதையும் பார்க்க முடியும். வேறுசில முழுமையாக கானகங்களால் மூடப்பட்டிருக்கும். மேலிருந்து பார்க்கும்போது மொத்தப் பிரதேசமும் கரடு முரடாக ஒழுங்கற்றுத் தோன்றும். கணக்கற்ற குத்துப் பாறைகளாலும் ஆழமான மடுக்களாலும் வெட்டுண்டு கிடக்கும் பகுதியாகக் காணப்படும். இந்தப் பகுதியில் இரண்டே சாலைகள்தான் இருந்தன. ஒன்று ருத்ரப்ரயாகையில் புறப்பட்டு கேதார்நாத் வரை சென்றது. பிரதானமான யாத்ரிகர் சாலை பத்ரிநாத்துக்கு சென்றது. இரண்டு சாலைகளுமே இதோ இதை நான் எழுதுகிற காலம்வரை குறுகலான கரடுமுரடான சாலைகளாகவே இருக்கின்றன. எவ்விதமான வாகனச் சக்கரங்களும் அவற்றின் மீது இதுவரை சென்றதில்லை.

1918 முதல் 1926வரை ஆட்கொல்லிக்கு இரையானவர்களின் விவரம் பின்பக்கத்தில் உள்ளது. காடுகள் சூழ்ந்த கிராமங்களில்தான் ஆட்கொல்லியால் கொல்லப்பட்டவர்கள் அதிகம் என்றும் பயிர்செய்யும் நிலங்கள் சூழ்ந்த பகுதியில் உள்ள கிராமங்களில் கொல்லப்பட்டவர்கள் குறைவு என்றும் யூகிப்பதுதானே நியாயம். ஆட்கொல்லி ஒரு வேங்கையாக இருந்திருந்தால் இதுதான் நடந்திருக்கும். ஆனால் ஆட்கொல்லிச் சிறுத்தை இரவில் மட்டுமே நடமாடும் என்பதால் அது வேட்டையாடும் இடம் மூடப்பட்டதா திறந்தவெளியா என்பதில் எந்த வித்தியாசமும் இல்லை. ஒரு கிராமத்தைவிட இன்னொரு கிராமத்தில் உயிர்ப்பலி அதிகம் ஏற்பட்டது என்றால் அதற்குக் காரணம் முதல் கிராமத்தில் போதுமான முன்னெச்சரிக்கை நடவடிக்கைகளை மேற்கொண்டதும், மற்ற கிராமத்தில் கவனக்குறைவாக இருந்ததும்தான்.

ருத்ரப்ரயாகையின் ஆட்கொல்லிச் சிறுத்தை

இரையானோர் பட்டியல் (கிராமவாரியாக)

1918 – 1926

ஆறு நபர்கள்

சோப்ரா

ஐந்து நபர்கள்

கோத்கி, ராடௌரா

நான்கு நபர்கள்

பிஜ்ராகாட்

மூன்று நபர்கள்

நாகோட், காந்தாரி, கொஹண்டி, டாடோலி, குவேத்தி, ஜிர்மோலி, கோலாப்ராய், லாமேரி

இரண்டு நபர்கள்

பஜாடு, ராம்ப்பூர், மைகோட்டி, சாட்டோலி, கோட்டி, மடோலா, ரௌடா, காண்டே (ஜோகி) பௌருன், சாரி, ராநௌ, பூனார், திலானி, பவுந்தா, நாக்ராசு, குவார், மார்வாரா.

ஒருவர்

அஸான், பிலு, பவுன்ஸால், மங்கு, பயிஞ்ஜி, பட்வாரி, காமோலி, ஸ்வான்ரி, பால்ஸி, கான்டா தர்கோட், டாங்கி, குனாவுன், பட்கவான் பவால், பார்சில், பன்சாகோன், நாரி, சந்தார் டாமெண்ட், காத்யானா, சியோபுரி, ஸான், சியுன்ந்த், கமேரா, தர்மாரி, தாம்கா பேலா, பேலா குந்த், சௌர், பயின்ஸாரி, பஜ்னு, குயிலி, தார்கோட், பயின்காவ், சிங்க்கா, துங்க், கியுரி, பாமன் கந்தாய், போக்தா, தபால் காவ், பான்சு, நாக், பைஸானி, ருத்ரப்ரயாக், க்வார், கால்னா, புங்க்கா, கமேரா, ஸெயில், பாபோ, பைன்ஸ்வாரா

ஆண்டுவாரியான மொத்தம்

1918	......	....	*1*
1919	......	....	*3*
1920	......	......	*6*
1921	....	......	*23*
1922	......	....	*24*

1923	....	....	*26*
1924	......	....	*20*
1925	....	......	*8*
1926	....	....	*14*
			125

நான் குறிப்பிடும் ஆட்கொல்லி நன்கு பருத்த, அதன் வாலிபப் பிராயத்தைக் கடந்த ஆண் சிறுத்தை என்று முன்பே குறிப்பிட்டிருக்கிறேன். அது வயதானதாக இருந்தாலும் அளவு கடந்த பலத்துடன் இருந்தது.

ஒரு இரைக்கொல்லி தன் இரையை வேட்டையாடத் தேர்ந்தெடுக்கும் இடம் கொல்லப்பட்ட பிராணியைத் தனியே எந்த தொந்தரவும் இன்றி சாப்பிடத் தோதான இடத்துக்கு தூக்கிச் செல்லும் வலிமையைப் பொறுத்தது. ருத்ரப்ரயாகையின் ஆட்கொல்லியைப் பொறுத்தவரை எல்லா இடமும் ஒரே மாதிரிதான். ஏனென்றால் மனித இரைகளிலேயே மிகவும் கனமான ஒரு உடலை எனக்குத் தெரிந்து ஒரு சமயம் அது நான்குமைல் தூரம் தூக்கிச் சென்றிருக்கிறது. நான் குறிப்பிடும் சம்பவத்தில் அது நன்றாக வளர்ந்த முழு ஆகிருதி படைத்த ஒரு மனிதனை அவன் வீட்டிலேயே கொன்று செங்குத்தான குன்றின் சரிவில் அடர்ந்த காட்டுப் பகுதியின் ஊடாக இரண்டு மைல் தூரம் கொண்டு சென்றிருக்கிறது. பிறகு குன்றின் இறக்கத்தில் இன்னொரு இரண்டு மைல் தூரம் அடர்ந்த புதர்களின் ஊடாக தூக்கிச் சென்றுள்ளது. இதற்கான காரணம் இன்னதென்று புலப்படவில்லை. ஏனெனில் ஆட்கொல்லி அந்த மனிதனைக் கொன்றது முன்னிரவில். சிறுத்தையை மறுநாள் மதியம்வரை யாரும் பின்பற்றிச் செல்லவில்லை.

சிறுத்தைகள் – மற்ற ஆட்கொல்லிகளைப் போலன்றி – நமது கானகங்களில் எளிதாகக் கொல்லப்படும் விலங்காக இருக்கிறது. ஏனென்றால் அவற்றுக்கு மோப்ப சக்தி கிடையாது.

சிறுத்தைகளைக் கொல்வதற்கு வேறு எந்த விலங்கையும் கொல்வதற்குக் கையாளும் முறைகளைக் காட்டினும் வேறான முறைகளைக் கையாள்கிறார்கள். சிறுத்தை வேட்டைக்காக கொல்லப்படுகிறதா அல்லது இலாபத்திற்காக கொல்லப்படுகிறதா என்பதைப் பொறுத்து முறைகளும் வேறுபடுகின்றன. வேட்டைக்காக சிறுத்தையைக் கொல்லும்முறை மயிர்க் கூச்செரிய வைக்கும் திகைப்பூட்டும் நிகழ்ச்சியாகும். இம்முறையில் சிறுத்தையைக் கானகத்தில் தேடும்போது அவை உலவுமிடம் கண்டுபிடிக்கப்பட்டால் அவற்றைப் பின்தொடர்ந்து சென்று சுட்டுக் கொல்கிறார்கள். மிகவும் எளிதான ஆனால்

கொடுமையான முறை ஒன்று பின்பற்றப்படுகிறது. இலாபத்துக்காக பின்பற்றப்படும் இம்முறை சிறுத்தையால் கொல்லப்பட்ட விலங்கின் உடலுக்குள் ஒரு சக்தி வாய்ந்த வெடிகுண்டைச் செலுத்தி வைப்பதாகும். பல கிராம வாசிகளுக்கு இத்தகைய வெடிகுண்டுகளின் செய்முறை தெரியும். சிறுத்தை தன் பற்களால் அதைக் கடிக்கும்போது அது வெடிக்கிறது. சிறுத்தையின் தாடைகளை சிதற அடிக்கிறது. சில சமயம் உடனே மரணம் நேர்கிறது. ஆனால் பெரும்பாலான சமயங்களில் அந்த துரதிருஷ்டசாலியான விலங்கு மிகவும் நீண்ட, வலியால் துடிக்கவைக்கும் மரணத்தில் மடிந்துபோகிறவரை மெள்ள ஊர்ந்து செல்கிறது. சிறுத்தையின் ரத்தச் சுவட்டினைப் பின்பற்றிச் சென்று அதைத் தீர்த்துக் கட்டும் துணிச்சல் வெடிகுண்டுவைத்த கிராமவாசிகளுக்கு இருப்பதில்லை. சிறுத்தைக்கான தேடல், அதை கண்டுபிடிப்பது மற்றும் பின்தொடர்வது. மயிர்க்கூச்செரியும் திகைப்பார்வம் ஊட்டும் செயல்என்றே சொல்லவேண்டும். ஏனென்றால் சிறுத்தைகளின் பாதங்கள் மென்மையானவை. அவை பெரும்பாலும் வழித்தடங்கள், வேட்டைத் தடங்கள் வழியே செல்லவே விரும்புகின்றன. அவற்றின் இருப்பிடத்தைக் கண்டுபிடிப்பது கடினமான காரியமல்ல; காட்டில் உள்ள ஒவ்வொரு விலங்கும் பறவையும் வேட்டைக்காரருக்கு உதவுகின்றன. அவற்றைப் பதுங்கிப் பின்தொடர்வது எளிது.

ஏனென்றால் சிறுத்தைகளுக்கு வெகு கூர்மையான பார்வையும் செவிப்புலனும் இருப்பதால் அவற்றுக்கு மோப்ப சக்தி இல்லாதது ஒருவகையான ஊனம் என்றுதான் சொல்லவேண்டும். ஆகவே வேட்டைக்காரர் தனக்கு உகந்த சிறந்த வழியைத் தேர்ந்தெடுக்கலாம். எந்த திசையில் காற்று அடிக்கிறது என்பதைப் பற்றியெல்லாம் கவலைப்பட வேண்டியதில்லை.

பதுங்கிப் பின்தொடர்ந்து உலவுமிடம் கண்டு சிறுத்தையை நெருங்கிவிட்டால் காமிராவின் பொத்தானை அமுக்குவது என்பது துப்பாக்கியின் விசையை அழுத்துவதைவிட இன்பம் தரக்கூடியது. இப்படியான சந்தர்ப்பத்தில் சிறுத்தையை மணிக்கணக்கில் பார்த்துக்கொண்டே இருக்கலாம். கானகத்தில் இதைக்காட்டிலும் கம்பீரமான, சுவாரஸ்யமான விலங்கு வேறெதுவும் இல்லை. காமிராவின் பொத்தானை அழுத்தி சுவாரஸ்யம் குன்றாத காட்சிகளை மனம் விரும்பியபடி பதிவு செய்யலாம். இன்னொரு சந்தர்ப்பத்தில், துப்பாக்கி விசையை ஒரு தடவை அழுத்தினால் போதும் – அவர்களின் நோக்கம் – நினைவுச்சின்னம் வெல்வது எனில் இந்த அழகையும் அதிசயத்தையும் இழக்கும்படி நேரும்.

6. முதல் இரை

ருத்ரப்ரயாகைக்கு நான் போய்ச்சேர்வதற்கு சற்று முன்னர்தான் இபாட்சன் அப்பகுதியில் தம்பட்டம் அடிக்க ஏற்பாடு செய்திருந்தார். இது மட்டும் வெற்றிகரமாக நிறைவேற்றப்பட்டிருந்தால் பதினைந்துக்கும் மேற்பட்ட உயிர்களைக் காப்பாற்றி இருக்கலாம். தம்பட்ட சத்தம், அது போடுவதற்கான சூழ்நிலை நேரிட்ட வருடம் இவை எல்லாம் இங்கே பதிவு செய்வதற்கு உரியவை.

பத்ரிநாத் செல்லும் சாலையில் கஷ்டப்பட்டு நடந்துவந்த சில யாத்ரிகர்கள் மாலைவேளையில் ஒரு சிறிய சாலையோரக் கடைக்கு வந்து சேர்ந்தார் கள். அவர்கள் கேட்டதை எல்லாம் கொடுத்த கடைக்காரர் சூரியன் மறையக் கொஞ்ச நேரமே இருப்பதால் அவர்களைச் சீக்கிரம் பயணத்தைத் தொடரும்படியும் நான்கு மைல் தள்ளி யாத்ரிகர்கள் தங்குமிடம் இருப்பதாயும் அங்கே அவர்களுக்கு உணவும், பத்திரமான தங்குமிடமும் கிடைக்கும் எனவும் தெரிவித்தார். யாத்ரிகர்கள் கடைக்காரரின் இந்த யோசனையை ஏற்கவில்லை. நீண்டதூரம் நடந்ததால் அவர்கள் களைத்துப்போய் இருப்பதாகவும் இன்னும் நான்கு மைல்கள் நடப்பது முடியாதது என்றும் கூறிவிட்டார்கள். இரவுச் சாப்பாட்டை அவர்களே சமைத்துக்கொள்ள வழிசெய்து கொடுத்தால் போதுமென்றும், கடையை ஒட்டியிருந்த நடைபாதையில் தூங்குவதற்கு அனுமதி தேவை என்றும் தெரிவித்தனர். இந்த வேண்டுகோளைக் கடைக்காரர் மிகக் கடுமையாக ஆட்சேபித்தார். அந்த வீட்டிற்கு அருகே ஆட்கொல்லி

அடிக்கடி வருவதாகவும், திறந்த வெளியில் தூங்குவது என்பது நமது சாவை நாமே அழைப்பதற்குச் சமம் என்றும் எச்சரித்தார்.

விவாதம் அதன் உச்சத்தை எட்டியபோது மதுராவிலிருந்து பத்ரிநாத் செல்லும் ஒரு சாது அங்கு வந்து சேர்ந்தார். யாத்ரிகர்கள் கருத்துக்கு ஆதரவும் தெரிவித்தார். அவர் கடைக்காரரிடம் பெண்களை மட்டும் கடைக்குள் தூங்க அனுமதிக்கும்படியும் ஆண்களுடன் சேர்ந்து நடைபாதையில் தாம் படுத்துக் கொள்வதாயும் தெரிவித்தார். சிறுத்தை – ஆட்கொல்லியானாலும் சரி எதுவானாலும் சரி – அவர்களைத் தாக்கும் துணிச்சல் மட்டும் அதற்கு இருக்குமானால் அப்படியே அதன் வாயைப் பிடித்து இரண்டாகப் பிளந்து விடுவதாகவும் தெரிவித்தார்.

இந்த ஏற்பாட்டிற்கு கடைக்காரர் இணங்குவதைத் தவிர வேறு வழியில்லை. இதன்படி யாத்ரிகர் குழுவைச் சேர்ந்த பெண்கள் கடையில் இருந்த பூட்டிய கதவுக்குப் பின்னிருந்த ஒரே அறையில் படுத்துக் கொண்டனர். நடைபாதையில் வரிசையாக ஆண்கள்படுத்தார்கள். அவர்களின் நடுவே சாது படுத்திருந்தார்.

காலையில் யாத்ரிகர்கள் கண்விழித்துப் பார்த்தபோது சாதுவைக் காணவில்லை. அவர் படுத்திருந்த கம்பளம் கலைந்து கிடந்தது. போர்த்திக் கொண்டிருந்த போர்வை சற்று தூரம் இழுபட்டிருந்தது. அதில் இரத்தக் கறைகள் காணப்பட்டன. ஆட்களின் கூக்குரலைக் கேட்டு கடைக்காரர் கதவைத்திறந்தார். அவருக்குப் பார்த்ததுமே புரிந்துவிட்டது. காலை நன்றாக விடிந்தபிறகு கடைக்காரர் துணைக்கு ஆட்களை அழைத்துக் கொண்டார். ரத்தச் சுவட்டைப் பின்பற்றி அவர்கள் குன்றின் சரிவில் இறங்கினார்கள். மூன்று வயல்கள் தாண்டி தாழ்வான எல்லைச் சுவரை ஒட்டி சுவரின் குறுக்காக உடலின் கீழ்பாகம் முழுவதும் தின்னப்பட்ட நிலையில் சாதுவைக் கண்டார்கள்.

இபாட்சன் இந்த சமயத்தில் ருத்ரப்ரயாகையில் எப்படியாவது ஆட்கொல்லியைக் கண்டுபிடிக்கும் முயற்சியில் ஈடுபட்டிருந்தார். அவர் தங்கியிருந்தவரை எவ்விதமான ஆட்கொல்லித் தாக்குதல்களும் நடக்கவில்லை. ஆகவே தம்பட்ட சத்தத்தை தொடர்ந்து போடுவதற்கு முடிவுசெய்தார். அலக்நந்தாவின் தொலைவான பகுதியில் சந்தேகத்துக்கிடமான புதர்களையும் அடர்ந்து வளர்ந்த செடிகளையும் நெருங்கித் தம்பட்டம் அடிக்க ஏற்பாடு செய்தார். இதுபோன்ற இடங்களில்தான் பகல்வேளைகளில் ஆட்கொல்லிச்சிறுத்தை படுத்திருக்கும். இருபது யாத்ரிகர்களும் அந்தச் சிறிய கடை நோக்கி சிரமமான பயணத்தை மேற்கொண்டார்கள். பட்வாரிகளும் இபாட்சனின் ஆட்களும் பக்கத்திலிருந்த கிராமங்களுக்குச் சென்று தண்டோரா சத்தத்துக்கு தயாராக இருக்கும்படி எச்சரித்தார்கள்.

காலைச் சிற்றுண்டியைச் சீக்கிரமாகவே முடித்துக்கொண்டு இபாட்சன் தனது மனைவியோடும் இன்னொரு நண்பரோடும்—அவர்பெயர் மறந்துவிட்டது—அவருடைய பணியாளர்கள் மற்றும் இருநூறு தம்பட்டம் அடிப்பவர்களோடும் அலக்நந்தாவைத் தொங்கு பாலத்தின் வழியாகக் கடந்தார்கள். ஒரு மைல் தூரம் குன்றின் மீது சென்றார்கள். சத்தம் எழுப்ப தோதான இடங்களில் உட்கார்ந்து கொண்டார்கள்.

தம்பட்டச் சத்தம் ஒலித்துக்கொண்டு இருக்கும்போதே ‘ஓடிவரும் செய்திசொல்பவர்’ மூலம் சாது சிறுத்தையால் கொல்லப் பட்ட சேதி கிடைத்தது.

தம்பட்டம் அடித்தது எல்லாம் வீணாயிற்று. அவசரக் கூட்டம் நடந்தது. இபாட்சன், அவர் குழுவினர், இருநூறு தம்பட்டக்காரர்கள் வலதுபக்க கரையோரம் சென்று நான்குமைல் தூரம் மலையில் ஏறி ஊசல் பாலத்தின் வழியாக ஆற்றைக்கடந்து இடதுபக்கக் கரைஓரமாக புலி அடித்த இடத்துக்குப் போனார்கள். பணியாளர்கள் ஊர்ப்பக்கம் சென்று கடையருகே கூடுவதற்காக எவ்வளவு பேர்களை அழைத்துவர முடியுமோ அவ்வளவு ஆட்களைத் திரட்டிவரச் சென்றனர்.

அந்திசாய்வதற்குள் இரண்டாயிரம் தம்பட்டக்காரர்கள், தருவிக்கப்பட்டதோடு ஏராளமான கூடுதல் துப்பாக்கிகள் சேகரிக்கப்பட்டுவிட்டன. உயர்ந்து நின்ற அந்த கரடு தட்டிய குன்றின் மேலிருந்து கீழ்வரை தம்பட்டம் அடித்தார்கள். இபாட்சனைப் பற்றி உங்களுக்குத் தெரிந்திருக்குமானால் இந்த தம்பட்ட சத்தம் எழுப்பும் வேலையை அவர் எவ்வளவு திறம்பட செய்தார் என்று நான் விவரிக்க வேண்டியதில்லை. பிறகு ஏன் இந்த தடவை அவர் தன் முயற்சியில் தோல்வியுற்றார் என்றால் சிறுத்தை அந்தப் பகுதியிலேயே இல்லை.

திறந்த வெளியில் நன்றாகத் தெரியும்படி தான் கொன்ற இரையைப் போட்டுவிட்டு அந்த இடத்தைவிட்டு ஒரு சிறுத்தையோ வேங்கையோ வெளியேறுகிறது என்றால் அந்த இரைமீது அதற்கு நாட்டமில்லை என்பதன் அடையாளம்தான் அது. சாப்பிட்டானதும், இரண்டு மூன்று மைல்களுக்கு அப்பால்—ஆட்கொல்லிகளைப் பொறுத்தவரை பத்துமைல் அல்லது அதற்கும் அப்பால்—அவை விலகிச் சென்றுவிடுகின்றன. ஆகவே குன்று முழுவதும் தாரைதப்பட்டைச் சத்தம் எழுப்பியபோது பத்துமைல்களுக்கு அப்பால் அந்த ஆட்கொல்லி ஆழ்ந்த உறக்கத்தில் அமைதியாக மூழ்கியிருந்திருக்க சாத்தியமுள்ளது.

7. சிறுத்தையைக் கண்டுபிடித்தல்

ஆட்கொல்லிச் சிறுத்தைகள் அபூர்வமானவை. ஆகவேதான் அவற்றைப்பற்றி மிகவும் குறைவாகவே அறியமுடிகிறது.

இந்த விலங்குகள் குறித்த எனது சொந்த அநுபவமும் சொற்பம்தான். பலவருஷங்களுக்கு முன்னால் மிகக் குறுகிய காலமே நேரிட்ட நேரடி நிகழ்வு ஒன்று மட்டும் நினைவில் உள்ளது. மிருகமாமிசத்திலிருந்து மனித மற்றும் விலங்கு மாமிச உணவுக்கு மாறுவது புலியின் உணவுப் பழக்கத்தில் மாற்றம் கொண்டு வரும் அளவுக்கு சிறுத்தை விஷயத்திலும் நேருமா என்பதில் எனக்கு ஐயமுண்டு. எந்த அளவுக்கு இத்தகைய சிறுத்தைகளின் உணவுப்பழக்கம் மாறக்கூடும் என்று எனக்குத் தெரியவில்லை. ஆகவே ஆட்கொல்லிச் சிறுத்தையைக் கொல்வதற்கு வழக்கமாக சிறுத்தை களைக் கொல்லும் முறைகளையே பின்பற்றத் தீர்மானித்தேன்.

சிறுத்தைகளைக் கொல்வதற்கு சாதாரணமாகப் பின்பற்றக் கூடிய முறை என்பது அவை வருவதற்காக ஒளிந்திருப்பதுதான். அவை கொன்று போட்ட மிருகத்தின் அருகிலோ அல்லது அவற்றைப் பிடிக்க கட்டிவைத்திருக்கும் உயிருள்ள இரையின் அருகிலோ அவற்றுக்காகப் பதுங்கி இருக்க வேண்டும். இந்த முறைகளில் ஒன்றைப் பின்பற்ற வேண்டுமெனில் முதலில் சிறுத்தை அடித்துப் போட்ட மிருகத்தைக் கண்டுபிடிக்க வேண்டும். அடுத்ததில் அது உலவும் இடத்தைக் கண்டறிதல் வேண்டும்.

ருத்ரப்ரயாகைக்கு நான் சென்றதன் நோக்கம் மேலும் மனித உயிர்கள் பலியாவதைத் தடுப்பதற்காகவே. ஆகவே அந்த ஆட்கொல்லி இன்னொரு மனிதனைக் கொன்று அந்த உடலருகில் இருந்தபடி காத்திருக்க நான் விரும்பவில்லை. ஆகவே நான் செய்யக் கூடியது எல்லாம் ஆட்கொல்லியைக் கண்டுபிடித்து ஒரு உயிருள்ள இரையை அதுநெருங்கி வரும்போது அதைச் சுட்டுக் கொல்வதுதான்.

இந்த சந்தர்ப்பத்தில்தான் நான் வெற்றிகொள்ள வேண்டிய கடினமான தடை ஒன்று எனக்குப் புலப்பட்டது. எனக்குக் கொடுக்கப்பட்டிருந்த வரைபடத்திலிருந்து ஆட்கொல்லியானது ஏறத்தாழ ஐந்நூறு சதுரமைல் பரப்பளவில் உலவுவதாகத் தெரிந்தது. ஐந்நூறு சதுரமைல் பரப்பளவு என்பது எந்த இடமாக இருந்தாலும் ஒரு விலங்கினைக் கண்டுபிடித்து சுட்டுவீழ்த்துவது என்பது மிகப்பெரும் பிரதேசமாகும். அதுவும் இந்த மலைப்பாங்கான கரடுமுரடான கட்வால் பகுதியில் இரவில் மட்டுமே உலவும் விலங்கினைக் கண்டறிவது முதல் அனுமானத்தில் முற்றிலும் முடியாத ஒன்றாகவே தோன்றியது. அப்புறம்தான் அலக்நந்தா ஆறு அந்தப் பகுதியை இரண்டு சமமான பகுதிகளாகப் பிரிப்பதைப் பார்த்து இது என் முன்னிருந்த தடையைக் குறைக்கக்கூடும் என்று உணர்ந்தேன்.

அலெக்நந்தா நதியின் ஒரு கரையில் தனக்கு மனித இரை கிடைக்காவிட்டால் ஆட்கொல்லி மறுகரைக்குப் போவதில் நதி ஒரு தடையாக இருக்காது என்றும் நதியை நீந்திக் கடந்துபோய்விடுமென்றும் பொதுவான ஒரு நம்பிக்கை நிலவியது.

இந்த நம்பிக்கையில் எனக்கு உடன்பாடில்லை. என்னைப் பொறுத்தவரை எந்த ஒரு சிறுத்தையும் எந்த ஒரு சூழ்நிலையிலும் அலெக்நந்தாவின் பனிக்கட்டியாய் சிலீரிடும் நீரில் தானாக முன்வந்து நீந்த விரும்பாது. ஆட்கொல்லி ஒரு கரையிலிருந்து மறுகரைக்குச் செல்லும்போது தொங்குபாலத்தின் வழியாகச் செல்வதை நானே கவனித்திருக்கிறேன்.

அந்தப் பகுதியில் இரண்டு தொங்குபாலங்கள் இருந்தன. ஒன்று ருத்ரப்ரயாகையில் இருந்தது. மற்றொன்று பன்னிரண்டுமைல் தள்ளி சட்வாபிபால் என்ற இடத்தில் இருந்தது. இந்த இரண்டு பாலங்களுக்கு நடுவே ஒரு ஊஞ்சல் பாலம் இருந்தது. இந்த பாலத்தின் வழியாகத்தான் இபாட்சனும் அவரது குழுவினரும் அவரோடு வந்த இருநூறு ஆட்களும் தம்பட்டம் அடித்த அன்றைக்குச் சென்றிருக்கிறார்கள். இந்த ஊஞ்சல் பாலத்தை ஒரு எலியைத் தவிர வேறு எந்தப் பிராணியாலும் கடக்க முடியாது. நான் பார்த்ததிலேயே படுபயங்கரமான அச்சமூட்டும் பாலம் அதுவாகத்தான் இருக்கமுடியும்.

இரண்டு, கையால் முறுக்கிய கயிறுகள் காலப்போக்கில் கறுத்து ஆற்றிலிருந்து எழுந்துவரும் நீர்ப்புகையால் அப்படியே கெட்டிதட்டித் தொங்கின. இருநூறு அடிக்குக் கீழே நுரைத்துப் பொங்கும் வெண்ணிற நீர் இன்னும் நூறடி தள்ளி இருபெரும் சுவர்களாய் நின்ற பாறைகளுக்கு இடையே இடிமுழக்கம் போன்று கர்ஜனையிட்டபடி பிரவகித்தது. அங்கே செந்நாய் துரத்த ஒரு கேளையாடு அலாக்நந்தாவின் குறுக்கே தாவியது. கயிறுகளுக்கிடையே நடந்துசெல்ல நடைபாதையாக கோணல் மாணலான குச்சிகள் கயிறோடு புல்முடிச்சுகளுடன் தளர்வாகப் பிணைக்கப்பட்டிருந்தன. இப்படியான ஒரு சிலந்திக் கூட்டுப் பாலத்தில் ஒரு கயிறு நைந்துபோய் இருக்க அதிலிருந்த குச்சிகளின்மீது 45 டிகிரியில் காலை வைத்துதான் நடந்து போகவேண்டும். முதன் முதலாக இந்த அச்சமூட்டும் ஜூலாவைப் பார்த்தபோது ஒருபைசா செலுத்தி என் உயிரையே அதன்மீது பணயம் வைக்க அனுமதித்த அந்த கட்டணம் வசூலிப்பவரிடம் எப்போதாவது அந்தப்பாலம் பரிசோதிக்கப்பட்டதா அல்லது பழுதுபார்க்கப்பட்டதா என்று முட்டாள்தனமாகக் கேட்டுவிட்டேன். என்னை ஏறஇறங்கப் பார்த்த அந்த ஆள் பாலம் இதுவரை பரிசோதிக்கப்படவில்லை, பழுதுபார்க்கப்படவுமில்லை என்று சொல்லிவிட்டு ஒருதடவை அதன்மீது நடந்த ஒரு ஆளின் கனம் தாங்காமல் முறிந்துபோய் பிறகு சரிசெய்தோம் என்றான். என் முதுகுத் தண்டு சில்லிட்டது. பத்திரமாக மறுகரைக்குப் போய் வெகுநேரம் கழிந்தபின்னும் அந்த உணர்வு என்னிடம் நீடித்திருந்தது. ஜூலாவை ஆட்கொல்லியால் கடக்க முடியாத நிலையில் இந்த இரண்டு தொங்கு பாலங்கள் மட்டுமே இருக்கின்றன. இந்த இரண்டையும் மூடிவிட்டால் அலக்நந்தா ஆற்றின் ஏதேனும் ஒருபக்கத்தில் அந்தச் சிறுத்தையை முடக்க முடியும். இதன்மூலம் அதைத்தேடும் பிரதேசத்தின் பரப்பளவை பாதியாகக் குறைத்துவிடலாம் என்று தோன்றியது.

முதல்வேலை நதியின் எந்தக் கரையில் இப்போது சிறுத்தை இருக்கிறது என்பதைக் கண்டறிவதுதான். சட்வாபிபால் தொங்கு பாலத்திலிருந்து சில மைல்கள் தள்ளிதான் அந்த சாது கொல்லப்பட்டிருந்தார். அவரைக் கொன்றபிறகு அந்தச் சிறுத்தை இரையைக் கைவிட்டு இந்த தொங்கு பாலத்தின் வழியாகத்தான் வந்திருக்கும். கிராமத்து ஜனங்கள் எடுத்துக்கொண்ட முன்னெச்சரிக்கை நடவடிக்கைகள் ஆட்கொல்லிக்கு சாது இரையானபிறகு இரட்டிப்பானதால் அதே பகுதியில் அடுத்தடுத்து வேட்டையாட அந்த சிறுத்தையால் முடியாமல் போனது. வரைபடத்தைப் பார்த்து ஒரு குறிப்பிட்ட

கிராமத்தில் மட்டும் ஆட்கொல்லி ஆறுபேர்களுக்கு மேல் கொன்றிருப்பதாகக் காட்டப்பட்டிருப்பது ஏன் என்று நீங்கள் வினவலாம். பாதுகாப்பு முயற்சிகளைக் காலவரையறை இல்லாமல் கவனத்துடன் பின்பற்ற முடியாமல் போவதுதான் இதற்கான காரணம் என்பேன். அங்கிருக்கும் வீடுகள் மிகவும் சிறியவை. வசதியில்லாதவை. குறிப்பாக கழிப்பறை வசதிகள் இல்லாதவை. பத்துப் பதினைந்து மைல்கள் அருகில்தான் ஆட்கொல்லி நடமாடுகிறது என்று தெரிந்தபிறகு ஆணோ பெண்ணோ குழந்தையோ அவசரமான இயற்கை உபாதையைக் கழிக்க கதவை ஒரு கணம் திறந்தால் போதும் – இது பல இரவுகள் இந்த கணத்துக்காக காத்துக்கிடந்த சிறுத்தைக்கு வாய்ப்பு கொடுத்ததாகிவிடுகிறது.

8. இரண்டாவது இரை

ஆட்கொல்லிப் புலியின் பாதச்சுவடுகள் பற்றிய புகைப்படங்களோ அல்லது வேறு ஆதாரங்களோ இல்லாத நிலையில் அந்தத் தகவல்களை நானே சேகரிக்கும் வாய்ப்பு கிடைக்கும் வரை ருத்ரப்ரயாகையில் என் பார்வையில் படும் எல்லாச் சிறுத்தைகளையும் நான் சந்தேகக் கண்கொண்டு பார்த்தது மட்டுமன்றி எந்த சிறுத்தை எதிர்ப்பட்டாலும் அதைச் சுட்டுவிடுவது என்ற முடிவுக்கும் வந்திருந்தேன்.

ருத்ரப்ரயாகைக்கு நான் வந்துசேர்ந்த அன்று இரண்டு ஆடுகளை வாங்கினேன். மறுநாள் சாயங்காலம் யாத்ரிகர் சாலையில் ஒருமைல் தள்ளி ஒரு ஆட்டைக் கட்டினேன். இன்னொன்றை அலக்நந்தா ஆற்றுக்கு மறுபுறம் கொண்டு சென்று ஒரு பெரிய ஆண் சிறுத்தையின் பாதச்சுவடுகள் தென்பட்ட இடத்தில், அடர்ந்த காட்டுப் பகுதியில் கட்டிவைத்தேன்.

மறுநாள் காலை நான் சென்றபோது ஆற்றின் மறுகரையில் கட்டப்பட்டிருந்த ஆடு கொல்லப்பட்டிருப்பதையும் அதன் சிறுபகுதி தின்னப்பட்டிருப்பதையும் கண்டேன். ஆடு சந்தேகமின்றி சிறுத்தையால்தான் கொல்லப் பட்டிருக்கிறது. ஆனால் வேறு ஏதோ சிறிய பிராணி அதைத் தின்றிருக்கிறது. அநேகமாக கீரிபிள்ளையாக இருக்கலாம்.

ஆட்கொல்லி பகலிலும் உலவுவதாக செய்தி கிடைத்தபிறகு நான் ஆட்டைக் கட்டிப்போட்டு

காத்திருக்க ஆரம்பித்தேன். உயிர் இரை கட்டப்பட்டிருந்த இடத்திலிருந்து ஐம்பது அடிகள் தள்ளியிருந்த ஒரு சிறிய மரத்தின் கிளைகளில் பிற்பகல் 3மணிக்குப் போய் உட்கார்ந்து கொண்டேன். அந்த மரத்தில் நான் உட்கார்ந்திருந்த மூன்று மணிநேரத்தில் பறவைகளிடமிருந்தோ மற்ற மிருகங்களிடமிருந்தோ சிறுத்தை அருகில் இருப்பதற்கான எவ்வித எச்சரிக்கைக் குரலும் கேட்கவில்லை.

பொழுது சாய்ந்ததும் மரத்திலிருந்து இறங்கினேன். ஆட்டைக் கட்டிவைத்திருந்த கயிற்றை அறுத்தேன். முந்தின இரவு சிறுத்தை ஆட்டைத் தொடவே இல்லை. பங்களாவை நோக்கி நடந்தேன்.

ஆட்கொல்லிச் சிறுத்தைகள் பற்றிய எனது அறிவு மிகவும் சொற்பமானது என்று முன்பே ஒத்துக்கொண்டிருக்கிறேன். ஆனால் ஆட்கொல்லிப் புலிகளுள் சிலவற்றுடன் எனக்கு அநுபவம் உண்டு. ஆகவே மரத்திலிருந்து இறங்கி பங்களாவை அடையும்வரை திடீர்த் தாக்குதலில் இருந்து தப்பிக்க சகலவிதமான முன்னெச்சரிக்கையும் எடுத்துக் கொண்டேன். அப்படிச் செய்தது என் அதிருஷ்டம் என்றே சொல்லவேண்டும்.

மறுநாள் காலை சீக்கிரமே கிளம்பிவிட்டேன். பங்களாவின் ‘கேட்’ அருகில் ஒரு பெரிய ஆண் சிறுத்தையின் சுவடுகளைக் கண்டேன். இந்தச் சுவடுகளைப் பின்பற்றி நடந்தபோது அது மரங்கள் அடர்ந்த ஒரு பாறை இடுக்கில் கொண்டு போய் விட்டது. அதற்கு அருகில்தான் ஆட்டைக் கட்டி இருந்தேன். சிறுத்தை ஆட்டைத் தொடக்கூட இல்லை.

என்னைப் பின் தொடர்ந்த சிறுத்தை ஆட்கொல்லியாகத்தான் இருக்கவேண்டும். அன்றைய தினத்தின் மிச்சப் பொழுதை எல்லாம் கால்போன போக்கில் அலைந்து திரிந்து செலவழித்தேன். நான் சென்ற கிராமங்களில் இருந்த மக்களிடமும், சாலைகளில் நான் சந்தித்தவர்களிடமும் சிறுத்தை ஆற்றின் இக்கரையில் நாமிருக்கும் இடத்தில் நடமாடுகிறது என்று சொல்லி எச்சரிக்கவும் செய்தேன்.

அன்று எதுவுமே நடக்கவில்லை. மறுநாள் காலையில் நான் காலைப் பொழுதை எல்லாம் கோலப்ராய் தாண்டி இருந்த கானகங்களைக் கவனித்தபடி பொழுது போக்கினேன்.

காலை உணவைச் சாப்பிட்டு முடிக்கிற சமயத்தில் பங்களாவுக்குள் மிகுந்த கலவரத்துடன் ஓடிவந்த ஒரு ஆள் பங்களாவை ஒட்டியிருந்த குன்றில் வசித்த ஒரு பெண்ணை ஆட்கொல்லி முந்தின இரவு கொன்றுவிட்டதாகத் தெரிவித்தார்.

ஆட்கொல்லி உலவித் திரியும் 500 சதுரமைல் பரப்பளவை பறவைப் பார்வையாகப் பார்த்தபடி நான் எங்கே நின்றிருந்தேனோ அதே இடத்தில் சிறுத்தைக் கொன்றிருக்கிறது.

சில நிமிஷங்களில் எனக்கு வேண்டிய சாமான்களை நான் சேகரித்துக் கொண்டேன். ஒரு கூடுதலான ரைஃபிள், ஒரு தோட்டாத் துப்பாக்கி, துப்பாக்கி குண்டுகள், கயிறு, மீன்பிடிக் கயிறு – எல்லாவற்றையும் எடுத்துக் கொண்டு செங்குத்தான அந்தக் குன்றின்மீது தகவல் கொண்டுவந்த கிராமத்து ஆள் மற்றும் எனது ஆட்கள் இரண்டு பேருடன் புறப்பட்டேன். சுட்டெரிக்கும் வெயிலில் நான்காயிரம் அடி உயரம் ஏறிச் செல்வது மிகவும் சிரமம்தான். நான் கிராமத்தை அடைந்தபோது வியர்வையில் குளித்திருந்தேன்.

கொல்லப்பட்ட பெண்ணின் கணவர் நடந்ததைச் சொன்னார். சாயங்காலம் சாப்பிட்டானதும் – அந்தச் சாப்பாட்டை அவர்கள் மூட்டிய நெருப்பு வெளிச்சத்தில்தான் சாப்பிட்டிருக்கிறார்கள் – அந்தப் பெண் சாப்பிட்ட பாத்திரங்களை வாசல் அருகே கழுவுவதற்கு கொண்டு போயிருக்கிறாள். கணவன் புகை பிடிக்கலாம் என்று உட்கார்ந்திருக்கிறான். வாசல் கதவருகே சென்றதும் அந்தப் பெண் நிலைப்படியில் உட்கார்ந்திருக்கிறாள். அவள் அப்படிச் செய்யும்போதே பாத்திரங்கள் கீழே விழுந்து உருளும் ஓசை கேட்டது. என்ன நடக்கிறது என்று பார்ப்பதற்கு அங்கே போதுமான வெளிச்சமும் இல்லை. தான் கூப்பிட்டதற்கு மனைவியிடமிருந்து பதில் வராது போகவே விழுந்தடித்துக்கொண்டு வெளியே ஓடினார். கதவை இறுகச் சாத்தி தாழிட்டார். “என்னபிரயோசனம்?” என்று என்னிடம் கேட்டார் அவர். “நீங்களே சொல்லுங்க. செத்துப்போன என் மனைவியின் உடலை மீட்க நான் என் உயிரைப் பணயம் வைக்கமுடியுமா?” அவர் செய்தது இரக்கமற்ற செய்கையாகத் தோன்றினாலும் அவர் வாதம் சரிதான். ஆனாலும் நான் விசாரித்துத் தெரிந்துகொண்ட உண்மை என்னவென்றால் மனைவி செத்துப் போனதற்கு அவர் துக்கித்ததை விடவும் இன்றும் ஒரு சில நாட்களில் அவள் பிரசவிக்கவிருந்த அவருடைய வாரிசான மகன் போனதில்தான் அவர் துக்கம் அதிகமாக இருந்தது.

சிறுத்தை கவ்விக்கொண்டு ஓடிய அந்தப் பெண்ணின் வீட்டுவாசல் நான்கடி அகலமும் ஐம்பது அடி நீளமும் கொண்ட குறுகலான இருபுறமும் வீடுகள் அமைந்த சந்தைப் பார்க்க இருந்தது. பாத்திரங்கள் உருண்ட சத்தமும், உரத்த குரலில் தன்

மனைவியை அழைத்த கணவரின் கூக்குரலும் கேட்டு அந்த சந்திலிருந்த வீடுகளின் கதவுகள் அனைத்தும் உடனடியாக சாத்தித் தாழிடப்பட்டன. தரையில் காணப்பட்ட அடையாளங்களை வைத்து சிறுத்தை அந்த துரதிருஷ்டசாலியான பெண்ணை சந்துநெடுக இழுத்துச் சென்று அப்புறம் கொன்றிருக்கிறது. பிறகு அவளைத் தூக்கிக் கொண்டு குன்றின் சரிவில் நூறடி தொலைவுக்கு இறங்கி அங்கே வயல் வெளிகளை ஒட்டி இருந்த மடுவை நோக்கிச் சென்றுள்ளது. இந்த இடத்தில் வைத்து அது தன் உணவைச் சாப்பிட்டிருக்கிறது. பரிதாபகரமான வகையில் பாக்கியிருந்த உடலின் பாகங்களைப் போட்டுவிட்டு சென்றிருக்கிறது.

குறுகலான வயல்வெளியின் ஒரு முனையில் மடு இருந்தது. மறுமுனையில் நாற்பது அடி தள்ளி இலைகள் உதிர்ந்த ஒரு வால்நட் மரம் நின்றது. அதன்கிளைகளில் ஒரு பரண் கட்டப் பட்டது. தரையிலிருந்து நான்கடி உயரத்தில் மொத்தத்தில் ஆறடி உயரத்தில் பரண் அமைக்கப்பட்டது. இந்தப் பரணில் உட்கார்ந்துகொள்வது என்று தீர்மானித்தேன்.

உடல் கிடந்த இடத்திலிருந்து ஒரு குறுகலான பாதை மடுவை நோக்கிச் சென்றது. இந்த வழியில் தென்பட்ட சிறுத்தையின் பாதச்சுவடுகள் அடையாளங்கள் ஒரு சில இரவுகளுக்கு முன்னால் என்னைப் பங்களாவரை பின்தொடர்ந்த சிறுத்தையின் பாதச்சுவடுகளேதான். இளம்பிராயத்தை எப்போதோ கடந்துவிட்ட நன்கு பருத்த ஆண் சிறுத்தையின் பாதச்சுவடுகள் அவை. பின்பக்க குதிகாலின் பட்டையை நான்கு ஆண்டுகளுக்கு முன் சுடப்பட்ட ரைஃபிள் தோட்டா பிய்த்துக்கொண்டு போயிருந்தது.

கிராமத்திலிருந்து இரண்டு நன்கு பருத்த எட்டடி நீள மூங்கில் கழிகளை வாங்கினேன். உடல் கிடந்த இடத்துக்கு மேல் செங்குத்தான கரைப் பகுதியில் அவற்றை ஊன்றினேன். இந்த கழிகளில் என்னுடைய இன்னொரு தயார்நிலையில் இருந்த ரைஃபிளையும் தோட்டாத்துப்பாக்கியையும் கட்டிவைத்தேன். மீன்பிடித் தூண்டிலின் கயிறுகொண்டு துப்பாக்கிக் குதிரைகளோடு கட்டி பாக்கிக் கயிற்றினைத் துப்பாக்கி விசைப் பத்திரத்தாழினை தொங்கவிட்டேன். இரண்டு பக்கக் கயிறுகளின் ஒருமுனையை குன்றின் பக்கமும் இன்னொரு முனையைப் பாதையின் மீது சற்றே உயர்ந்த இடத்திலும் கட்டினேன். முந்தின இரவு வந்தது போல் அந்தப் பாதை வழியே சிறுத்தை வருமானால் அது கயிறுகளை இழுத்துவிடும் வாய்ப்பு இருக்கிறது. அப்படிக்

கயிறுகள் இழுபடும்போது ரைஃபிளினால் தன்னைத் தானே சுட்டுக்கொள்ள வாய்ப்பு இருக்கிறது. அந்தப் பாதையைத் தவிர்த்துவிட்டு இன்னொரு பாதை வழியே வருமானால் உடலை அது தின்ன நெருங்கும் சமயத்தில் நான் சுடுவேன். இப்போது அது வழக்கமாக வருகிற பாதையின் வழியே ஓடும். அப்போது நான் விரித்த வலையில் சிக்கும். சிறுத்தையின் பாதுகாப்பான தோல் நிறமும் உடலமைப்பும் இருட்டில் அதைப் பார்க்க இயலாதபடி செய்துவிடுகிறது. எந்த திசை நோக்கி நான் சுடுவது என்று என்னைத் தீர்மானிக்க முடியாதபடி செய்துவிடும். ஆகவே ஒரு வெண்ணிறப் பாறையை மடுப் பக்கத்திலிருந்து உருட்டிக்கொண்டு வந்து வயல்முனையில் வைத்தேன். இது உடல் கிடந்த இடத்திலிருந்து ஒரு அடி தொலைவில் இருந்தது.

இப்படியாக என் தரைப்பகுதி ஏற்பாடுகள் திருப்திகரமாக முடிந்தன. பரண் மீது உட்காரவும் வசதிசெய்து கொண்டேன். கொஞ்சம் வைக்கோலை இடுப்புவரை முன்னால் பரப்பி பின்பக்கமும் குவித்து வைத்தேன். இரையைப் பார்த்தபடி நான் மரத்தில் சாய்ந்து குறிபார்த்துக் கொண்டிருப்பதை சிறுத்தையால் பார்க்ககூடிய சாத்தியமில்லை. அது எப்போது வேண்டுமானாலும் வரட்டும். இரவில்தான் நிச்சயம் வரும். கொன்று போட்ட இரையைத் தேடிக் கொண்டு சிறுத்தைகள் வருவதில்லை என்பது எனக்கு உறுதியாகவே தெரியும். செங்குத்தான மலைச்சரிவில் ஏறிவந்ததில் என் உடைகள் நனைந்திருந்தன. ஆனால் நான் அணிந்திருந்த ஒரு உலர்ந்த மேல்சட்டை என்னைக் குளிரில் இருந்து காப்பாற்றியது. இப்படியாக நான் என்னுடைய சௌகரியமான மென்மையான இருக்கையில் ஏறி உட்கார்ந்து இரவு முழுவதும் இடையறாது விழிப்போடு இருக்கும் காவலைத் தொடர்ந்தேன். என் ஆட்களைப் போகச் சொல்லிவிட்டேன். மறுநாள் நான் வரும்வரை அல்லது நன்கு விடியும்வரை கிராமத் தலைவர் வீட்டில் அவர்களைக் காத்திருக்கும்படி கூறினேன். கரை ஓரத்தில் இருந்து பரண் மீது ஏறினேன் – இதேபோல சிறுத்தை செய்யுமானால் அதைத் தடுக்க அங்கே ஒன்றுமில்லை என்பதையும் தெரிந்தே வைத்திருந்தேன்.

சூரியன் மெள்ள மறைந்துகொண்டு இருந்தான். அப்போது கங்கைப் பள்ளத்தாக்கின் தோற்றம் பின்னணியில் இமயச் சிகரங்களுடன் இளஞ்சிவப்பு நீலத்தில் மறையும் சூரியனின் கதிர்கள் பட்டு கண்களுக்குத் தெவிட்டாத விருந்தை அளித்தபடி இருந்தது. அதை முழுவதும் அனுபவிக்கும் முன்னதாக வானத்திலிருந்து சூரியவெளிச்சம் மறைந்து இரவு வந்தது.

இருட்டு என்பது இரவோடு தொடர்புபடுத்திப் பார்க்கப்படும் போது அது ஒரு ஒப்புமை வாசகம் என்பதும் அதற்கென ஒரு குறிப்பான அளவீட்டுத் தன்மை கிடையாது என்பதும் புலப்படும். ஒருவருக்கு மையிருட்டு என்பது அடுத்தவருக்கு சாதாரண இருட்டாகவும் இன்னொருவருக்கு சற்றே கனத்த இருட்டாகவும் அநுபவப்படலாம். வாழ்வின் பெரும்பகுதியைத் திறந்தவெளியில் கழித்த எனக்கு வானத்தில் கனத்த மேகங்கள் சூழ்ந்து கவிந்தால் ஒழிய இரவு எப்போதும் இருட்டாக இருந்தது இல்லை. பகலில் பார்ப்பதுபோல் இருட்டிலும் என்னால் பார்க்க முடியும் என்று சொல்லவரவில்லை. ஆனால் கானகத்தின் எப்பகுதியிலும் எந்த இடத்திலும் என்னால் இருட்டில் வழிகண்டு நடக்க இயலும். வெண்ணிறப் பாறையை அந்த உடலுக்கு அருகில் ஒரு முன்னெச்சரிக்கைக்காகவே வைத்தேன். விண்மீன்கள் தருகின்ற வெளிச்சமும் அவை பனிபடர்ந்த மலைகளில் பட்டு பிரதிபலிக்கும் ஒளியுமே சுடுவதற்கான போதுமான வெளிச்சம் தந்துவிடும்.

ஆனால் அன்று என்னை அதிருஷ்டம் கைவிட்டுவிட்டது. இரவு கவிந்ததுமே மின்னல்கள் வெட்டின. தூரத்தில் இடிமுழக்கம் கேட்டது. சற்று நேரத்திற்கெல்லாம் வானத்தில் மழைமேகங்கள் சூழ்ந்துவிட்டன. மிகப்பெரும் மழையின் முதல் பெரும் துளிகள் விழத்தொடங்கியபோது மடுவில் ஒரு கல் உருட்டப்படும் சத்தம் கேட்டது. ஒரு நிமிடம் கழித்து நான் கீழே போட்டு வைத்திருந்த வைக்கோல் இழுபடும் சத்தம் கேட்டது. சிறுத்தை வந்துவிட்டது. நான் பரண் மீது கொட்டும் மழையிலும் குளிரிலும் ஊதல் காற்றிலும் உட்கார்ந்திருந்தபோது சிறுத்தை வைக்கோல் அடியில் வசதியாக இடம்பிடித்திருந்தது. என் அநுபவத்தில் அப்படி ஒரு மோசமான மழைச் சூறாவளியை நான் பார்த்ததில்லை.

மழை உச்சக்கட்டமாக கொட்டித் தீர்க்கும் சமயம் இருட்டில் தூரத்தில் ஒரு லாந்தர் விளக்கு கிராமம் நோக்கிப் போவதைப் பார்த்தேன். அதைக் கையில் பிடித்துக்கொண்டு மழையில் சென்ற அந்த மனிதனைக் கண்டு எனக்கு ஆச்சரியம் உண்டாயிற்று. பேய்மழையையும் சிறுத்தை ஆபத்தையும் பற்றி அஞ்சாது பௌரியில் இருந்து முப்பதுமைல் தூரம் பிடிவாதமாக நடந்து வந்த அந்த மனிதன் அரசாங்கம் எனக்குத் தருவதாக வாக்களித்திருந்த பாட்டரியில் இயங்கும் வேட்டை விளக்குடன் வந்தான். இந்த விளக்கு மட்டும் மூன்றுமணி நேரத்துக்கு முன்னால் எனக்குக் கிடைத்திருக்குமானால்... ஆனால் இப்படி வருந்துவது வீண்... சிறுத்தையின் கூரிய பற்கள் கழுத்தில் இறங்கி செத்துப் போன அந்தப் பதினாறு நபர்கள் ஒருவேளை உயிருடன் இருந்திருந்தால்

நீண்டநாட்கள் வாழ்ந்திருப்பார்களோ என்ன? யாரால் சொல்ல முடியும்? அப்படியே அந்த விளக்கு உரியநேரத்தில் என்னிடம் வந்துசேர்ந்திருந்தாலும் அன்று இரவு சிறுத்தையை என்னால் கொல்ல முடிந்திருக்குமா என்று உறுதியாகச் சொல்வதற்கில்லை.

மழை நின்றுவிட்டது. என் உடம்பு குளிரில் சில்லிட்டுவிட்டது. மேகங்கள் விலக ஆரம்பித்தன. அதே சமயம் அந்த வெண்ணிறப் பாறை என் பார்வையிலிருந்து மறைந்தது. சற்றைக்கெல்லாம் சிறுத்தை தன் இரையைச் சாப்பிடுவது கேட்டது. முந்திய இரவு அது மடுவில்தான் படுத்திருந்திருக்க வேண்டும். அதே வழியாகத்தான் வரும் என்ற நம்பிக்கையில் தான் பாறையை அங்கே நகர்த்தி வைத்திருந்தேன். மழைநீர் பாறை இடுக்கில் சிறுசிறு குட்டைகளாகத் தேங்கி இருந்ததால் அந்த வழியைத் தவிர்க்க சிறுத்தை புதிய இடத்தை தேர்ந்து எடுத்துவிட்டதால் என்னால் குறிபார்க்க முடியவில்லை. இதை நான் எதிர்பார்க்கவில்லை. ஆனாலும் சிறுத்தைகளின் பழக்கவழக்கங்கள் எனக்குத் தெரியும் என்பதால் நீண்ட நேரம் காத்திருக்க அவசியமில்லை என்று நினைத்தேன். பத்து நிமிடங்கள் கழித்து கல் தெரிந்தது. அதே சமயம் நான் உட்கார்ந்திருந்த பரணுக்குக் கீழே ஏதோ சத்தம் கேட்டது. மங்கலான மஞ்சள் நிற ஏதோ ஒரு உருவம் பரணுக்குக் கீழே சென்று மறைவதைப் பார்த்தேன். மங்கலான அதன் நிறம் என்பது அதற்கு வயதான காரணத்தால் வந்திருக்கலாம். ஆனால் அது நடந்து சென்ற ஓசை அப்போதும் சரி இப்போதும் சரி எதனால் ஏற்பட்டது என்று புரிபடவே இல்லை. ஒரு பெண் பட்டுப் புடவை சரசரக்க நடந்துபோவதுபோல் இருந்தது. நிச்சயமாக அது தரையிலிருந்த குப்பை கூளங்களால் – அங்கே அப்படி ஏதும் இல்லை – அல்லது சிதறிக் கிடந்த வைக்கோலால் ஏற்பட்டது என்றும் சொல்வதற்கில்லை.

சற்றே காத்திருந்து ரைஃபிளை உயர்த்தி அந்த கல் இருந்த இடத்தைக் குறிவைத்தேன். மறுபடியும் கல் மறையும்போது நான் சுடவேண்டும் என்று உத்தேசித்துக் கொண்டேன். ஆனால் கனமான ரைஃபிளை தோளில் நீண்ட நேரம் வைத்திருப்பதற்கு ஒரு காலவரம்பு இருக்கிறது. அந்த வரம்பை அடைந்தபோது ரைஃபிளை கீழிறக்கி கடுகடுத்த என் தசைகளை தளர்த்திக்கொண்டேன். இதைச் செய்த அதே நொடியில் சிறுத்தை வெளிவந்து கல்லை மறைத்தது. அடுத்த இரண்டு மணிநேரங்களுக்கு மூன்று தடவை இப்படியே நடந்தது. நான் சோர்ந்துவிட்டேன். மறுபடியும் சிறுத்தை நான் அமர்ந்திருந்த பரணுக்குக் கீழே நாலாவது தடவையாக வந்தது. எனக்குக் கீழே சரியாகத் தெரியாத உருவத்தை நோக்கி குனிந்து நான் சுட்டேன்.

வழக்கமாக நான் வயல் என்று குறிப்பிடும் தரைப்பகுதி இரண்டடி அகலம் மட்டுமே கொண்டது. மறுநாள் காலை அந்தப் பகுதியை நான் ஆராய்ந்தபோது என் துப்பாக்கி குண்டு இரண்டடி அகல இடத்தில் வயலில் ஓட்டை உண்டாக்கி இருப்பதும் அதில் சிறுத்தைமுடி சிறிதளவு இருப்பதும் தெரிந்தது. இது சிறுத்தையின் கழுத்துப் பகுதியில் இருந்து பிய்ந்து அங்கே சிதறியிருக்கவேண்டும்.

அன்றிரவு அதற்குப் பின் சிறுத்தை என் கண்ணில் படவில்லை. காலை விடிந்ததும் என் ஆட்களை அழைத்துக்கொண்டு செங்குத்தான மலைச்சரிவில் இருந்து ருத்ரப்ரயாகைக்கு சென்றேன்.

சிறுத்தை கொன்ற பெண்ணின் கணவரும் அவர் நண்பர்களும் அந்தப் பெண்ணின் எஞ்சிய உடல் பகுதிகளை ஈமக்காரியம் செய்ய எடுத்துச் சென்றனர்.

9. ஆயத்தங்கள்

ருத்ரப்ரயாகை நோக்கி குன்றின் சரிவிலிருந்து நான் இறங்கி நடந்தேன். முந்தின இரவில் நான் அடைந்த தோல்வி கசப்பானது. எனது எண்ணங்கள் குளிர்ந்து விறைத்துவிட்டன.

நான் பொருட்படுத்தவில்லை என்றாலும் எங்கள் குன்றுகளில் வசித்த மக்கள் ஆட்கொல்லிகளைப் பொறுத்தவரை என்னை ஒரு அமானுஷ்ய சக்தி கொண்ட மனிதனாகவே மதித்தார்கள். கட்வால் வட்டாரத்தை ஆட்கொல்லியிடமிருந்து காப்பாற்ற நான் வந்துகொண்டிருக்கிறேன் என்ற செய்தி எனக்கு முன்னால் சென்றது.

ருத்ரப்ரயாகைக்கு நான் சென்றுசேர பல நாட்கள் பயணம் பாக்கி இருந்தபோது போகிற வழியெல்லாம் நான் பார்த்த மக்கள், வயல்களில் வேலை செய்து கொண்டிருந்தவர்கள், கிராமத்து வீடுகளில் இருந்தவர்கள் என்னைப் பார்த்து மகிழ்ச்சியுடன் கையசைத்தார்கள். நான் வந்த வேலையை நிச்சயம் முடிப்பேன் என்பதாக என்மீது அவர்கள் வைத்திருந்த நம்பிக்கை மனசைத் தொட்டது. ஆனாலும் கொஞ்சம் கூச்சமாகவும் இருந்தது. நான் போகுமிடத்தை நெருங்க நெருங்க இது உச்சநிலை அடைந்தது.

நான் ருத்ரப்ரயாகையில் பிரவேசித்த காட்சியைப் பார்த்தவர்கள் என்னைச் சுற்றி அலைமோதிய மக்கள் கூட்டத்தைப் பார்த்து நம்பமுடியாமல் திகைத்திருப்பார்கள். அவர்கள் வரவேற்று வாழ்த்து கூறியது போரில் வெற்றி வாகை சூடிவரும் வீரனை அல்ல, தன்னால் எவ்வளவு

முடியுமென்று தெரிந்த அவனது சக்திக்கு மீறிய ஒன்றைச் சாதிக்கும் முயற்சியில் இறங்கிய, தன்னைக் கண்டு தானே பயந்த ஒரு சாதாரண மனிதனைத்தான் அவர்கள் அப்படி வரவேற்றார்கள்.

அடர்த்தியான முட்புதர்களும் மரங்களும் செடிகளும் மண்டிய, பெரும்பாலான பகுதியில் கரடுமுரடான மலைப்பாங்கான ஐந்நூறு சதுரமைல் பரப்பளவில் ஏற்கனவே ஐம்பது சிறுத்தைகளின் வாழிடமாக இருந்த பிரதேசத்தில் ஒரு குறிப்பிட்ட சிறுத்தையைக் கண்டறிந்து வேட்டையாடுவது மிகவும் கடினம்.

நான் அங்கே கண்ட கானகம் கம்பீரமானது. அழகானது. ஆனால் நான் எடுத்துக்கொண்ட பணி அதை ரசிக்கவிடாமல் செய்தது. அங்கிருந்த மக்கள் எனது குறைபாடுகளைப் பொருட்படுத்தவில்லை. அவர்களைப் பொறுத்தவரை நான் அவர்களை அச்சுறுத்தும் ஆட்கொல்லியிடமிருந்து காப்பாற்ற வந்திருப்பவன். குறிப்பாக எட்டு நீண்ட வருடங்களாக அவர்களை வாட்டி வதைக்கும் கொடூர விலங்கைக் கொல்ல வந்திருப்பவன்.

அதிருஷ்டம் எனக்கு அபரிமிதமாக உதவியது. நான் வந்து சேர்ந்த சில மணி நேரங்களுக்குள்ளாகவே நான் கட்டிவைத்த ஆட்டைக் கொல்வதற்கு அந்த விலங்கு வந்தது. சற்று இருட்டியதும் அது என்னைப் பின் தொடருமாறு செய்து அலக்நந்தா நதியின் மறுகரைக்குப் போய்விட்டேன். அலக்நந்தா நதியின் எதிர் கரையைவிட இங்கே சிறுத்தையைக் கொல்வது எளிதாக இருக்கும். இந்த ஆரம்பக்கட்ட வெற்றியை அடுத்துதான் அந்த துரதிருஷ்டசாலிப் பெண்ணை அது கொன்றது. மேலும் மனித உயிர்கள் பலியாவதைத் தடுக்க முயன்றேன். தோல்வியே கிடைத்தது. தொடர்ந்து கிடைத்த தோல்விகள் அந்தச் சிறுத்தையைச் சுடுவதற்கு எனக்கு வாய்ப்பு ஏற்படுத்திக் கொடுத்தன என்றுதான் சொல்லவேண்டும். இல்லாவிட்டால் பல மாதங்களுக்கு எனக்கு வாய்ப்பு கிடைத்திருக்காது.

முந்தியநாள் எனது வழிகாட்டியுடன் நான் குன்றின் மீது கஷ்டப்பட்டு ஏறிக்கொண்டிருந்தபோது சிறுத்தையைக் கொல்வதற்கான வாய்ப்புகளை மனசுக்குள் எடைபோட்டபடி சென்றேன். வாய்ப்பு இரண்டுக்கு ஒன்று என்பதாகத்தான் என் கணிப்பு இருந்தது. அந்த விலங்கு ஒருமுறை தான் அடித்துக் கொன்ற மிருகத்தைத் தேடி மீண்டும் வராது என்ற பெயர் எடுத்திருந்தது.

கும்மிருட்டான இரவு. என்னிடம் இரவு நேரத்தில் சுடுவதற்கு எந்த உபகரணமும் கைவசமில்லை. மைகேல் கீனை சந்தித்த

அன்று நான் கட்வால் போகப் போவதாகக் கூறியபோது எனக்குத் தேவையான எல்லாமும் கிடைத்துவிட்டதா என்று கேட்டார். இரவு நேரத்தில் சுடுவதற்கான விளக்கு கைவசமில்லை என்று தெரிவித்தேன். கல்கத்தாவுக்குத் தந்தி கொடுத்துதான் அதை வரவழைக்க வேண்டும் என்று சொன்னேன். அரசு குறைந்தபட்சம் உங்களுக்கு இந்த விளக்கையாவது கொடுத்து உதவும் என்று கூறியதுடன் இப்போது கிடைப்பவற்றில் சிறந்த ஒன்று நான் ருத்ரப்ரயாகை போய்ச் சேரும்போது அங்கே காத்திருக்கும் என்றார்.

நான் ருத்ரப்ரயாகையை சேர்ந்தபோது விளக்கு வந்து சேரவில்லை என்பது மிகப்பெரிய ஏமாற்றம் அளித்தாலும் இரவில் பார்க்கக்கூடிய திறன் எனக்கு உண்டு என்பதே ஆறுதல் அளிப்பதாக இருந்தது. இந்தத் திறனை வைத்துதான் சிறுத்தையைக் கொல்லும் வாய்ப்பு இரண்டுக்கு ஒன்றிருப்பதாக கணக்கிட்டேன்.

அன்றிரவு நான் மேற்கொண்ட முயற்சி வெற்றி பெறுவது பல விஷயங்களைப் பொறுத்திருந்தது. என் கையில் இன்னொரு ரைஃபிள் மற்றும் தோட்டாத் துப்பாக்கியும் இருந்தது. பரண்மீதிருந்த என்னுடைய மறைவிடத்திலிருந்து நான் செய்த ஏற்பாடுகளைக் கவனித்தேன் – மிக அருகிலேயே சுடக்கூடிய வாய்ப்பு; மறைத்து வைக்கப்பட்ட துப்பாக்கி வலை; நான் குறி தப்பிவிட்டாலோ அல்லது சிறுத்தையைக் காயப்படுத்திவிட்டாலோ அது துப்பாக்கி வலைக்குள் பாயக்கூடிய வாய்ப்பு – எனது நம்பிக்கை உறுதிப்பட்டது. எனது வாய்ப்புக்கள் பத்துக்கு ஒன்று என கணக்கிட்டேன். அப்புறம்தான் அந்த மழையும் சூறைக் காற்றும் சுழன்றடித்து பார்வையை முற்றிலுமாக மறைத்தது. பாட்டரி கைவிளக்கும் இல்லாத நிலையில் நான் தோற்றுப்போனேன். இன்னும் சில மணி நேரங்களில் நான் தோற்றுப் போன விஷயம் இந்தப் பகுதி முழுவதும் தெரிந்துவிடும். கசப்பான எண்ணங்கள் மேலிடும்போது உடற்பயிற்சி வெதுவெதுப்பான நீர் மற்றும் உணவு இவற்றுக்கு மனசுக்கு இதம் தரும் ஆச்சரியமான சக்தி உண்டு. குன்றின் கீழ்ப் பகுதி நோக்கி நான் நடக்கலானேன். வெந்நீர்க்குளியல் சிற்றுண்டி எல்லாம் சேர்ந்து முந்தைய இரவின் தோல்வியைப் பற்றி மிகவும் சகஜமான பார்வையை எனக்குள் ஏற்படுத்தி இருந்தன. தரையை நோக்கி துப்பாக்கிக் குண்டினைச் சுட்டதற்கு வருத்தப்படுவதும் தரையில் சிந்திய பாலுக்கு வருந்துவதும் ஒன்றுதான். அலக்நந்தாவை சிறுத்தை தாண்டிப் போயிருக்காவிட்டால் அதைக் கொல்வது எளிதாகிவிடும். ஏனென்றால் இப்போது சிறுத்தையைப் பற்றியோ கடும்

மழையைப் பற்றியோ அச்சமின்றி ஓடிவந்தவர் என்னிடம் சேர்த்த மின்சார வேட்டை விளக்கு என் கையில் இருந்தது.

இப்போது செய்யவேண்டிய முதல் காரியம் சிறுத்தை அலக்நந்தாவை தாண்டிவிட்டதா என்பதைக் கண்டறிவதுதான். இதைத் தெரிந்துகொள்ள ஒரேவழி தொங்குபாலங்கள்தாம். சிற்றுண்டிக்குப் பிறகு இந்த தகவலைத் திரட்ட நான் புறப்பட்டேன். சட்வாபிடால் பாலத்தின் வழியாக சிறுத்தை போயிருக்கமுடியாது. அதன் தலையிலிருந்து ஒருசில அடிகள் தூரத்தில் என் ரைஃபிளில் இருந்து குண்டு வெளிவந்த அதிர்ச்சி எவ்வளவு பெரிதாக இருந்தாலும் அதனால் நிச்சயமாக அதன் இரையிடமிருந்து பதினான்கு மைல்கள் தூரத்தில் இருந்த இந்தப் பாலத்தைச் சில மணிநேரங்களில் கடந்திருக்க முடியாது 'எனவே என் தேடலை ருத்ரப்ரயாகை பாலத்துடன் நிறுத்திக் கொள்ள முடிவுசெய்தேன்.'

பாலத்தை அடைய மூன்று வழிகள் இருந்தன. ஒன்று வடக்குப் பக்கம். மற்றொன்று தெற்கு. இரண்டுக்கும் நடுவே ருத்ரப்ரயாகை கடைத்தெருவிலிருந்து பாலம்வரை உள்ள பழைய நடைபாதை. இந்த வழிகளை நுணுக்கமாக ஆராய்ந்தேன். பாலத்தைக் கடந்து சென்று கேதார்நாத் யாத்ரிகர் சாலையை அரைமைல் தூரத்துக்கு ஆராய்ந்து பார்த்தேன். மூன்று இரவுகளுக்கு முன் நான் கட்டியிருந்த ஆடு கொல்லப்பட்ட வழித்தடத்தையும் பரிசோதித்தேன். சிறுத்தை ஆற்றைக் கடக்கவில்லை என்று உறுதிசெய்து கொண்டேன். இரவில் இந்த இரண்டு பாலங்களையும் மூடிவைப்பது எனவும் ஆற்றின் நானிருந்த கரையிலேயே சிறுத்தையின் நடமாட்டத்தைச் சுருக்குவது எனவும் முடிவுசெய்தேன். திட்டம் ரொம்ப எளிமையானது. பாலத்தைப் பார்த்துக் கொள்பவர்களின் ஒத்துழைப்பு மட்டும் போதுமானது. இரண்டு பேருமே ஆற்றின் இடதுபக்கக் கரையோரம் ஆற்றை ஒட்டித்தான் வசித்தார்கள்.

ஆற்றின் இரு கரைகளுக்கு இடையே இருந்த ஒரே தொடர்பையும் முப்பது மைல் தொலைவுக்கு மூடிவிடுவது என்பது மிகவும் வரம்பு மீறிய செயலாகத் தோன்றலாம். ஆனால் அப்படி அல்ல. சூரிய அஸ்தமனத்துக்கும் உதயத்துக்கும் இடைப்பட்ட நேரத்தில் அந்தப் பாலங்களைப் பயன்படுத்த யாரும் துணிந்ததில்லை. சிறுத்தை போட்ட ஊரடங்கு உத்தரவுதான் காரணம்.

கோபுரங்களின் முகப்பில் கட்டப்பட்டிருந்த நான்கடி அகல வளைவுகளில் இருபுறமும் முட்புதர்களைப் போட்டு பாலம் மூடப்பட்டது. இந்த கோபுரங்கள்தான் இரும்பு வடங்களைத்

தாங்கி நின்றன. மரச்சட்டங்களால் ஆன பாலத்தின் பாதை அவற்றிலிருந்துதான் தொங்கியது. பாலத்தை மூடிவைத்திருந்த நாட்கள் முழுவதும் நான் அங்கேதான் காவல் காத்தேன். யாருமே பாலத்தைக் கடக்க வழிவிட வேண்டும் என்று சொல்லவில்லை.

ருத்ரப்ரயாகை பாலத்தின் இடதுபக்கக் கரையில் இருந்த கோபுரத்தில் ஏறத்தாழ இருபது இரவுகள் செலவழித்திருப்பேன். இந்த இரவுகளை என்னால் மறக்கவே முடியாது. துருத்திக் கொண்டிருந்த ஒரு பாறையின் மீது கோபுரத்தைக் கட்டியிருந்தார்கள். அதன் உயரம் இருபதுஅடி. அதன்மீதிருந்த மேடை காற்றடித்ததால் வழவழப்பாக ஆகியிருந்தது. அதன் அகலம் நான்கடி. நீளம் எட்டு அடி. இந்த மேடையை அடைய இரண்டு வழிகள் இருந்தன. ஒன்று வடங்களை பிடித்துக் கொண்டே செல்வது. கோபுரத்தில் போடப்பட்ட துளைகளின் வழியே அவற்றைச் செலுத்தி மலைப்பகுதியின் கீழே புதைத்திருந்தார்கள். இதன் உயரம் ஐம்பது அடி இருக்கும். இன்னொருவழி தடதடக்கும் மூங்கில் ஏணியின் வழியே செல்வது. இரண்டாவது வழியையே நான் தேர்ந்தெடுத்தேன். ஏனென்றால் வடங்களில் ஏதோ கறுப்பாக துர்நாற்றமடிக்கும் பொருளைப் பூசிவைத்திருந்தார்கள். இது கையில் பிசுபிசுவென்று ஒட்டிக்கொண்டது. உடைமீது ஒட்டிக் கொண்டால் லேசில் கறைபோகாது.

இரண்டு ஒழுங்கற்ற ஏணி நீள மூங்கில்களில் சிறிய மெல்லிய குச்சிகளால் கம்பிகள் கொண்டு தளர்வாகக் கட்டப்பட்டிருந்தது. மேடைப் பகுதிக்கு நாலடிதூரம்வரை அது சென்றது. நடைபாலத்தின் கடைசித் துண்டில் நின்றுகொண்டு கையால் பற்றிக்கொள்ள பிடிமானமாக ஒரு வழவழப்பான சுவர் இருந்தது. அந்த மேடைப் பகுதிக்குப் பத்திரமாகப் போய்ச் சேருவது ஒரு விதமான சர்க்கஸ் சாகசமாக இருந்தது.

இமாலயத்தின் இப்பகுதியில் இருக்கும் எல்லா ஆறுகளும் வடக்கிலிருந்து தெற்கு நோக்கிப் பாய்கின்றன. அந்த ஆறுகள் பாயும் பள்ளத்தாக்குகள் ஊடாக வீசும் காற்று சூரிய உதயத்திற்கும் அஸ்தமனத்திற்கும் ஏற்ப திசை மாறி வீசும். பகல்வேளைகளில் இந்தக் காற்றை உள்ளூர்வாசிகள் டாடு என்று அழைக்கிறார்கள். டாடூ தெற்கிலிருந்து வீசும் காற்று. இரவு நேரங்களில் அது வடக்கிலிருந்து வீசுகிறது.

அந்த மேடைப் பகுதியில் எனது நிலையில் நான் உட்காரும்போது காற்றின் தாலாட்டு கேட்கும். சற்றைக்கெல்லாம் மாலைவெளிச்சம் மங்கத் தொடங்கும்போது அது கொஞ்சம் கொஞ்சமாக வலுப்பெற்று வீச்சுக்காற்றாக மாறிவிடும்.

மேடைமீது கைப்பிடி ஏதுமில்லை. வயிறு தரையில் படும்படி குப்புறப் படுத்துக்கொண்டு காற்றின் இழுப்பைச் சமாளித்தாலும் அறுபதடிக்குக் கீழே இருந்த பாறைகளின் மீது இழுத்து வீசிவிடும் அபாயம் இருந்தது. அது அலக்நந்தாவின் பனிக்கட்டியாக குளிரும் நீருக்குள் வீழ்த்திவிடும். அறுபதடி உயரத்தில் இருந்து கூரான, கரடுமுரடான பாறைகளின் மீது வீசப்படும்போது தண்ணீரின் குளிர்ச்சி பற்றிப் பேசுவதற்கு ஒன்றுமில்லை.

விசித்திரம் என்னவெனில் கீழே விழுந்துவிடுவோமோ என்ற பயம் என்னுள் ஏற்படும்போதெல்லாம் தண்ணீரைப் பற்றிதான் நினைத்துக்கொள்ளுவேன். பாறைகளைப் பற்றி நினைப்பதில்லை. காற்றினால் ஏற்பட்ட அசௌகர்யம் ஒருபக்கம் என்றால் எறும்புக் கூட்டங்களின் சித்ரவதை தாங்கமுடியவில்லை. எறும்புகள் என் ஆடைகளுக்குள் புகுந்து தோலைப் பிராண்டி தின்றுவிடுகின்றன. பாலத்தின்மீது காவல் காத்த இருபது இரவுகளில் முட்புதர்கள் ஒழுங்காகப் பரப்பிவைக்கப்படவில்லை. அந்த நீண்ட பொழுதுகளில் பாலத்தை ஒரே ஒரு ஜீவராசிதான் கடந்தது! ஒரு நரி!

10. மாந்த்ரீக வழிபாடு

ஒவ்வொரு நாள் சாயங்காலமும் நான் பாலத்துக்குச் சென்றபோது எல்லாம் என் கூடவே இரண்டு பேர் ஏணியுடன் வந்து மேலே மேடை மீது ஏற உதவி ரைஃபிளை என்னிடம் கொடுத்து விட்டுச் சென்றார்கள்.

இரண்டாவது நாள் நாங்கள் பாலத்தருகே வந்தபோது ஒரு மனிதர் வெண்ணிற அங்கியைத் தழைய அணிந்து, தலையிலும் மார்பிலும் பளபளப்பாக ஏதோ ஒன்றை வைத்துக்கொண்டு நின்றதைப்பார்த்தோம். கேதார்நாத் இருந்த திசையிலிருந்து அவர் வந்துகொண்டு இருந்தார். (கையில் ஆறுஅடி உயர வெள்ளிச் சிலுவை இருந்தது) பாலத்தை அடைந்ததும் அப்படியே முழந்தாளிட்டு உட்கார்ந்தார். தனக்கு முன்னால் சிலுவையை வைத்து தலையைக் குனிந்து வணங்கினார். இதேநிலையில் சற்று நேரம் இருந்தபிறகு, சிலுவையை மேலே உயர்த்தினார், எழுந்தார், சில அடிகள் முன்வைத்தார் பிறகு மறுபடியும் முழந்தாளிட்டு தலையைக் குனிந்து கொண்டார். அந்த நீண்ட பாலத்தின் நெடுகவும் சிறிய இடைவெளிகள் விட்டு இதைச் செய்து கொண்டே வந்தார்.

என்னை அவர் கடந்தபோது என்னை வணங்குபவர்போல தன் கையை உயர்த்தினார். அவர் ஏதோ ஆழ்ந்த பிரார்த்தனை செய்பவராகத் தோன்றியதால் நான் அவரிடம் பேசவில்லை. தலையிலும் மார்பிலும் பளபளத்தவை வெள்ளிச்சிலுவைகள் என்பதைக் கண்டேன்.

ஜிம் கார்பெட்

எனது ஆட்கள் என்னைப்போல இந்த விசித்திர சம்பவத்தை ஆர்வத்துடன் வேடிக்கை பார்த்தார்கள். ருத்ரப்ரயாகை செல்லும் குறுகலான மலைப்பாதையில் அவர் ஏறி நடந்து செல்வதைப் பார்த்திருந்து விட்டு எனது ஆட்கள் அவர் யார், எந்த நாட்டிலிருந்து வருகிறார் என்றெல்லாம் என்னிடம் கேட்டார்கள். அவர் ஒரு கிறிஸ்தவர் என்பது வெளிப்படையாகத் தெரிந்தது. அவர் ஏதும் பேசவில்லை. அவருடைய நீளமுடி, கன்னங்கரேல் என்றிருந்த அடர்ந்த தாடி மற்றும் அவருடைய உடல் அமைப்பை வைத்துப் பார்த்தபோது வடஇந்தியாவைச் சேர்ந்தவராக இருப்பார் என்று தோன்றியது.

மறுநாள் காலை ஏணியின் உதவியுடன் கோபுரத்திலிருந்து கீழே இறங்கி இன்ஸ்பெக்ஷன் பங்களா நோக்கிச் சென்றேன். அருகிலும் தூரத்திலும் இருந்த கிராமங்களுக்குச் சென்று ஆட்கொல்லி பற்றிய தகவல்களைச் சேகரித்த நேரம்போக மீதியிருந்த பகல் பொழுதை இங்கேதான் கழித்தேன். அப்போதெல்லாம் நான் உயரமான அந்த வெண்ணிற அங்கி அணிந்த உருவம் சாலையோரம் பாறைச்சரிவின்மீது சாய்ந்து நின்றகொண்டிருப்பதைக் கவனிப்பது உண்டு. நான் அவரை நெருங்கியதும் பாறையை விட்டு விலகி முன்னால் வந்து எனக்கு வணக்கம் சொல்வார். இந்தப் பிரதேசத்திற்கு அவர் எப்படி வந்து சேர்ந்தார் என்று அவரிடம் கேட்டேன். அவர் தான் தொலைதூரத்திலிருந்து வருவதாகவும் கட்வால் மக்களைத் துன்புறுத்திவரும் கெட்ட ஆவியை விரட்டவே வந்திருப்பதாகவும் தெரிவித்தார். இதை எப்படிச் செய்வதாக உத்தேசம் என்று அவரிடம் கேட்டேன். அதற்கு அவர் புலிபோல தோற்றமுடைய உருவபொம்மை ஒன்றை தயார் செய்யப் போவதாகவும், அதற்குப் பிறகு பிரார்த்தனை மூலம் கெட்ட ஆவியை அதனுள் செலுத்தி கங்கையில் அதைக் விட்டுவிடப்போவதாகவும் தெரிவித்தார். கங்கை அதை கடலில் சேர்க்கும். கடலுக்குச் சென்றால் திரும்பவே முடியாது. அப்புறம் இப்பகுதியில் வாழும் மக்களுக்கு அதனால் துன்பம் நேராது என்றார்.

இந்தக் காரியத்தை அவர் எப்படி செய்துமுடிப்பார் என்ற என் சந்தேகம் ஒருபுறம் இருக்க அவருடைய நம்பிக்கையையும் விடாமுயற்சியையும் பார்த்து என்னால் வியக்காதிருக்க முடியவில்லை. நான் கோபுரத்தை விட்டுச் செல்லும் முன்னதாக காலையிலேயே அவர் வந்துசேர்வார். மாலையில் நான் திரும்பும்போது தன்வேலையில் அவர் தொடர்ந்து ஈடுபட்டிருப்பதைப் பார்ப்பேன். உடைக்கப்பட்ட மூங்கில் கழிகள், கம்பிகள், காகிதம், ரொம்பவும் மலிவான

வர்ணத்துணிகளை வைத்து அவருடைய 'புலி'யை உருவாக்கிக் கொண்டிருந்தார். உருவபொம்மை செய்து முடியும் சமயத்தில் ஒருநாள் புயல்காற்றுடன் மழைபெய்து அந்த பொம்மையைச் சிதைத்துவிட்டது. ஆயினும் சற்றும் மனம் தளராதவராய் உற்சாகத்துடன் மறுநாள் காலை முதல் உருவபொம்மை செய்ய ஆரம்பித்துவிட்டார். செய்யும்போதே பாட்டுவேறு.

கடைசியில் அந்த நாளும் வந்தது – அவருடைய புலி கிட்டத்தட்ட ஒரு குதிரையின் அளவில் இருந்தது. அதன் சாயல் எந்த மிருகத்தையும் ஒத்து இருக்கவில்லை – அவர் இஷ்டம்போல் அது செய்யப்பட்டிருந்தது.

மலைவாசி மக்களில் யார்தான் இப்படி ஒரு 'தமாஷ்' நடக்கும்போது பார்த்துக்கொண்டு சும்மா இருக்க முடியும்?

நீண்ட கழியின் நுனியில் கட்டப்பட்ட உருவபொம்மை ஒரு குறுக்கலான சரிவின் வழியே கீழே நதிக்கரை ஓரம் மணல்பாங்கான பகுதிக்குக் கொண்டு செல்லப்பட்டது. அதைச் சுற்றி நூறு பேருக்கு குறையாமல் தாரைதப்பட்டை முழக்கியபடியும் சீழ்க்கை அடித்தபடியும் சென்றர்கள்.

ஆற்றின் விளிம்பில் அந்த உருவபொம்மை கழியிலிருந்து கழற்றி விடப்பட்டது. அந்த வெண் அங்கி மனிதர் தலைக்கவசத்திலும் மார்பிலும் வெள்ளிச்சிலுவைகள் பூண்டவர், கையில் ஆறு அடி உயரச் சிலுவையுடன் மணலில் அப்படியே முழந்தாளிட்டார். மிகவும் பவ்யமான பிரார்த்தனையுடன் அவர் செய்த உருவபொம்மைக்குள் கெட்ட ஆவியைப் புகுத்தினார்.

அதற்குப் பின் அந்த உருவபொம்மை தாரை தப்பட்டைகளும் கொம்புகளும் உச்சகட்டத்தில் முழங்க கங்கையில் வீசப்பட்டது. ஏராளமான இனிப்பு பட்சணங்களையும் மலர்களையும் நிவேதனமாக ஏற்றுக்கொண்டு கடலை நோக்கித் தன் பயணத்தைத் துவக்கியது அந்த உருவபொம்மை.

மறுநாள் காலை தினமும் பாறை ஓரம் நான் பார்க்கநேரும் அந்த பரிச்சயமான உருவத்தைக் காணவில்லை. கங்கையில் அதிகாலை நீராட சென்று கொண்டிருந்த சிலரிடம் அவரைப்பற்றி விசாரித்தேன். அவர்கள் சொன்னார்கள்: ஒரு மகான் எங்கிருந்து வருகிறார் என்று யாருக்குத் தெரியும்? அவர் எங்கு செல்கிறார் என்று கேட்கும் துணிவுதான் இங்கே யாரிடம் உள்ளது?

சந்தனம் பூசிக்கொண்டு நெற்றியில் ஜாதி அடையாள முத்திரை வைத்துக்கொண்டு கங்கையில் உருவபொம்மையைப் பூஜை புனஸ்காரத்தோடு அனுப்பிவைத்த இவர்கள் எல்லாம் இந்துக்கள்.

இந்தியாவில் பாஸ்போர்ட் கிடையாது. அடையாளவில்லை கிடையாது. இங்கே சமயம்தான் முக்கியமானது. 'கறுப்பு நீரைக்' கடந்தவர்கள் இதற்கு விதிவிலக்கு. இங்கே மட்டும் ஒருவர் காவி உடை அணிந்து இருந்தாலோ, அல்லது கையில் திருவோடு வைத்து இருந்தாலோ அல்லது தலையிலும் மார்பிலும் வெள்ளிச் சிலுவைகள் பூண்டிருந்தாலோ கைபர் கணவாயிலிருந்து இந்தியாவின் தென்கோடிவரை அவர் எங்கு செல்கிறார் அவர் பயணத்தின் நோக்கம் என்ன போன்ற எவ்விதமான கேள்வி கேட்பார் இன்றித் தாராளமாகச் செல்லலாம்.

11. பாய்ந்தது சிறுத்தை

பாலத்தில் நான் காவல்காத்தபடி இருந்தபோது, இபாட்சனும் அவர் மனைவி ஜீனும் வந்து சேர்ந்தார்கள். இன்ஸ்பெக்ஷன் பங்களாவின் தங்குமிட வசதி போதாத நிலையில் அவர்களை அங்கே தங்க ஏற்பாடு செய்துவிட்டு நான் வெளியே தங்க முடிவு செய்தேன். யாத்ரிகர் சாலையின் ஓரத்தில் குன்றின்மீது எனது நாற்பது பவுண்டு கூடாரத்தை அமைத்தேன்.

பலமைல் தூரத்துக்கு ஒவ்வொரு வீட்டுக் கதவிலும் ஜன்னலிலும் தனது நகக்கீறல்களைப் பதித்துச் செல்லும் ஒரு மிருகம் உலவும் இடத்தில் ஒரு கூடாரம் என்பது சிறிதளவே பாதுகாப்பு தரக்கூடியது. ஆகவே நாங்கள் முகாம் அமைக்க உத்தேசித்திருந்த இடத்தைச் சுற்றி முள்வேலி அமைக்குமாறு என் ஆட்களிடம் கூறினேன். நானும் அந்த வேலையில் கூடவே நின்று உதவினேன். இந்த இடத்துக்கு அருகில் ஒரு பிரம்மாண்டமான முள்பேரிக்காய் மரம் நின்றது. அதனுடைய கிளைகள் கூடாரம் அமைக்க இடைஞ்சலாக இருந்ததால் அதை வெட்டி விடும்படி என் ஆட்களிடம் கூறினேன். வேலை பாதி நடந்து கொண்டிருக்கும்போதே என் முடிவை மாற்றிக்கொண்டேன். பகல்வேளையில் நிழல் இல்லாமல் போய்விடும் சாத்தியம் இருந்தது. ஆகவே மரத்தை வெட்டாமல் மேலே தொங்கும் கிளைகளைக் கட்டிவைக்கும்படிக் கூறினேன். இந்த மரம் 45^0 கோணத்தில் எங்கள் முகாமின்மீது சாய்ந்தபடி வேலியின் கடைசி ஓரத்தில் நின்றிருந்தது.

எங்களின் சிறிய முகாமில் மொத்தம் எட்டுபேர் இருந்தோம். மாலை உணவை முடித்துக்கொண்டோம். நாங்கள் உள்ளே வந்த திறப்பில் முட்செடியால் இழுத்துக் கட்டினேன். இதைச் செய்யும்போதே ஆட்கொல்லி அந்த மரத்தின் வழியே மிக எளிதாக மேல்ஏறி எங்கள் பக்கம் குதித்துவிட வாய்ப்பு இருப்பதைக் கவனித்தேன். ஆனால் எதுவும் இப்போது செய்ய முடியாதபடி நேரம் கடந்துவிட்டது. இன்று ஒரு இரவு மட்டும் சிறுத்தை எங்களை விட்டுவிட்டால் மறுநாள் காலையே மரத்தை வெட்டி அப்புறப்படுத்தி விடலாம்.

எனது ஆட்களுக்குக் கூடாரம் ஏதுமில்லை. ஆகவே அவர்களை இன்ஸ்பெக்ஷன் பங்களாவின் பின்பக்கக் கட்டிடங்களில் இபாட்சனின் ஆட்களோடு தங்கும் யோசனையைத் தெரிவித்தேன். அவர்கள் அதற்கு மறுத்துவிட்டார்கள். திறந்தவெளிக் கூடாரத்தில் என்னை எதிர்நோக்கியிருக்கும் அபாயத்தைவிட அவர்களுடையது அதிகமல்ல என்றனர். எனது சமையல்காரர் ஒரு குறட்டைப் பேர்வழி. நான் படுத்திருந்த இடத்திலிருந்து ஒரு அடி தள்ளி அவர் படுத்து இருந்தார். அவரைத் தாண்டி நைனிதாலில் இருந்து நான் தருவித்த ஆறு கட்வாலிகளும் படுத்துக் கொண்டார்கள்.

எங்கள் பாதுகாப்பு அரணில் ஒரே ஒரு பலவீனம். அந்த மரம்தான். அதை நினைத்துக் கொண்டே தூங்கப் போனேன்.

நிலா வெளிச்சம் நன்றாகக் காய்ந்தது. நள்ளிரவை நெருங்கும்வேளை. சிறுத்தை மரத்தில் ஏறும் சத்தம் கேட்டு விழித்துக் கொண்டேன். குண்டுகள் போடப்பட்டு தயாராக இருந்த என் ரைஃபிளை எடுத்துக் கொண்டு படுக்கையிலிருந்து தாவிக் குதித்தேன். அவசரம் அவசரமாக என் செருப்புக்குள் காலை நுழைத்துக் கொண்டேன். ஏனென்றால் வெளியே ஏராளமான முட்கள் இறைந்து கிடந்தன. அரைகுறையாக வெட்டப்பட்டிருந்த மரத்திலிருந்துக் கிளை சடசடவென்று முறியும் சத்தம் கேட்டது. கூடவே சமையல்காரர் 'பாஹ! பாஹ!' என்று கத்துவதும் கேட்டது. ஒரே தாவலில் நான் கூடாரத்துக்கு வெளியே வந்துவிட்டேன். நான் சிறுத்தை இருந்தபக்கம் சுழன்றுத் திரும்பி சிறுத்தையை நோக்கி என் ரைஃபிளைத் திருப்புவதற்குள் காலம் கடந்துவிட்டது. சிறுத்தை பக்கத்திலிருந்த வயல்மேட்டுக் கரைமீது தாவிவிட்டது. அந்த வயல்பகுதி நாற்பது கஜ அகலம் கொண்டதாக இருந்தது. பயிர்களற்று கரம்பு நிலமாக இருந்தது. நான் அங்கேயே நின்றபடி குன்றை நோக்கி என் பார்வையைத்

திருப்பி அந்தப் பகுதியைக் கூர்ந்து கவனித்தேன். ஆங்காங்கே முட்புதர்த் திட்டுகள்; சில பெரிய பாறைகள். ஒரு நரியின் எச்சரிக்கைக் குரல் குன்றுப்பகுதியிலிருந்து கேட்டது. சிறுத்தை என் பிடியிலிருந்து தப்பி வெகுதூரம் சென்றுவிட்டதை அது உணர்த்தியது.

சமையற்காரர் பிற்பாடு என்னிடம் தான் மல்லாக்கப் படுத்திருந்ததாகவும் – இதுதான் எனக்கு ரொம்பகாலமாகத் தெரியுமே – அப்போது மரம் முறிபடும் சத்தம் கேட்டதாகவும் கண்களைத் திறந்து பார்த்தால் அப்படியே சிறுத்தையின் முகத்திலே விழித்ததாகவும் அப்போதுதான் அது உள்ளே குதிக்கத் தயாராகிக் கொண்டிருந்ததாகவும் தெரிவித்தார்.

மறுநாள் அந்த மரம் வெட்டப்பட்டுவிட்டது. வேலி இன்னும் வலுவாகக் கட்டப்பட்டது. அதற்குப்பின் அந்த முகாமில் நாங்கள் பலவாரங்கள் தங்கும்படி நேரிட்டாலும் எங்கள் உறக்கத்துக்கு எவ்வித தொந்தரவும் நேரவில்லை.

12. வலையில் சிக்கிய சிறுத்தை

வீடுகளை உடைத்துக்கொண்டு உள்ளே நுழைய சிறுத்தை முயன்று தோற்றச் சம்பவங்கள் பற்றிய செய்திகளிலிருந்தும் சாலைகளில் நான் பார்த்த பாதச்சுவடுகளிலிருந்தும் ஆட்கொல்லி இங்கேதான் எங்கோ சுற்றிக்கொண்டிருக்கிறது என்பது எனக்குத் தெரிந்தது.

இபாட்சன் தன் மனைவியுடன் வந்த சில நாட்களில் ருத்ரப்ரயாகையிலிருந்து இரண்டு மைலுக்கு அப்பாலிருந்த கிராமத்தில் பசு ஒன்று கொல்லப்பட்டதாகச் செய்தி கிடைத்தது. வால்நட் மரத்தில் நான் சிறுத்தையைக் கொல்ல காத்திருந்த இடத்திலிருந்து அரைமைல் தொலைவில் அந்தக் கிராமம் இருந்தது.

அந்தக் கிராமத்தை அடைந்தபோது ஒற்றை அறை வீடு ஒன்றின் கதவை உடைத்த சிறுத்தை அங்கே கட்டிவைக்கப்பட்டிருந்த பசுக்களில் ஒன்றைக் கொன்று வாசல் வரை இழுத்துச் சென்றிருப்பதும். வாசல் கதவு வழியாக இழுத்துக் கொண்டு போக முடியாததால் அங்கே நிலைப்படி அருகேயே உட்கார்ந்து நன்றாகத் தின்றுவிட்டு மிச்சத்தை விட்டுப்போயிருப்பதும் தெரியவந்தது.

அந்த வீடு கிராமத்தின் மத்தியில் இருந்தது. அந்த இடத்தைச் சுற்றி வந்தபோது சில அடிகள் தள்ளி இருந்த வீடு ஒன்றின் சுவரில் துவாரமிட்டு அதன் வழியே இரையைத் தேடிவரும் சிறுத்தையைக் கண்காணிக்கலாம் என்று பட்டது.

இந்த வீட்டின் சொந்தக்காரர் கொல்லப்பட்ட பசுவின் சொந்தக்காரரும் கூட எங்கள் திட்டங்களுக்கு முழுமையாக ஒத்துழைத்தார். மாலை மங்கி இருள் பரவத் தொடங்கிய நேரம் அந்த அறைக்குள் நுழைந்து பத்திரமாகத் தாழிட்டுக் கொண்டோம்.

நாங்கள் வைத்திருந்த சாண்ட்விச்சுகளைச் சாப்பிட்டோம். கொண்டு வந்திருந்த தேநீரைக் குடித்தோம். மாற்றி மாற்றி சுவர் துவாரத்தின் அருகிலேயே ரைஃபிளும் கையுமாய் இரவெல்லாம் கண்விழித்துக் காத்திருந்தோம். சிறுத்தையைக் காணோம். சிறுத்தை வருவதற்கான அரவம்கூட கேட்கவில்லை.

மறுநாள் காலை கிராமவாசிகள் ஊரைச் சுற்றிக் காண்பித்தார் கள். நல்ல பெரிய ஊராகத்தான் இருந்தது. பல வருஷங்களாக ஆட்கொல்லி வீட்டுக் கதவுகளிலும் ஜன்னல்களிலும் உள்ளே இருந்தவர்களைக் கொன்று தின்ன முயற்சி செய்துவிட்டுப் போன நகக்கீறல்களைக் காண்பித்தனர். ஒரு குறிப்பிட்ட கதவின்மீது அதிகமாகவும் ஆழமாகவும் பிராண்டல்கள் காணப்பட்டன. அதுதான் அந்த 40 ஆடுகளும் சிறுவனும் தங்கியிருந்த அறை.

அடுத்த ஓரிரு நாட்களில் குன்றின் மீதிருந்த மற்றொரு சிறிய கிராமத்தில் பசு ஒன்று கொல்லப்பட்டதாகச் செய்தி கிடைத்தது. பங்களாவிலிருந்து சில நூறு கஜதூரத்தில் இருந்தது அந்த கிராமம். இங்கேயும் கூட வீட்டுக்குள் அடைத்து வைக்கப்பட்ட பசுதான் கொல்லப்பட்டிருந்தது. கதவுவரை இழுத்துச் செல்லப்பட்டு அரைகுறையாகத் தின்னப்பட்டுள்ளது.

அந்த வீட்டின் கதவைப் பார்த்தபடி பத்து கஜதூரத்தில் புதிதாகப் போடப்பட்ட வைக்கோற்போர் இருந்தது. பதினாறு அடி உயரம். தரையிலிருந்து இரண்டடி உயரத்தில் ஒரு மரத்தாலான மேடை அமைக்கப்பட்டிருந்தது.

அன்று அதிகாலையே சிறுத்தை கொன்ற செய்தி எங்களை வந்தடைந்தது. எங்களுக்கு முன்னால் ஒரு முழுநாள் இருந்தது. மாலைக்குள் வேட்டைப் பரண் அமைக்கப்பட்டுவிட்டது. இது மிகவும் பயனுள்ளதாக தோன்றியது மட்டுமின்றி, மிகவும் கலாபூர்வமாகவும் அமைந்துவிட்டது.

முதலில் வைக்கோற்போரைக் கலைத்தார்கள். பிறகு மேடையைச் சுற்றிக் கழிகளை நட்டார்கள். கீழே இருந்த மேடைக்கு மேலாக இக்கழிகளின் மீது இரண்டாவதாக ஆனால் சிறிய மேடை ஒன்றினை நாலடி உயரத்தில் கட்டினார்கள்.

இரண்டங்குல கம்பி வலையை அந்தக் கட்டுமானத்தைச் சுற்றிக் கட்டினார்கள். கீழிருந்த மேடைக்கும் தரைக்கும் இடையே மட்டும் வெற்றிடம் விடப்பட்டது. கம்பி வலைக்குள்ளாக வைக்கோல் குவியல்கள் திணிக்கப்பட்டன. மேடையிலும் வைக்கோல் போரைச் சுற்றிலும் வைக்கோல் தூவிவைக்கப்பட்டது. வேலையை ஆரம்பிக்கும் முன்னதாக இருந்த தோற்றம் ஏற்படுத்தப்பட்டுவிட்டது. வைக்கோல் போருக்கு மற்றொரு சொந்தக்காரரான கிராமவாசி வெளியூர் போய்விட்டு நாங்கள் வேலையை முடிக்கும் சமயம் திரும்பினார். வைக்கோற்போரை கலைத்துவிட்டு இரண்டாவது வைக்கோற்போர் கட்டியிருப்பதும் அதற்குப் பக்கத்து வயலில் இருந்த உபரி வைக்கோலைப் பயன்படுத்தி இருப்பதையும் பார்த்து அவர் ஆச்சரியப்பட்டுப் போனார்.

சூரியன் மறையத் தொடங்கியபோது கம்பிவலையில் செய்து வைத்திருந்த துவாரத்தின் வழியே தவழ்ந்தபடி வேட்டைப் பரணுக்கு உள்ளே சென்றோம். எங்களுக்குப் பின்னால் இருந்த நுழைவுப் பாதையைப் பத்திரமாக மூடி வைத்தோம். இபாட்சன் என்னை விடச் சற்றுக் குள்ளமானவர். ஆகவே அவர் மேல் பரணுக்கு சென்றார். நாங்கள் வசதியாக அவரவர் இடத்தில் புகுந்து கொண்டபின் வைக்கோல் போரில் ரைஃபிள் நுழையும் அளவு சிறிய துவாரத்தைச் செய்து கொண்டோம்.

சிறுத்தை வந்துவிட்டால் நாங்கள் ஒருவரோடு ஒருவர் பேசிக்கொள்ள முடியாது என்பதால் யார் அதை முதலில் பார்க்கிறார்களோ அவர்கள்தான் சுட வேண்டும் என்று முடிவு செய்து கொண்டோம். நிலா வெளிச்சம் பிரகாசமாக இருந்ததால் எங்களிடம் இருந்த மின்சார விளக்கைப் பயன்படுத்தும் தேவை ஏற்படவில்லை.

மாலைவேளை மறைந்ததும் இரவுச் சாப்பாட்டை முடித்துக் கொண்டோம். இரவு மணி பத்தை நெருங்கிக் கொண்டிருந்தது. கிராமத்திலும் சந்தடி அடங்கிவிட்டது. எங்களுக்குப் பின்னாலிருந்த குன்றிலிருந்து சிறுத்தை வரும் சப்தம் கேட்டது. வைக்கோற்போரை அடைந்ததும் சில நிமிடங்கள் தயங்கியது. அதன்பிறகு நான் உட்கார்ந்து கொண்டிருந்த பரணின் மேடைக்குக் கீழே தவழ்ந்து நுழைந்தது. இப்போது எனக்கு நேர்கீழே அது இருந்தது. நான் உட்கார்ந்திருந்த இடத்துக்கும் அதன் தலைக்கும் இடையே ஒரு மரச்சட்டத் தடுப்பு மட்டுமே இருந்தது. ஒரு நீண்ட நிமிடம் அது தாமதித்தது. பிறகு மெல்ல தவழ்ந்தபடி முன்னேறியது. மேடைக்கீழிருந்து அது வெளிப்படட்டும் என்று காத்திருந்தேன். மூன்று அல்லது

நான்கடி தூரத்தில் அதைச் சுலபமாகச் சுடுவதற்கு எனக்கு சந்தர்ப்பம் கிடைத்துவிடும். அதேசமயம் எனக்கு மேலிருந்த மேடை சடசடக்கும் சத்தம் கேட்டது. சிறுத்தை வலப்பக்கம் பாய்ந்தது. இங்கிருந்த என்னால் அதைப் பார்க்க முடியவில்லை. மலையின் மீது ஓடி மறைந்தது சிறுத்தை. முக்கியமான தருணத்தில் மரச்சட்டங்கள் சடசடக்கும் சத்தம் எதனால் என்றால் இபாட்சன் இரண்டு காலையும் மடக்கியபடியே நெடுநேரம் உட்கார்ந்து இருந்ததால் தாங்கமுடியாத வலி ஏற்பட்டு கொஞ்சம் காலை மாற்றி உட்கார்ந்திருக்கிறார். அதுதான் பலகைகளின் கிறீச்சொலிக்குக் காரணம். இது சிறுத்தையைப் பயமுறுத்திவிட்டது. சிறுத்தை இரையைக் கைவிட்டு ஓடிவிட்டது. அது அன்று இரவு வரவில்லை. அடுத்தநாள் இரவும் வரவில்லை.

இரண்டு இரவுகள் கழித்து ருத்ர பிரயாகை பஜாரில் இருந்து சில நூறு கஜதூரத்தில் மற்றொரு பசு கொல்லப்பட்டு விட்டது.

அந்தப் பசுவின் சொந்தக்காரர் தனியாக ஊரைவிட்டுத் தள்ளி இருந்த வீட்டில் வசித்தார். அதில் ஒரே அறைதான் இருந்தது. அதில் மரப்பலகைத் துண்டுகளை வைத்து மோட்டாவாக ஒரு தடுப்பு செய்து சமையல் அறையாகவும் பொதுவான புழக்கத்துக்குமாக ஒரு ஏற்பாடு செய்திருந்தார். இரவில் சமையல் அறைப்பக்கம் ஏதோ சத்தம் கேட்டது. அந்தப் பக்கம் இருந்த கதவை அவர் மூட மறந்துவிட்டார். அந்த சத்தத்தைக் கேட்டு அவர் விழித்துக் கொண்டு விட்டார். சற்றைக்கெல்லாம் திறந்த கதவின் வழியாக உள்ளே விழுந்த மங்கலான நிலா வெளிச்சத்தில் தடுப்பில் இருந்த அகலமான திறப்புகளின் ஊடாகச் சிறுத்தை தெரிந்தது. சிறுத்தை அந்த மரப்பிளாச்சுகளை பிய்க்க முயற்சி செய்தபடி இருந்தது.

உடம்பெல்லாம் வியர்வை பெருக்கெடுக்க அந்த மனிதர் நீண்டநேரம் அசைவற்று அப்படியே படுத்துக்கொண்டு இருந்திருக்கிறார். சிறுத்தை ஒவ்வொரு பிளாச்சாகப் பிய்த்துக் கொண்டு இருந்தது. கடைசியாக அந்தத் தடுப்பை பிய்க்க முடியாமல் சிறுத்தை சமையல் அறையைவிட்டு வெளியேறியது. வீட்டை ஒட்டியிருந்த புல்வெளியில் முளையடித்துக் கட்டப் பட்டிருந்த பசுவைக் கொன்றது. கயிற்றை அறுத்துப் பசுவை இழுத்துக்கொண்டே சென்று சற்றுத் தொலைவில் இருந்த திறந்தவெளியில் நிதானமாகச் சாப்பிட்டுவிட்டு அந்த இடத்தை விட்டு அகன்றது.

குன்றின் விளிம்பில் செத்துக்கிடந்த பசுவிடமிருந்து இருபது கஜதூரத்தில் நன்கு பெருத்த மரம் ஒன்று இருந்தது. அதன் மேற்புறக் கிளைகளில் ஒரு வைக்கோல் போர் கட்டிவைக்கப்பட்டிருந்தது.

ஒரு இயற்கையான வேட்டைப் பரண்போலவே இருந்தது. அதிலிருந்து நேர்கீழே செங்குத்தான பலநூறு அடி பள்ளத்தாக்கு இருந்தது. இங்கே நானும் இபாட்சனும் உட்கார்ந்து கொள்வது என்று முடிவு செய்தோம்.

ஆட்கொல்லியைக் கொல்வதற்கு உதவும் வகையில் அரசாங்கம் சில நாட்களுக்கு முன்னால் ஒரு விசைப்பொறியை அனுப்பியிருந்தது. இந்தப் பொறி ஐந்தடி நீளமும் எண்பது பவுண்டு எடையும் கொண்டது. நான் பார்த்தவற்றிலேயே பயங்கரமானப் பொறி இது.

அதன் தாடைப் பகுதியில் மூன்று அங்குலநீள பற்கள் வரிசையாக இருந்தன. இருபத்திநாலு அங்குல அகலம் கொண்டவையாக அவை இருந்தன. இதனை இயங்கச் செய்வதற்கு இரு சக்திவாய்ந்த ஸ்பிரிங்குகள் வைக்கப்பட்டிருந்தன. இவற்றை அழுத்துவதற்கே இரண்டு ஆட்கள் தேவைப்பட்டனர்.

சிறுத்தை இரையைவிட்டுப் போகும்போது, நாற்பது கஜ அகலமான ஒரு வயலின் குறுக்காகச் சென்ற நடைபாதை வழியாக மூன்றடி உயரமுள்ள ஒரு கரையில் ஏறி, புதர்கள் மண்டிக்கிடந்த குன்றைத் தாண்டி மற்றொரு வயல்வெளிக்குச் சென்றிருக்கிறது. வயலின் மேலிருந்து கீழ்நோக்கிய மூன்று அடி வரப்பில் அந்தப் பொறியை வைத்தோம். சரியாகப் பொறிக்குள் செல்ல வசதியாக இருபுறமும் முள்செடிகளை நட்டு வைத்தோம். ஒரு வலைப் பகுதியில் அரை அங்குல கனமுடைய சங்கிலியால் கட்டி மூன்று அங்குல விட்டமுடைய வளையத்துடன் அதை முடிந்து வைத்தோம். இந்த வளையத்தில் நல்ல வலுவான முளையடித்து பொறியைத் தரையோடு பிணைத்தோம்.

இந்த ஏற்பாடுகள் முடிந்தவுடன் ஜீன் இபாட்சன் எங்கள் ஆட்களுடன் பங்களாவுக்குத் திரும்பினார். இபாட்சனும் நானும் வைக்கோல் புதரின் மேல் ஏறினோம். எங்களுக்கு முன்னால் ஒரு கழியைக் கட்டி அதில் வைக்கோல் கற்றைகளைத் தொங்க விட்டோம். இது படுதா மாதிரி மறைந்தது. நாங்கள் சௌகர்யமாக உட்கார்ந்துகொண்டு சிறுத்தை வருவதற்காகக் காத்திருந்தோம். இந்த முறை அது எங்களிடமிருந்து தப்பமுடியாது.

மாலைநேரம் வந்தபோது வானில் கனத்த மேகங்கள் திரண்டன. நிலவு உதிக்க ஒன்பது மணி ஆகும். அதுவரை குறிபார்த்துச்சுட கைவசமிருந்த மின்விளக்கைத்தான் நம்பி இருந்தோம். இந்த விளக்கு ரொம்பவும் கனமானதும் சள்ளை பிடித்ததுமான சங்கதியாக இருந்தது. இபாட்சன் சிறுத்தையைச் சுடும் பொறுப்பை என்னிடம் ஒப்படைத்திருந்ததால் அந்த

விளக்கைச் சிரமப்பட்டு என் ரைஃபிளுடன் சேர்த்துக் கட்டியிருந்தேன்.

இருட்டி சற்று நேரத்துக்கெல்லாம் தொடர்ந்து கோப உறுமல்கள் கேட்க ஆரம்பித்தன. சிறுத்தை பொறியில் சிக்கி விட்டது. மின்விளக்கின் பொத்தானை அழுத்தினேன். சிறுத்தை பொறியோடு சேர்ந்து எழுந்தது. அதன் முன் கால்களில் பொறி ஆடியது. எனது 450 ரவையின் உதவிகொண்டு அவசரமாகச் சுட்டதால் சங்கிலியின் இணைப்பில் பட்டு அதைத் துண்டித்துவிட்டது.

பொறியிலிருந்து விடுபட்ட சிறுத்தை தொடர்ந்து பல தாவல்களில் அப்படியே பொறியை இழுத்துக்கொண்டு ஓடியது. எனது இடதுபக்க துப்பாக்கிக் குழல் வழியே மற்றொரு குண்டு பாய்ந்தது. இபாட்சனின் தோட்டாத் துப்பாக்கியிலிருந்து இரண்டு குண்டுகள் சீறின. எல்லா குண்டுகளும் குறிதவறி விட்டன. என் ரைஃபிளில் நான் மறுபடியும் குண்டு நிரப்ப முயன்றபோது மின்விளக்கு இடம்பெயர்ந்ததில் அது வேலை செய்யவில்லை.

சிறுத்தையின் உறுமல்களையும் நான்கு முறைத் துப்பாக்கிக் குண்டுகள் சுடப்பட்டதையும் கேட்ட ருத்ரப்ரயாகை பஜாரிலும் பக்கத்துக் கிராமங்களிலும் இருந்த மக்கள் லாந்தர்களையும் தீவட்டிகளையும் தூக்கிக்கொண்டு தனித்து இருந்த அந்த வீட்டைச் சுற்றிக் கூடிவிட்டார்கள். அவர்களைத் தள்ளி நிற்கும்படி எவ்வளவு உரக்கக் கத்தினாலும் பயன் இல்லை. அவர்கள் போடுகிற சத்தத்தில் நாங்கள் கத்துவது அவர்கள் காதில் விழுந்திருக்காது. ஆகவே என் ரைஃபிளை எடுத்துக் கொண்டு மரத்திலிருந்து இறங்கினேன். இருட்டில் இது ஆபத்தான வேலை. இபாட்சன் கையில் வைத்திருந்த பெட்ரோமாக்ஸ் விளக்கைக் காண்பித்தார். நீண்ட கயிற்றின் நுனிவரை அந்த வெளிச்சம் விழுந்தது. இபாட்சனும் நானும் சிறுத்தை சென்ற வழிநோக்கி நடந்தோம். வயலில் பாதிதூரம் கடந்ததும் ஆங்காங்கே பாறைகள் சிதறிக் குவியலாகக் கிடந்தன. இந்தக் குவியலை நோக்கி நாங்கள் சென்றோம். கனமான அந்த விளக்கை இபாட்சன் தன் தலைக்குமேல் தூக்கிப் பிடித்தார். அவர் அருகே நான் தோளில் துப்பாக்கியுடன் நடந்தேன். பாறைக்குவியலைத் தாண்டி ஒரு பள்ளம். அந்தப் பள்ளத்தில் பதுங்கியிருந்தபடி எங்களை நோக்கி உறுமியது சிறுத்தை. எனது துப்பாக்கிக் குண்டு அதன் தலையைத் துளைத்த சில நிமிடங்களில் எங்களைச் சுற்றிலும் கூச்சல் போட்டுக்கொண்டு கும்பல் கூடிவிட்டது. தங்களை நீண்டகாலம் பயமுறுத்திய விரோதியைச் சுற்றி வந்து நாட்டியம் ஆடினார்கள் அவர்கள்.

எனக்கு முன்னால் உயிரிழந்து கிடந்த அந்த விலங்கு மிகவும் பெரிதான ஒரு ஆண்சிறுத்தை. இந்த சிறுத்தைதான் ஒரு மனிதனைக் கொன்று தின்ன முந்திய இரவு அந்த பலகைத் தடுப்பைப் பிய்த்தெறிய முயன்றது. இதுதான் டஜன் கணக்கில் மனிர்கள் கொல்லப்பட்ட பகுதியில் தற்போது சுடப்பட்டள்ளது. இதுதான் ஆட்கொல்லிச் சிறுத்தை என்று ஊகிப்பதற்குப் போதுமான விசேஷமான காரணங்கள் சொல்லப்பட்டுவிட்டன என்று நினைக்கிறேன். ஆனால் ஒரு பெண்ணின் உடலுக்கு அருகில் நான் பார்த்த சிறுத்தைதான் இது என்பதை என்னால் நம்ப முடியவில்லை. உண்மைதான். அன்று அந்த கும்மிருட்டில் நான் சரியாகப் பார்த்திருக்க முடியாதுதான். சிறுத்தையின் மேலோட்டமான வடிவம் மட்டுமே புலனாகி இருந்தது. ஆனாலும்கூட இப்போது கழியில் கட்டப்பட்டுக் கொண்டிருந்த விலங்கு ஆட்கொல்லியாக இருக்காது என்ற முடிவுக்கு நான் வந்துவிட்டிருந்தேன்.

இபாட்சனும் அவர் மனைவியும் முன்னே செல்ல சிறுத்தையைத் தூக்கிக்கொண்டு கிராமவாசிகள் நூற்றுக்கணக்கில் பின்தொடர பஜாரின் வழியாக பங்களா நோக்கிச் சென்றோம்.

ஊர்வலத்தில் செல்லும்போது என் கால் இடறியது. அந்தக்கும்பலிலேயே ருத்ரப்ரயாகையின் ஆட்கொல்லிச் சிறுத்தை செத்துவிட்டது என்பதை நம்பாதவன் நான் ஒருவன்தான். எனது நினைவுகள் நான் சிறுவனாக இருந்தபோது எங்கள் குளிர்கால இல்லத்தின் அருகே நடந்த சம்பவம் நோக்கிச் சென்றன. இதைப்பற்றி எனது சாகசச் செயல்கள் என்ற புத்தகத்தில் விவரித்திருக்கிறேன். அதை மகாசாகசச் செயல் என்று சொல்வதே சரியாக இருக்கும்.

இந்த சம்பவம் இரண்டு பேரைப் பற்றியது. இந்தியன் சிவில் சர்வீஸைச் சேர்ந்த ஸ்மீடன் மற்றும் வனத்துறையைச் சேர்ந்த பிரெய்டுவுட் ஆகியோர்தான் அவர்கள். ஒருநாள் மழை வெள்ளம் பெருக்கெடுத்த இரவில் அந்த இரண்டு பேரும் நான்கு சக்கர குதிரை வண்டியில் ஏறிக்கொண்டு – அது ரயில் போக்குவரத்துக்கு முந்தைய காலம் – மொராதாபாத்திலிருந்து காலாதுங்கி நோக்கிச் சென்று கொண்டிருந்தார்கள். ஒரு திருப்பத்தில் அவர்கள் எதிரே ஒரு மதம்பிடித்த யானை வந்து கொண்டிருந்தது. வண்டியின் இரு குதிரைகளையும் வண்டி ஓட்டியையும் கொன்ற யானை வண்டியைப் புரட்டிப் போட்டது.பிரெய்டுவுட் கையில் ரைஃபிள் இருந்தது. அதை அவர் எடுத்து சரிசெய்து அதில் துப்பாக்கிக் குண்டுகளை நிரப்பிக் கொண்டிருக்கும்போது ஸ்மீடன் குடைசாயாத வண்டிமீது ஏறி

வண்டியில் உடையாதிருந்த ஒரு விளக்கினைக் கொக்கியிலிருந்து விடுவித்து விளக்கைத் தூக்கிப் பிடித்திருக்கிறார். அதிலிருந்து சிறிதளவே கிடைத்த வெளிச்சத்தின் உதவியுடன் யானையை பிரெய்டுவுட் சுட்டு வீழ்த்தியிருக்கிறார். மதயானைக்கும் சிறுத்தைக்கும் வித்தியாசம் இருக்கிறது. இருந்தாலும்கூட வலிதாங்காமல் வெறிபிடித்த சிறுத்தையை நெருங்குவதற்கு ஒரு சிலருக்கு மட்டுமே துணிச்சல் இருக்கும். அந்தச் சிறுத்தையின் ஒருகால் மட்டும் கிழிந்து ஒரு சிறு தசைப் பகுதியுடன் ஒட்டிக் கொண்டிருந்ததைப் பின்னாளில் கண்டுபிடித்தோம் – தனது சகாவின் துப்பாக்கியிலிருந்து புறப்படும் குண்டை நம்பி அது தரும் பாதுகாப்பில் ஒருவர் விளக்கைத் தலைக்குமேல் உயர்த்திப் பிடிக்கிறார் என்றால் அதற்கு அசாத்திய துணிச்சல் வேண்டும்.

பல ஆண்டுகளுக்குப் பிறகு பஜாரில் இருந்த ஒவ்வொரு வீடும் அன்றிரவு திறந்திருந்தது. பெண்களும் குழந்தைகளும் வீட்டுவாசலில் தைரியமாக நின்றார்கள். நாங்கள் சென்ற ஊர்வலம் முன்னேறுவது மெதுவாகவே நடந்தது. ஏனென்றால் சில தப்படிகள் இடைவெளியில் சிறுத்தையைக் கீழே இறக்கி குழந்தைகள் நன்றாகப் பார்க்கும்படி வைத்தார்கள். அந்த நீண்ட தெருவின் முனையில் எங்களைச் சுற்றி வந்தவர்கள் எங்களை விட்டுச் சென்றனர். எங்கள் ஆட்கள் சிறுத்தையை வெற்றிக்களிப்பில் பங்களாவுக்குத் தூக்கிச் சென்றனர்.

எனது முகாம் சென்று முகம் கழுவிவிட்டு நான், இபாட்சன், அவர் மனைவி மூன்று பேரும் செத்துப்போன சிறுத்தை ஆட்கொல்லியா இல்லையா என்று விவாதித்தபடியே பங்களாவுக்குத் திரும்பினோம். எங்கள் இரு தரப்புக்குமே ஒருவருக்கு ஒருவர் தங்கள் கருத்தைச் சம்மதிக்க வைக்க முடியவில்லை. இபாட்சன் பௌரிக்குத் திரும்பி மீண்டும் தன் வேலையில் ஈடுபடுவது என்று முடிவு செய்தோம். ருத்ரப்ரயாகையில் நீண்டகாலம் தங்கியிருந்ததில் நானும் களைப்படைந்து விட்டேன். மறுநாள் பொழுதைச் சிறுத்தையின் தோலை உரிப்பதிலும் அதை உலர வைப்பதிலும் செலவிடுவது என்றும், அதற்குப்பிறகு முகாமை முடித்துக்கொண்டு பௌரி செல்வது என்றும் முடிவு செய்தோம்.

மறுநாள் காலையிலிருந்து மாலைவரை பக்கத்திலிருந்தும் தூரத்திலிருந்தும் கிராமங்களிலிருந்தும் சிறுத்தையைப் பார்க்க மக்கள் வந்துகொண்டே இருந்தார்கள். அப்படி வந்த மனிதர்களில் பெரும்பாலானாவர்கள் அந்த விலங்கை அதுதான் ஆட்கொல்லி என்று அடையாளம் கண்டுசொன்னார்கள். இப்பாட்சனும் அவர் மனைவியும் செய்த தீர்மானம் அவர்கள்

சொல்வது சரி, நான் சொல்வது தவறு என்ற முடிவுக்கு வலு சேர்ப்பதாகவே அமைந்தது. நான் கேட்ட இரண்டு சலுகைகளை இபாட்சன் அளித்தார். மக்களிடம் விடுத்த எச்சரிக்கையை அவர் வலியுறுத்தினார். ஆட்கொல்லி பற்றிய முன்னெச்சரிக்கை நடவடிக்கைகளில் எவ்விதமான தொய்வும் ஏற்பட இடம் தரக்கூடாது. ஆட்கொல்லியைக் கொன்றுவிட்டதாக அரசுக்குத் தந்தி அனுப்புவதை நிறுத்திவைத்தார்.

அன்றிரவு நாங்கள் சீக்கிரமே படுக்கைக்குப் போனோம். மறுநாள் அதிகாலையே நாங்கள் புறப்பட்டாக வேண்டும். இருட்டுவிலகும் முன்னதாகவே எழுந்து தேநீரும் பிஸ்கட்டும் சாப்பிட்டுக் கொண்டிருந்தேன். சாலையில் ஏதேதோ குரல்கள் கேட்டன. இது அசாதாரண விஷயமாகப்பட்டது. சாலையில் இவ்வளவு அதிகாலையில் அங்கே என்ன கூட்டம் என்று ஒருவரை அழைத்துக் கேட்டேன். என்னைப் பார்த்ததும் நான்கு பேர் என் கூடாரம் நோக்கி வந்தார்கள். பட்வாரி தங்களை என்னிடம் அனுப்பியதாகச் சொன்னார்கள். ஆற்றங்கரை ஓரம் தூரத்தில், சட்வபிபால் பாலத்திலிருந்து ஏறத்தாழ ஒரு மைல் தள்ளி ஒரு பெண்ணை ஆட்கொல்லி கொன்றுவிட்டது.

13. வேட்டையாடிகள் வேட்டையாடப்பட்டனர்

நான் போனசமயம் அப்போதுதான் இபாட்சன் தேநீருடன் வந்த பணியாளருக்குக் கதவைத் திறந்தார். பௌரி செல்லும் முடிவை அவர் மாற்றிக்கொண்டு விட்டார்.

ஜீனுடைய படுக்கையில் ஒரு பெரிய வரைபடத்தை விரித்து தேநீர் அருந்தியபடி எங்கள் திட்டங்களை விவாதித்தோம்.

பௌரியில் இருந்த தலைமையகத்தில் இபாட்சனுக்கு அவசரமான வேலைகள் இருந்தன.

அதிகட்பசம் இரண்டு பகல் மற்றும் இரவுகளை மட்டுமே அவர் என்னோடு செலவழிக்க முடியும்.

முந்தினநாள்தான் நான் பௌரி மற்றும் கோத்வாரா வழியே வீடு திரும்புவதாக நைனி தாலுக்குத் தந்தி கொடுத்திருந்தேன்.

இந்தத் தந்தியை நான் ரத்து செய்துவிட வேண்டும்.

ரயிலில் போவதற்குப் பதிலாக நான் வந்த வழியே கால்நடையாகத் திரும்பலாம்.

விவரங்களை முடிவு செய்துகொண்டு வரை படத்தில் அந்தப் பெண் கொல்லப்பட்ட இடம் எது என்பதையும் குறித்துகொண்டு என் முகாமுக்குத் திரும்பினேன்.

என் ஆட்களைக் கூப்பிட்டுத் திட்டங்கள் மாற்றப்பட்டு விட்டதைத் தெரிவித்துப் பொருட்களை மூட்டைகட்டிக் கொண்டு கிளம்புமாறு சொன்னேன்.

பெண் கொல்லப்பட்ட செய்தியைக் கொண்டுவந்த நான்கு கிராமவாசிகளும் எங்களுடன் வந்தார்கள்.

ஜீன்ஸ் ருத்ரப்ரயாகையில் தங்கியிருப்பது என்று முடிவாயிற்று.

காலைச் சிற்றுண்டியை முடித்துக்கொண்டு நானும் இபாட்சனும் அவருடைய இரண்டு குதிரைகளில் ஏறிக்கொண்டு புறப்பட்டோம். குதிரைகளில் ஒன்று கல்ஃப் அரபு ஜாதி. மற்றொன்று இங்கிலீஷ்மேர் எனப்படுவது. நல்ல உறுதியான கால்கள் கொண்ட அந்த வகைக் குதிரைமீது பயணிக்கும் அநுபவம் எனக்கு இதுவரை கிடைத்தது இல்லை.

நாங்கள் ரைபிள்கள், ஒரு நீலச் சுவாலை ஸ்டவ், ஒரு பெட்ரோல் பம்ப் இன்னும் சில சாமான்களை எடுத்துக் கொண்டோம். இபாட்சனின் பணியாட்களில் ஒருவர் தனியாக இரவல் வாங்கிய குதிரைமீது மற்ற குதிரைகளுக்கான தீனி மூட்டைகளுடன் உடன்வந்தார்.

சட்வபிபால் பாலத்தருகில் குதிரைகளை விட்டோம். நாங்கள் சிறுத்தையைக் கொன்ற அந்த இரவில் இந்தப் பாலம் மூடப்படவில்லை. இதனால் ஆட்கொல்லி பாலத்தைக் கடந்து முதன்முதலில் அது நுழைந்த கிராமத்தில் அந்தப் பெண்ணைக் கொன்றிருக்கிறது.

பாலத்தின் அருகே எங்களுக்காக ஒரு வழிகாட்டி காத்திருந்தார். எங்களை அவர் நெட்டுக்குத்தான பாதை வழியே குன்றின் புற்கள் மண்டிய பகுதியின் ஊடாக அழைத்துச் சென்றார். பிறகு சரிவில் இறங்கி ஆழமான மரங்கள் அடர்ந்த மடுவுக்கு கூட்டிப்போனார். அங்கே ஒரு சிறிய ஓடை ஓடிக்கொண்டு இருந்தது. இங்கேதான் பட்வாரியும் ஏறத்தாழ இருபது மனிதர்களும் பெண்ணின் உடலைச் சுற்றி உட்கார்ந்து இருந்தனர்.

கொலையுண்ட பெண் வாளிப்பாகவும் அழகாகவும் இருந்தாள். வயது பதினெட்டு அல்லது இருபது இருக்கலாம்.

முகம் குப்புற இருபுறமும் கைகள் பரப்பியபடி கிடந்தாள்.

சிறுத்தை அவள் உடலிலிருந்து துணிகள் ஒன்று பாக்கியில்லாமல் உருவிவிட்டு அவள் உடலை பாதத்திலிருந்த கழுத்து வரை ருசிபார்த்திருக்கிறது. கழுத்தில் நான்கு மிகப்பெரிய பற்குறிகள் இருந்தன. அவள் உடம்பின் மேற்பகுதியில் இருந்து சில பவுண்டுகள் தசை மட்டுமே தின்னப்பட்டுள்ளது. கீழ்ப்பகுதியில் இருந்து சில பவுண்டு தசை தின்னப்பட்டிருந்தது.

நாங்கள் மலை ஏறி வரும்போது கேட்ட தப்பு சத்தம் கொலையுண்ட பெண்ணின் உடலைக் காவல் காத்தவர்களால்

போடப்பட்டுள்ளது. அப்போது மணி இரண்டு. இப்போது இங்கே கண்ணுக்கெட்டிய தூரம் சிறுத்தை இருக்க வாய்ப்பில்லை.

கிராமத்துக்கு சென்று தேநீர் குடிக்கலாம் என்று புறப்பட்டோம். கூடவே பட்வாரியும் அவர் காவலர்களும் வந்தார்கள்.

தேநீர் குடித்தபிறகு அந்தப் பெண் கொல்லப்பட்ட வீட்டைப் பார்த்துவரக் கிளம்பினோம்.

பாறைக் கற்களால் கட்டிய வீடு அது. ஒரே ஒரு அறை. இரண்டு அல்லது மூன்று ஏக்கர் பரப்பில் அமைந்த வயல் காட்டுக்கு நடுவில் இருந்தது. அந்த வீட்டில் அந்தப் பெண், அவள் கணவன், அவர்களின் ஆறுமாதக் குழந்தை ஆகியோர் வசித்தார்கள்.

பெண் கொல்லப்படுவதற்கு இரண்டு நாள்கள் முன்னதாக கணவர் ஒரு நிலத்தகராறு சம்பந்தமாக சாட்சியம் அளிக்க பௌரிக்குச் சென்றிருந்தார். வீட்டை அவர் தந்தையின் பொறுப்பில் விட்டுச் சென்றிருந்தார்.

கொல்லப்பட்ட அன்று இரவு அந்தப் பெண்ணும் அவள் மாமனாரும் சாப்பிட்டுவிட்டு இரவானதால் படுக்கைக்குச் செல்லவிருந்தனர். குழந்தைக்குப் பாலூட்டிக் கொண்டிருந்த அந்தப் பெண் மாமனாரிடம் குழந்தையை ஒப்படைத்து விட்டு கதவின் தாழ்ப்பாளைத் திறந்து கொண்டு வெளியே போய் குந்தினாள். மலைவாழ் மக்களுக்குக் கழிப்பறை வசதிகள் ஏதுமில்லை என்று முன்பே நான் குறிப்பிட்டிருக்கிறேன்.

குழந்தையை மாமனார் கையில் கொடுத்ததுமே அது அழத் தொடங்கிவிட்டது. ஆகவே வெளியே ஏதாவது சத்தம் கேட்டிருந்தால் அது – அப்படி எவ்விதச் சத்தமும் கேட்டிருக்காது என்று எனக்கு நிச்சயம் தெரியும். அவர் காதில் விழுந்திருக்காது. சற்று நேரம் காத்திருந்த பிறகு அந்த மனிதர் அவளைக் கூப்பிட்டிருக்கிறார். பதில் இல்லை என்றதும் மறுபடி அழைத்திருக்கிறார். அப்புறம் வேகமாய் ஓடிப்போய் கதவைப் பூட்டித் தாழ்ப்பாள் போட்டிருக்கிறார்.

முந்தினநாள் மாலை மழை கொட்டியிருக்கிறது. சம்பவத்தை விவரிப்பது சுலபம். மழை நின்றதும் கிராமம் இருந்த திசையிலிருந்து வந்த சிறுத்தை வயலில் இருந்த ஒரு பாறையின் கீழ் பதுங்கியிருக்கிறது. இந்த இடம் வீட்டுக் கதவின் இடது பக்கத்திலிருந்து முப்பது கஜதூரத்தில் இருந்தது. இங்கேயே அது சற்று நேரம் படுத்திருந்திருக்கிறது. அந்த மனிதரும் பெண்ணும் பேசிக்கொண்டிருந்ததை அது கேட்டிருக்க

வேண்டும். அந்தப் பெண் கதவைத் திறந்து வலதுபக்கமாய் உட்கார்ந்ததும் அவள் முதுகு கொஞ்சம்போல சிறுத்தையை நோக்கியபடி இருந்திருக்கிறது. தூரத்தில் இருந்த பாறையிலிருந்து மெல்ல ஊர்ந்தபடி வீட்டிற்கும் அதற்கும் இடைப்பட்ட இருபதடி தூரத்தைக் கடந்திருக்கிறது. வயிற்றைத் தரையில் அழுத்திக்கொண்டு வீட்டுச்சுவர் ஓரமாகவே தவழ்ந்தபடி வந்திருக்கிறது. பின்னால் இருந்தபடி அந்தப் பெண்ணைக் கவ்வி அப்படியே பாறைக்கு இழுத்துப் போயிருக்கிறது.

இங்கே அந்தப் பெண் உயிரை விட்டதும் மாமனாரின் அபாய அலறலைக் கேட்டு சிறுத்தை அவளை அப்படியே அலாக்காகத் தூக்கிக்கொண்டு – கீழே அப்போதுதான் உழுத நிலத்தில் அவள் கையோ காலோ இழுபட்டதன் அடையாளம் கூட இல்லை – வயலின் குறுக்கே சென்று மூன்றடி உயர வரப்பைத் தாண்டி இன்னொரு வயலுக்குள் நுழைந்து பலரும் பயன்படுத்தும் பன்னிரண்டு அடி கீழே இருந்த நடைபாதைக்குக் கொண்டு சென்றுவிட்டது.

இந்தப் பள்ளத்தில் பெண்ணைத் தூக்கிக் கொண்டு சிறுத்தை பாய்ந்திருக்கிறது. கணிசமான எடையுள்ள அந்தப் பெண்ணின் உடலை வாயில் கவ்விக்கொண்டு அது பயணித்திருப்பதைப் பார்க்கும்போது அதன் பலத்தைப் பற்றி ஊகித்துக் கொள்ளலாம். அது மேலிருந்து நடைபாதைக்கு குதித்தபோது அது கவ்வியிருந்த உடல் தரையில் எவ்வித அடையாளமும் ஏற்படுத்தவில்லை.

நடைபாதையை கடந்து நேராக குன்றின் சரிவில் அரை மைல் தூரம் இறங்கி ஓரிடத்தை அடைந்து அங்கேதான் அந்தப் பெண்ணின் உடைகளை அப்புறப்படுத்தியிருக்கிறது. அவள் உடலில் கொஞ்சம் சாப்பிட்டுவிட்டு மிச்சத்தை ஒரு பச்சைப் புல்வெளியில் அடர்ந்த மரக்கிளைகளுடன் நின்ற மரநிழலில் விட்டுச் சென்றிருக்கிறது.

நான்கு மணி சுமாருக்குக் கொன்று போட்ட இரைக்கருகே பெட்ரோல் விளக்கு மற்றும் இரவில் சுடுவதற்கான விளக்கு சகிதம் உட்கார்ந்து கொண்டோம்.

அந்தப் பெண்ணைத் தேடிவந்த கிராமவாசிகள் போட்ட கூச்சலை நிச்சயம் சிறுத்தை கேட்டிருக்கும். நாங்கள் உடலுக்கு அருகே ஒளிந்தபடி காத்திருந்தபோது இந்தமுறை சிறுத்தை மிகவும் எச்சரிக்கையுடன் கொன்றுபோட்ட இரையைத் தின்ன நெருங்கும். ஆகவே நாங்கள் இரைக்கருகே உட்காராமல் அறுபது கஜங்கள் தள்ளியிருந்த மரத்தைத் தேர்ந்தெடுத்து புல்வெளியை நோக்கியபடி இருந்த மரக்கிளைகளில் ஒளிந்து கொண்டோம்.

இந்த மரம் நல்ல வைரம் பாய்ந்த ஓக் மரம். குன்றின்மீது செங்குத்தாக வளர்ந்து இருந்தது.

அம்மரத்திலிருந்து ஒரு சிறிய பொந்தில் பெட்ரோல் விளக்கை ஒளித்து வைத்தோம். அதை சவுக்குத் தழையால் மூடினோம். இபாட்சன் மரத்தின் ஒரு வளைவுப் பகுதியில் அங்கிருந்து இரை நன்றாகக் கண்ணில் படும் இடத்தில் உட்கார்ந்து கொண்டார். நான் மரத்தின் மையத்தில் அவர்பக்கம் முதுகைக் காண்பித்தபடி குன்றைப் பார்க்க உட்கார்ந்து கொண்டேன்.

இபாட்சன்தான் சுடவேண்டும். நான் எங்களது பாதுகாப்பைக் கவனித்துக் கொள்ள வேண்டும். வேட்டை விளக்கு வேலை செய்யவில்லை. பாட்டரி தீர்ந்து விட்டதுபோலும்.

எங்களது திட்டம் என்னவென்றால் இபாட்சனால் எவ்வளவு நேரம் சுடுவதற்காகக் கூர்ந்து பார்த்தபடி இருக்க முடியுமோ அவ்வளவு நேரம் இருப்பது. அப்புறம் பெட்ரோல் விளக்கின் உதவியுடன் கிராமத்துக்குப்போய் விடுவது. அங்கே எங்கள் ஆட்கள் ருத்ரப்ரயாகையிலிருந்து வந்திருப்பார்கள்.

அந்தப் பகுதியை ஆராய்ந்து பார்க்க எங்களுக்கு நேரமில்லை. ஆனால் இரைகிடந்த இடத்துக்கு கிழக்கே அடர்ந்தகாடு இருப்பதாகச் சொன்னார்கள்.

அவர்கள் அந்தச் சிறுத்தையை விரட்டியபோது அது அந்த அடர்ந்த காட்டுக்குள்தான் போயிருக்க வேண்டும் என்றார்கள் உறுதியுடன் சிறுத்தை அந்த திசையிலிருந்து வந்தால் அது புல்வெளிப் பகுதிக்கு வந்து சேர்வதற்கு வெகுநேரம் முன்பாகவே இபாட்சனால் பார்த்துவிட முடியும். அவரால் சுலபமாகச் சுட முடியும். ஏனென்றால் அவருடைய ரைஃபிளில் தொலைநோக்கிக் கருவி பொருத்தப்பட்டிருந்தது. அது குறிபார்த்துத் துல்லியமாகச் சுடுவதற்கு மட்டுமின்றி எங்களுக்கு அரைமணி நேரம் கூடுதல் அவகாசமும் கொடுத்தது. இதை நாங்கள் பரிசோதித்துத் தெரிந்து கொண்டோம்.

பகல் வெளிச்சத்தின் ஒரு நிமிடம் கூடுதலோ குறைவோ அதுதான் வெற்றிக்கும் தோல்விக்கும் இடைப்பட்ட வித்தியாசம். வெளிச்ச மாறுபாடு வேட்டையின் ஒரு முக்கியமான காரணியாக இருந்தது.

மேற்கே உயர்ந்த மலை இடுக்கில் சூரியன் விழுந்து கொண்டிருந்தான். சில நிமிடங்களில் எங்கள் மீது இருட்டின் நிழல் கவிந்தது. அதேசமயம் ஒரு கேளையாடு குன்றின் கீழ்நோக்கி குரைத்தபடி ஓடியது. அங்கேதான் அடர்ந்தகாடு இருந்தது. குன்றின் நடுவே சற்று நின்று ஒரு குறிப்பிட்ட இடத்தில்

சற்றுநேரம் குரைத்துவிட்டு தொலைவில் சென்றுவிட்டது. அதன் குரல் தேய்ந்து மறைந்தது.

கேளையாடு சிறுத்தையைப் பார்த்து பயந்திருக்க வேண்டும். அந்தப் பகுதியில் வேறு சிறுத்தைகளும் இருக்கின்றன. இருந்தாலும் எனக்கு நம்பிக்கை இருந்தது.

நான் சுற்றுமுற்றும் பார்த்தபோது இபாட்சனும் எச்சரிக்கை அடைந்திருப்பதும் அவர் இரு கைகளாலும் ரைஃபிளை இறுகப் பிடித்தபடி இருப்பதும் தெரிந்தது. வெளிச்சம் மெள்ள மறைந்து கொண்டிருந்தது. ஆனாலும் இப்போது தொலைநோக்கி இல்லாமலே சுடுவதற்கு இயலும். முப்பது கஜதூரத்துக்கு மேலே ஒரு தேவதாரு மரத்தின் உருள்வடிவக்காய் புதர்களுக்குப் பின்னிருந்து தள்ளுண்டு உருண்டுவந்து எனது காலடியின் கீழிருந்த மரத்தில் மோதி நின்றது.

சிறுத்தை வந்துவிட்டது. அபாயம் காத்திருப்பதான சந்தேகமும் அதனிடம் ஏற்பட்டு விட, குன்றிலிருந்தபடி இரைகிடக்கும் இடத்தைக் கவனிக்க ஒரு இடம் தேடியது. துரதிருஷ்டவசமாக அது இரை கிடக்கும் இடத்திற்கும் எங்கள் மரத்துக்கும் இடையிலான நேர்கோட்டில் வந்துவிட்டது. அப்படி வரும்போது நான் கண்ணில்பட மாட்டேன். ஆனால் மரத்தின் வளைவில் உட்கார்ந்திருந்த இபாட்சனை அது நிச்சயம் பார்த்துவிடும்.

சுடுவதற்குப் போதுமான வெளிச்சம் போய்விட்ட நிலையில், இபாட்சனின் தொலைநோக்கிக்கும் தேவையில்லாது போய்விட்டதால் நாங்கள் சிறுத்தை கள்ளத்தனமாக மரம் இருக்கும் இடம் நோக்கி வருவதைப் பார்த்தோம். இபாட்சனை எனது இடத்துக்கு வரச் சொல்லிவிட்டு நான் விளக்கை எடுத்துக் கொண்டேன்.

இந்த விளக்கு ஒரு ஜெர்மன் தயாரிப்பு. இதை பெட்ரோமாக்ஸ் என்றும் சொல்வது உண்டு. அதன் வெளிச்சம் பிரகாசமானது. ஆனால் அதன் நீண்ட உடலும் நீளமான பிடியும் கானகத்தில் லாந்தராகப் பயன்படுத்த லாயக்கானதாக இல்லை.

நான் இபாட்சனை விட சற்று உயரம். ஆகவே விளக்கை நான் காண்பிக்க வேண்டியது. ஆனாலும் இபாட்சன் சமாளித்து விடுவதாகவும் அவருடையதைவிட என் ரைபிளைத்தான் அவர் நம்பி இருப்பதாகவும் கூறினார். ஆகவே நாங்கள் நகர்ந்தோம். இபாட்சன் முன்னே செல்ல என் ரைஃபிளை இரு கைகளாலும் பிடித்தபடி நான் சென்றேன்.

மரத்திலிருந்து ஐம்பது கஜதூரம் சென்றிருப்போம். ஒரு பாறைமீது ஏறும்போது இபாட்சனுக்கு வழுக்கிவிட்டது.

விளக்கின் கீழ்ப்பகுதி பாறைமீது பயங்கரமாக மோதியது. விளக்கின் குமிழ் புழுதியில் விழுந்தது.

ஆனாலும் விளக்கிலிருந்து வெளிப்பட்ட நீலநிறச் சுவாலை எங்களுக்கு வழி காட்டியது. இந்த விளக்கு எவ்வளவு நேரம் உதவப் போகிறது என்றுதான் தெரியவில்லை. விளக்கை மூன்று நிமிடங்கள் அது வெடிப்பதற்கு முன்னால் தூக்கிப் பிடிக்க தம்மால் முடியும் என்றார். மூன்று நிமிடங்களில் நெட்டுக் குன்றின்மீது அரை மைல் ஏற வேண்டும். தரைப்பகுதிக்குச் சென்ற பின்னால் குறுக்கிடும் பெரிய பாறைகளையும் முட்புதர்களையும் தவிர்க்கத் திசைகளை மாற்றிக்கொண்டே போகவேண்டும். அப்போது ஒருவேளை எங்களைப் பின்தொடர்ந்தே ஆட்கொல்லி வரலாம் என்பது எங்களை நடுங்க வைக்கும் சாத்தியம். அப்படி அது எங்களைப் பின்தொடர்ந்திருக்கிறது என்பதைப் பின்னர் நாங்கள் கண்டுபிடித்தோம்.

ஒருவரது வாழ்வில் நடக்கும் சில சம்பவங்கள் அவை எத்தனை காலத்துக்கு முந்தியவையாக இருந்தாலும் நினைவிலிருந்து மறைவதில்லை. அந்த இருட்டில் குன்றின்மீது ஏறிச்சென்றது அப்படியான ஒரு சம்பவம். நாங்கள் வழித்தடத்தை அடைந்தபோது எங்களது சிரமங்கள் முடிவுக்கு வரவில்லை.

வழிநெடுக எருமைகள் நடந்த சகதிப்பாதை. எங்கள் ஆட்கள் எங்கிருக்கிறார்கள் என்று தெரியவில்லை. ஈரமான பாதையில் மாறி மாறி வழுக்கியும், கண்ணுக்குத் தெரியாத பாறைகளின் மீது விழுந்து எழுந்தும் சென்று கொண்டிருந்தோம்.

கடைசியாக ஒரு கருங்கல் நடைபாதைக்கு வந்து சேர்ந்தோம். அது ரஸ்தாவிலிருந்து பிரிந்து வலப்பக்கமாகச் சென்றது. இவ்வழியே சென்றபோது ஒரு திறந்தவெளி முற்றம் தென்பட்டது. அதன் இறுதியில் ஒரு வீட்டின் கதவு தெரிந்தது. பாதையில் நடந்தபோது ஹுக்காவிலிருந்து வெளிவரும் குபுக்குபுக்கென்ற சத்தம் கேட்டது.

நான் கதவை உதைத்து உள்ளிருப்பவர்களைத் திறக்குமாறு கூவினேன். பதில் இல்லை. ஒரு வத்திப் பெட்டியை எடுத்து அதை ஆட்டி ஓசை எழுப்பினேன். கதவை ஒரு நிமிஷத்தில் திறக்காவிட்டால் கூரையைக் கொளுத்திவிடப் போவதாகக் கத்தினேன். இதைக் கேட்டதும் பயந்துபோன குரல் ஒன்று உள்ளே இருந்து கேட்டது. வீட்டைக் கொளுத்திவிட வேண்டாமென்று கெஞ்சியது அந்தக் குரல். கதவு திறக்கப்பட்டது. முதலில் உட்புறக்கதவும் அப்புறம் வெளிப்புறக் கதவும் திறந்தது. நானும் இபாட்சனும் உள்ளே நுழைந்து கதவை மூடி அதன்மீது சாய்ந்து கொண்டு நின்றோம்.

அந்த அறைக்குள் பன்னிரண்டு முதல் பதினான்கு ஆண்கள், பெண்கள், குழந்தைகள் எனப் பல வயது மனிதர்களும் இருந்தார்கள். நாங்கள் இப்படி மரியாதைக் குறைவாய் உள்ளே நுழைந்ததில் நிலை தடுமாறியவர்கள் பிறகு சுதாரித்துக் கொண்டு கதவை உடனே திறக்காததற்காக எங்களிடம் மன்னிப்பு கோரினார்கள். தாங்களும் தங்கள் குடும்பத்தினரும் ஆட்கொல்லியின் பயத்திலேயே அங்கே வாழ்ந்து கொண்டிருப்பதால் இரவில் கதவைத் திறக்கும் தைரியம் போய்விட்டது என்றார்கள். ஆட்கொல்லி எப்படி எல்லாம் உருவம் எடுக்கும் என்று தெரியாததால் இரவில் எந்த ஒரு சத்தத்தையும் சந்தேகத்துடன் கேட்பதாயும் தெரிவித்தார்கள்.

அவர்களின் பயத்தைக் கேட்டு அவர்கள் மீது இரக்கம் உண்டாயிற்று. பெட்ரோமாக்ஸ் விளக்கின் குமிழ் கீழே விழுந்ததில் இருந்து சற்றைக்கெல்லாம் சிவப்பேறிக் கொதித்துப்போய் இருந்த விளக்கை இபாட்சன் அணைத்துவிட்டார். இல்லாவிட்டால் அது வெடித்திருக்கும்.

எங்களில் ஒருவரோ அல்லது இருவருமோ அன்று உயிரோடு கிராமத்துக்குத் திரும்பியிருக்க முடியாது என்பது மட்டும் நிச்சயம். மாலையே, எங்கள் ஆட்கள் வந்துவிட்டதாகவும் குன்றை ஒட்டி சற்றுத் தொலைவில் இருந்த கட்டிடங்களில் அவர்கள் தங்கியிருப்பதாகவும் செய்தி கிடைத்தது. அந்த அறையில் இருந்த இரு கட்டுமஸ்தான ஆட்கள் எங்களோடு வந்து வழிகாட்டுவதாகக் கூறினர். எங்களைக் கொண்டு வந்து விட்டபிறகு அவர்கள் தனியே வீடு திரும்புவது கொலைக்குச் சமம். நாங்கள் இந்த யோசனைக்கு உடன்படவில்லை. ஏதாயினும் விளக்கு கொடுத்து உதவ முடியுமா என்று மட்டும் கேட்டோம்.

அறையின் மூலைக்குள் என்னவோ குடைந்து பழைய துருப்பிடித்த விரிசல் விழுந்த கண்ணாடி குளோபுடன் கூடிய விளக்கு ஒன்றைக் காட்டினார்கள். அதைக் கடுமையாகக் குலுக்கியபோது உள்ளே சில துளிகள் எண்ணை இருப்பது உறுதியாயிற்று ஒருவழியாக அந்த விளக்கை ஏற்றி எடுத்துக் கொண்டு அந்த அறைவாசிகளின் நல்வாழ்த்துக்களுடன் நாங்கள் அந்த வீட்டை விட்டுப் புறப்பட்டோம். எங்களுக்குப் பின்னால் அந்த இரண்டு கதவுகளும் சாத்தப்பட்டு தாழிடப்படும் சத்தம் கேட்டது.

மேலும் நிறைய எருமைச் சகதிப் பாதைகள், மறைந்து கிடக்கும் பாறைகள். ஆனால் மினுங்கும் வெளிச்சத்தில் எங்களால் தொடர்ந்து நடக்க முடிந்தது. இரண்டாவது கற்பாதையை அந்த அறைவாசிகள் சொன்னபடி கண்டுபிடித்து அதன்வழியே மேல்

ருத்ரப்ரயாகையின் ஆட்கொல்லிச் சிறுத்தை

ஏறிச் சென்று ஒரு நீண்ட திறந்தவெளி முற்றத்தை அடைந்தோம். அதைத் தாண்டி அதற்கு எதிரே இரண்டு மாடிக் கட்டிடங்கள் வலது இடது புறங்களில் வரிசையாக இருந்தன. எங்குமே வெளிச்சம் கொஞ்சம் கூட கண்ணில் படவில்லை.

நாங்கள் கூப்பிட்டதும் ஒரு கதவு திறந்தது. ஒரு சிறிய கற்களால் ஆன படிக்கட்டுகளின் மேலேறிச் சென்றோம். மேல் தளத்தின் தாழ்வாரத்துக்கு வந்து சேர்ந்தோம். அங்கே அடுத்தடுத்ததாக இரண்டு அறைகள் எங்களுக்காகவும் எங்கள் ஆட்களுக்காகவும் ஒதுக்கப்பட்டிருந்தன. எங்கள் ஆட்கள் எங்களிடமிருந்து ரைஃபிளையும் விளக்கையும் வாங்கி வைத்துக் கொண்டிருந்தபோது எங்கிருந்தோ ஒரு நாய் ஓடிவந்தது. அது கிராமத்து நாய்தான். எங்கள் கால்களைச் சுற்றி வந்து மோப்பம் பிடிப்பதும் வாலை ஆட்டுவதுமாக இருந்துவிட்டு நாங்கள் ஏறிவந்த மாடிப்படிகளை நோக்கி ஓடியது. அடுத்த கணமே பயத்தால் பயங்கரமாக அலறியது. பிறகு பைத்தியம் பிடித்ததுபோல் நாய் குரைக்க ஆரம்பித்தது. அதன் உடம்பெல்லாம் ரோமங்கள் குத்திட்டு நிற்க மறுபடியும் எங்களை நோக்கி ஓடிவந்தது.

இரவல் வாங்கிய லாந்தர் நாங்கள் அந்த வீட்டின் திறந்தவெளி முற்றத்துக்குள் நுழைந்தபோதே அணைந்துவிட்டது. எங்கள் ஆட்கள் அதைப் போலவே இன்னொன்றைக் கொண்டு வந்தார்கள். இபாட்சன் அந்த லாந்தரை எல்லாக் கோணங்களிலும் காண்பித்தார். நான் என் ரைஃபிளில் குண்டுகளை நிரப்பினேன். ஆனாலும் கீழே எட்டடித் தொலைவுக்கு மேல் வெளிச்சம் தெரியவில்லை.

நாயைக் கவனித்தால் போதும், சிறுத்தையைப் பின்தொடர்வது எளிது. சிறுத்தை வீட்டின் முன்பக்கத்தைக் கடந்து நடைபாதைக்கு இட்டுச் செல்லும் படிகளில் இறங்கிப் போய்விட்டது. நாய் கொஞ்சம்கொஞ்சமாகக் குரைப்பதை நிறுத்திவிட்டது. சிறுத்தை சென்ற திசையைப் பார்த்தபடி படுத்துக் கொண்டு அவ்வப்போது உறுமிக் கொண்டிருந்தது.

எங்களுக்காகக் காலி செய்து கொடுக்கப்பட்ட அறையில் ஜன்னல்களே இல்லை. அங்கே பத்திரமாக இருக்க ஒரே வழி அந்த உறுதியான கதவை மூடி வைப்பதுதான். இது காற்றோ வெளிச்சமோ வராமல் செய்துவிடும். ஆகவே வராந்தாவில் இரவைக் கழிக்க முடிவு செய்தோம். அங்கே தூங்கிப் பழக்கப்பட்ட காரணத்தால் நாய் எங்கள் காலடியிலேயே நிம்மதியாகப் படுத்துக்கொண்டுவிட்டது. எங்களுக்கும் ஒருவித பாதுகாப்பு உணர்வை அது தந்தது. இரவெல்லாம் நாங்கள் மாற்றிமாற்றிக் காவல் இருந்தோம்.

14. பின்வாங்கல்

மறுநாள்காலை கொல்லப்பட்ட அந்தப் பெண்ணின் உடலை ஆராய்ந்தோம்.

சிறுத்தை தன் இரையை ருசிக்க மறுபடி வரவில்லை என்று அறிய நேர்ந்தபோது ஏமாற்றம் ஏற்பட்டது.

முந்திய இரவு எங்களில் ஒருவரைக் கபளீகரம் செய்யும் முயற்சி பலிக்காததால் இன்று இந்த இரையைத் தேடி வரக்கூடும்.

பகற்பொழுதில் இபாட்சன் தன் அலுவலக வேலையைப் பார்த்துக் கொண்டிருந்தார். நான் ரைஃபிளை எடுத்துக்கொண்டு சிறுத்தையை வேட்டையாடப் புறப்பட்டேன். கடினமான, பைன் ஊசி இலைத் தாரவங்கள் மண்டிய நிலத்தில் தேடுதல் வேட்டைக்குச் செல்வது உசிதமல்ல. ஆகவே நான் குன்றின் சரிவுப்பகுதிக்குச் சென்றேன். அதற்கு அப்பால் அடர்ந்த காடு இருப்பதாக கிராமவாசிகள் சொன்னார்கள். இந்த இடத்தில் நிலப்பகுதி பயணிக்க எளிதாக இல்லை. ஏனென்றால் மிகவும் அடர்ந்த முட்புதர்க்காட்டுக்குள் நுழைந்து செல்வது எளிதன்று. வரிசையாக வழி மறிக்கும் பாறை உச்சிகளில் மனிதன் கால் வைத்து நடப்பது முடியாத காரியம். இந்தப் பகுதியில் வேட்டை விலங்குகள் பல சுற்றித் திரிவதைப் பார்க்கலாம். கேளையாடு, பன்றி, ஜீரோ எனப்படும் ஹிமாலய காட்டாடு ஆகிய விலங்குகளின் குளம்படித் தடங்களைப் பார்த்தேன். ஒரு ஜேட் மலைவாசியின் காலடிச்சுவடுகளையும் அங்கே கண்டேன். சிறுத்தையின் நகப் பிராண்டல்கள் —

ஒரு சில பழைய நகக்கீறல் குறிகள் தவிர்த்து – எதையும் காணமுடியவில்லை.

நாங்கள் மதிய உணவு சாப்பிட்டுக் கொண்டிருந்தபோது முந்தைய நாள் ருத்ரப்ரயாகையிலிருந்து அனுப்பி வைக்கப்பட்ட விசைப்பொறி வந்து சேர்ந்தது.

பிற்பகல் அதைப் புல்வெளிக்குக் கொண்டு சென்றோம். அதை அங்கு பொருத்திய பிறகு இரையின் மீது சயனைடு விஷத்தைக் கலந்து வைத்தோம். விஷம் வைப்பதில் எனக்கு முன் அனுபவம் இல்லை. இபாட்சனுக்கும் இல்லை.

நைனிதாவில் இருந்து புறப்படும் முன்னதாக ஒரு டாக்டரிடம் இதைப்பற்றிப் பேசிக் கொண்டிருந்தபோது ஆட்கொல்லியை கொல்வதற்கு எல்லாவிதமான வழிமுறைகளையும் முயற்சிக்குமாறு அரசாங்கம் என்னிடம் தெரிவித்துள்ளதை அவரிடம் கூறி, விஷம்வைத்தபிறகு சிறுத்தை இன்னும் வீரியமிக்கதாக ஆகிவிட்டது என்று அரசாங்க அறிக்கைகள் குறிப்பிடுவதால் விஷம் வைப்பது பயன் தருமா என்று தெரியவில்லை எனவும் கூறினேன்.

இதுவரை பயன்படுத்திய விஷங்களின் விவரங்களை அவரிடம் கூறினேன். அவர்தான் என்னிடம் சயனைடு விஷத்தைப் பிரயோகித்துப் பார்க்கும் யோசனையைத் தெரிவித்தார். பூனை ஈற்றைச் சேர்ந்த இவ்வகையான விலங்குகளில் இவ்விஷம் வேலை செய்யும் என்றார். இந்த தகவலை நான் இபாட்சனிடம் தெரிவித்தேன். சில நாட்கள் முன்புதான் விஷம் வந்து சேர்ந்தது. அதை கேப்சூலில் வைத்து எப்படிக் கொடுப்பது என்று கூறப்பட்டிருந்தது. இப்படி விஷம் அடைக்கப்பட்ட மாத்திரை களைச் சிறுத்தை கடித்துத் தின்ற இடத்துக்குள் பொதிந்து வைத்தோம்.

இந்த இரண்டாவது இரவில் சிறுத்தை வருமென்ற நம்பிக்கை எங்களுக்கு இருந்தது. எங்களை அது மரத்தின் மீது பார்த்து விட்டதால் இந்த முறை இரைக்கருகில் காத்திருப்பதில்லை என்று முடிவு செய்தோம். விசைப்பொறியும் சயனைடு விஷமும் சிறுத்தை சிக்கப் போதுமானவை.

நடைபாதை ஓரமிருந்த பைன்மரத்தில் வேட்டைப் பரணைக் கட்டினோம். இபாட்சனின் நீலச்சுவாலை ஸ்டவ்வில் இரவு உணவைத் தயாரித்து உண்டபிறகு பரண்மீது வைக்கோலைப் பரப்பி எங்கள் நிலைகளில் உட்கார்ந்து கொண்டோம். இந்த சௌகர்யமான வேட்டைப்பரணில் நாங்கள் கால்நீட்டிப் படுத்துக்கொண்டு பேசவும் புகைக்கவும் முடிந்தது. அங்கே நாங்கள்

காத்திருந்ததற்கு ஒரே காரணம் இரைகிடந்த இடத்திலிருந்து ஏதாவது சத்தம் வருகிறதா என்று கவனிப்பதுதான். கவனிப்பதும் மாறிமாறி ஒருவரைக் காவல் வைத்து மற்றவர் தூங்குவதுமாக நேரம் கடந்தது. தப்பித்தவறி சிறுத்தை விசைப்பொறியில் மாட்டிக் கொண்டால் கேட்கக்கூடிய அதன் கோப உறுமலுக்குக் காத்துக் கொண்டிருந்தோம். ஏனென்றால் இங்கே சிறுத்தையைப் பொறியில் சிக்கவைக்கும் வகையில் விரட்ட நல்ல பழகிய பாதை ஏதுமில்லை.

இரவில் ஒருமுறை கேளையாட்டின் குரைப்பொலி கேட்டது. ஆனால் சிறுத்தை எங்கிருந்து வருமென்று நாங்கள் கணித்து வைத்திருந்தாமோ அதற்கு எதிர்த்திசையிலிருந்து இந்த குரைப்புச் சத்தம் கேட்டது.

உதயத்தின் முதல் ரேகை எழுந்ததும் மரத்திலிருந்து இறங்கினோம். கீழே உட்கார்ந்து தேநீர் தயாரித்தோம். பிறகு இரையின் நிலைமையைப் பார்த்து வரச் சென்றோம். நாங்கள் எப்படி விட்டுவந்தோமோ அதே நிலையில் கிடந்தது அது.

காலைச் சிற்றுண்டியைச் சீக்கிரமாகவே முடித்துக்கொண்டு இபாட்சன் ருத்ரப்ரயாகைக்கு புறப்பட்டார். எனது சாமான்களை மூட்டை கட்டிக்கொண்டு கிராமவாசிகளிடம் விடைபெற்று நைனிதால் நோக்கி என் பதினைந்து நாள் பயணத்தைத் துவக்க முனைந்தேன்.

அந்தச் சமயம் பார்த்து ஒரு கிராமவாசிகள் கூட்டமாக வந்து இங்கிருந்து நான்கு மைல் தூரத்தில் உள்ள ஒரு கிராமத்தில் சிறுத்தை ஒரு பசுவைக் கொன்று விட்டதாகச் செய்தி சொன்னார்கள்.

பசுவைக் கொன்றது ஆட்கொல்லிதான் என்று அவர்கள் உறுதியாக நம்பினார்கள்.

ஏனென்றால் அந்தச் சிறுத்தைதான் என்னையும் இபாட்சனை யும் மரத்திலிருந்து நாங்கள் படுத்திருந்த வராந்தா வரை பின் தொடர்ந்திருக்கிறது.

மறுநாள் காலை கிராமத் தலைவர் வீட்டுக்கதவை உடைக்க முயன்றிருக்கிறது. அன்று மாலையே இந்த வீட்டிலிருந்து முந்நூறு கஜதூரத்தில் பசு கொல்லப்பட்டிருக்கிறது.

கிராமவாசிகளின் அவசர வேண்டுகோளை ஏற்று நான் நைனிதால் செல்வதைத் தள்ளி வைத்தேன். அவர்களுடன் அந்த கிராமத்துக்குச் சென்றேன். கூடவே விசைப்பொறியையும் கொஞ்சம் விஷத்தையும் எடுத்துப் போனேன்.

ருத்ரப்ரயாகையின் ஆட்கொல்லிச் சிறுத்தை 95

கிராமத் தலைவர் வீடு சாகுபடி நிலங்கள் சூழ்ந்த ஒரு சிறிய திட்டில் இருந்தது. அதற்குச் செல்லும் நடைபாதை சற்று தூரத்திற்கு ஈரமான மிருதுவான நிலப்பகுதியாக இருந்தது. இங்கே ஆட்கொல்லியின் பாதச் சுவடுகளைப் பார்த்தேன்.

கிராமத் தலைவர் நான் பள்ளத்தாக்கின் வழி சுவரை நோக்கி வருவதைப் பார்த்திருக்கிறார். எனக்காக ஆவி பறக்கப் புதிதாகக் கறந்த பாலில் வெல்லம் சேர்த்த தேநீருடன் காத்திருந்தார்.

முற்றத்தில் உட்கார்ந்து அந்த அதிக இனிப்பான தேநீரை பருகிக் கொண்டிருந்தபோது கிராமத் தலைவர் உட்கார்ந்துகொண்டு இரண்டு இரவுகளுக்கு முன்னால் சிறுத்தை உடைத்தெறிய முற்பட்ட கதவின் நிலைமையைக் காட்டினார்.

இந்த முயற்சியில் சிறுத்தை வெற்றி பெற்றிருக்கும். அவர் வீட்டில் மேற்கூரையை பழுதுபார்க்க வைத்திருந்த வெட்டி வைத்த மரத்துண்டுகளைக் கொண்டுவந்து கதவருகே நெருக்கமாக அடுக்கி வைத்திருந்ததால் தப்பித்தார்.

கிராமத் தலைவருக்கு வயதாகிவிட்டது. இதோடு மூட்டுவலியும் சேர்ந்து அவரை முடக்கிவிட்டது. அவர் மகனை என்னுடன் அனுப்பி பசு கொல்லப்பட்ட இடத்தைக் காட்ட ஏற்பாடு செய்தார். எனக்கும் எனது ஆட்களுக்கும் அவர் வீட்டில் தங்க அறையை ஒழுங்கு செய்வதில் ஈடுபட்டார்.

நான் இரையைப் பார்த்தேன். நல்ல லட்சணமான இளம் பசு. கன்றுகாலிகளின் நடைபாதைக்குச் சற்று மேலாக இருந்த ஒரு திட்டில் கிடந்தது அந்தப் பசு. இது ஜின் டிராப்பைக் கட்டி வைக்கத் தோதான இடமாகத் தெரிந்தது.

அதன் முதுகு காட்டு ரோஜாப் புதர்களின் மீது சாய்ந்திருந்தது. ஓர் அடி உயரமிருந்த வரப்பின்மீது அதன் கொம்புகள் குத்தியிருந்தன. இரையைத் தின்னும்போது சிறுத்தை வரப்பின் மீது உட்கார்ந்தபடி பசுவின் கால்களுக்கு இடையே தனது முன்னங்கால் பாதங்களால் கிழித்து தின்றிருந்தது.

பசுவின் கால்களுக்கு இடையே இருந்த தரையில் ஒரு பள்ளம் தோண்டினேன். பசுவைக் கொஞ்சம் தள்ளி இழுத்துப்போட்டேன். சிறுத்தை எங்கே தன் பாதங்களால் பசுவின் உடலைக் கிழித்ததோ அங்கே விசைப்பொறியை வைத்து அந்த இடத்தை இலை தழைகளால் மூடினேன். அப்புறம் அங்கே கொஞ்சம் மண்ணைத் தூவி காய்ந்த சருகுகளால் மீண்டும் மூடினேன். உடைந்த குச்சிகளை அதன்மேல் போட்டேன். பசுவின் கால்களுக்கு இடையே எலும்புத்துண்டுகளை அவை கிடந்தது போலவே எடுத்து வைத்தேன். இப்போது யார் வந்து பார்த்தாலும் இரை

கிடந்த இடத்தில் தரை கலைக்கப்பட்டிருப்பதையோ அங்கே ஒரு உயிர்வாங்கும் பொறி பொருத்தப்பட்டிருப்பதையோ சற்றும் கண்டுபிடிக்க முடியாது.

எனது ஏற்பாடுகளைத் திருப்திகரமாக முடித்துவிட்டு திரும்பி வந்து இரை கிடந்த இடத்துக்கும் கிராமத்தலைவர் வீட்டுக்கும் இடையே இருந்த மரத்தின் மீது ஏறிக் கொண்டேன். பொறியருகே நான் இருப்பது உடனடியாகச் செயல்பட உதவும்.

மாலை சூரியன் அஸ்தமிக்கும் வேளை ஒரு ஜோடி காட்டுக்கோழிகள் ஐந்து குஞ்சுகளுடன் வந்தன. கொஞ்ச நேரம் அவற்றை வேடிக்கை பார்ப்பதில் கழிந்தது. திடீரென்று அவை காச்சுமூச்சென்று அபாயக்குரல் எழுப்பியபடி குன்றின் சரிவில் விழுந்தடித்து ஓடின. சில கணங்களில் ஒரு கேளையாடு என்னை நோக்கி ஓடிவந்தது. நான் உட்கார்ந்திருந்த மரத்தடியில் நின்று சற்றுநேரம் குரைப்பதுபோல குரல் எழுப்பிவிட்டு குன்றின்மீது தலைதெறிக்க ஓடியது. அதற்குப் பிறகு ஒன்றுமே நடக்கவில்லை. மாலை மறைந்து இருள் கவிய ஆரம்பித்துவிட்டது. மரங்களின் நிழலும் சேர்ந்து என்னால் எதையும் குறிபார்க்க இல்லாதபடி ஆகிக்கொண்டிருந்தது. நான் மரத்திலிருந்து இறங்கி கிராமத்தை நோக்கி வேகமாக நடக்க ஆரம்பித்தேன்.

கிராமத் தலைவரின் வீட்டிலிருந்து நூறு கஜதூரத்தில் ஒரு திறந்த புல்வெளிக்கு இட்டுச் செல்லும் நடைபாதை ஒன்று இருந்தது. குன்றை நோக்கிய மேற்பகுதியில் புல்வெளியில் ஒரு பெரிய பாறை நின்றது. இந்த திறந்தவெளிக்கு வந்ததும் யாரோ என்னைப் பின் தொடரும் உணர்வு ஏற்பட்டது. இந்த சந்தர்ப்பத்தைப் பயன்படுத்திக் கொள்ளும் உத்தேசத்தில் நடந்துசென்ற தடத்தை விட்டு விலகி மிருதுவான சொதசொதப்பான பகுதியில் தாண்டித்தாண்டி நடந்து பாறையின் பின்னால் பதுங்கினேன். என் கண்கள் இரை கிடந்த திசையை நோக்கியபடி இருந்தன.

ஈரமண்ணில் பத்து நிமிடங்கள் அப்படியே கிடந்தேன். பகல் வெளிச்சம் முற்றிலும் மறைந்த பிறகு மறுபடி தடத்துக்கு வந்து மிகவும் ஜாக்கிரதையுடன் கிராமத்தலைவர் வீட்டை நெருங்கினேன்.

இரவு அசந்து தூங்கும்போது கிராமத்தலைவர் என்னை எழுப்பி கதவின்மீது சிறுத்தை பிராண்டும் சத்தம் கேட்டதாகச் சொன்னார். மறுநாள் காலை கதவைத் திறந்தபோது வீட்டுக்கு முன்பிருந்த புழுதியில் சிறுத்தையின் பாதச் சுவடுகளைக் கண்டேன். அவற்றைத் தொடர்ந்தபோது அவை என்னைப் புல்வெளிக்கு இட்டுச் சென்றன. முந்தினநாள் சாயங்காலம் நான் என்ன செய்தேனோ அதையே சிறுத்தையும் செய்திருக்கிறது.

தடத்தைவிட்டு என்னைப்போலவே விலகி பாறையை நோக்கி அந்த மிருதுவான பாதையில் நடந்து பிறகு மீண்டும் தடத்துக்குவந்து வீடு வரை என்னைப் பின்தொடர்ந்திருக்கிறது. பலமுறை நடந்து அதற்குப் பழக்கமான வட்டப் பாதை இது.

வீட்டைவிட்டு விலகி சிறுத்தை தடத்துக்கே மீண்டும் சென்று இரையை நோக்கிச் சென்ற அதன் பாதச் சுவடுகளைப் பின்பற்றியபோது எனது நம்பிக்கை அதிகரித்தது. அதுவரை ஒரு ஆட்கொல்லி இத்தனை தந்திரசாலியாக இருக்கும் என்று நான் நினைத்ததே இல்லை.

மனிதர்களோடு எட்டு ஆண்டுகள் இடையறாது பரிச்சயம் கொண்டிருந்ததால் சிறுத்தைக்கு இப்படி ஒரு தந்திரசுபாவம் ஏற்பட்டிருக்கலாம்.

தடத்தைவிட்டு மேட்டுப் பகுதியிலிருந்து நெருங்கினேன். சற்றுத் தொலைவில் இரையைக் காணவில்லை. பொறியைப் புதைத்து வைத்த இடத்தில் சிறுத்தையின் பாதச் சுவடுகள் இரண்டைத் தவிர வேறு எதுவும் காணப்படவில்லை.

முதல் நாளிரவு செய்ததுபோலவே ஓரடி உயர வரப்பின் மீது உட்கார்ந்து பசுவின் கால்களுக்கு இடையே தனது கூர்நகங்களுடன் கூடிய இரண்டு முன் பாதங்களையும் செலுத்தி இருக்கிறது. இந்த முறை அப்படியே இரண்டாகக் கிழித்து உள்ளே புதைத்து வைத்திருந்த ஜின்டிராப்பின் விசைகளின்மேல் போட்டிருக்கிறது. அந்த விசைகள் விடுபட்டு இருந்தால் அகன்ற தாடைகள் சட்டென இறுக மூடி சிறுத்தை மாட்டி இருக்கும்.

இப்போது பொறியின் ஆபத்துக்குள் சிக்காமல் தன் இரையைச் சாப்பிட்டிருக்கிறது. சாப்பிட்டு முடிந்ததும் தட்டையான அந்த நிலப்பகுதியில் பசுவின் தலையைக் கவ்வியபடி காட்டுரோஜா முட்புதர் ஊடாக இழுத்துப் போயிருக்கிறது. அப்படியே குன்றின் சரிவில் இரையை உருட்டித்தள்ளியிருக்கிறது. கீழே ஐம்பது கஜ ஆழத்தில் ஒரு ஓக்மரக் கன்றின்மீது முட்டி நின்றது பசுவின் உடல். வேலை முடிந்ததும் சிறுத்தை மாட்டுப்பாதை வழியாகச் சென்று விட்டது. ஒரு மைல் தூரம் அதைப்பின் தொடர்ந்தபின் கடினமான தரைப்பகுதியில் அதுசென்ற தடத்தை அறிய முடியவில்லை.

இனி தான் கொன்ற இரையைத் தேடிக்கொண்டு சிறுத்தை வருமென்ற நம்பிக்கை இல்லை. ஆனாலும்கூட முந்தைய இரவு போலின்றி இப்போது பசுவின் உடலில் தாராளமாக சயனைடு விஷம் கலந்து வைத்தேன். உண்மையைச் சொல்ல வேண்டுமானால் இப்படி விஷம் கலந்து வைப்பதில் முன்பும் சரி, இப்போதும் சரி எனக்கு விருப்பமே இல்லை.

மறுநாள் காலை நான் இரையைச் சென்று பார்த்தபோது நான் விஷம் வைத்த பகுதி முழுவதையும் சிறுத்தை சாப்பிட்டிருப்பது தெரிந்தது. இப்போது எனக்கு ஒரு உண்மை சர்வநிச்சயமாகப் புலப்பட்டது. விஷத்தைச் சாப்பிட்டது அங்கு தற்செயலாக வந்த ஒரு சிறுத்தை, ஆட்கொல்லி அல்ல.

நான் கிராமத்தலைவரைச் சந்தித்து சிறுத்தையின் உடலை கண்டெடுக்கும்வரை நான் காத்திருக்கப் போவதில்லை என்றும் யாராவது அதைக் கண்டெடுத்து அதன் தோலை பட்வாரியிடம் சேர்ப்பித்தால் அவருக்கு ரூபாய் நூறு அளிப்பதாகவும் தெரிவித்தேன். ஒரு மாதம் கழித்து அதற்கான சன்மானம் கேட்டு வந்தவருக்கு பணம் கொடுத்தேன். சிறுத்தையின் தோல் பட்வாரி மூலம் புதைக்கப்பட்டது.

பெட்டி படுக்கைகளைக் கட்டிக்கொண்டு நானும் என் ஆட்களும் நைனிதால் நோக்கிப் பிற்பகலே புறப்பட்டு விட்டோம். ஒரு குறுகலான நடைபாதை வழியாக சட்வபிபால் பாலத்திற்கு நாங்கள் சென்றபோது ஒரு பெரிய சாரைப்பாம்பு சாவதானமாக எங்களுக்குக் குறுக்காகச் சென்றது. நான் அது நழுவிச் சென்று மறைவதையே பார்த்துக் கொண்டிருந்தேன். எனக்குப் பின்னாலிருந்து மாதோசிங் சொன்னார்: 'உங்கள் தோல்விக்கெல்லாம் காரணமான கெட்ட ஆவி அதோ போகிறது பாருங்கள்'.

கட்வாலை ஆட்கொல்லியிடம் ஒப்படைத்துவிட்டுச் செல்வது உங்களுக்கு ஈவிரக்கமற்ற செயலாகத் தோன்றலாம். எனக்கும் அப்படித்தான் இருந்தது. இந்திய நாளிதழ்களில் அப்போதெல்லாம் தினந்தோறும் இந்தச் சிறுத்தை பற்றிய செய்திகள் வந்த வண்ணம் இருந்ததால் என் முடிவைத் தவறாக விமர்சித்து எழுதவும் செய்தனர். ஒன்று என்னால் உறுதியாகச் சொல்ல முடியும். கடுமையான உடல் மற்றும் மனஉளைச்சலை உண்டாக்கும் ஒரு காரியத்தை நீங்கள் காலவரையின்றி செய்ய முடியாது.

கட்வாலில் நான் செலவழித்த பல வாரங்களின் ஒவ்வொரு நாளுக்கும் 24 மணி நேரங்கள் இருந்தன. இரவெல்லாம் சிறுத்தைக்காகப் பல மணி நேரங்கள் காத்திருந்து விட்டு மறுநாள் கணக்கற்ற தூரத்தை வெறும் காலால் கடந்திருக்கிறேன். வெகு தொலைவில் இருந்த கிராமங்களில் ஆட்கொல்லித் தாக்குதல் நடைபெற்றதாகத் தகவல் வந்துவிட்டால் அந்தக் கிராமத்தை நோக்கிக் கால்கடுக்க நடந்திருக்கிறேன்.

பல நிலவெரிக்கும் இரவுகளில் அசௌகர்யமான விதத்தில் கால்மடக்கி உட்கார்ந்து இருந்தபோது உடல் அளவில் என் தாங்கும் திறன் அதன் வரம்பைக் கடந்துவிட்டது.

சில இடங்களில் இரவுவேளைகளில் நான் உட்கார்ந்திருக்கும் இடமானது சிறுத்தை என்னைத் தாக்க சுலபமானது என்று தெரிந்து கண்மூடாமல் இரவெல்லாம் கழித்திருக்கிறேன்.

மணிக்கணக்கில் எவ்விதப் பாதுகாப்புமின்றி நீண்டு கிடக்கும் சாலைகளில் நடந்திருக்கிறேன். நான் மட்டுமின்றி அந்த ஆட்கொல்லியும் சாலையில் என்னைப் பின்தொடர்ந்திருக்கிறது. அதனிடமிருந்து தப்பிக்க நான் கையாண்ட தந்திரங்கள் கணக்கில் அடங்கா. ஆட்கொல்லி அதிருஷ்டவசத்தாலோ ஒரு பேய்த்தனமான தந்திரத்தாலோ – எனது துப்பாக்கியிலிருந்து ஒரு விரலை அழுத்தினால் போதும் – சீறிவரும் குண்டிலிருந்து தப்பித்து வந்தது. ஒவ்வொருமுறையும் நான் இரவு நேரங்களில் நடந்து சென்ற பாதையை மறுநாள் காலையில் பரிசோதிக்கும்போது என்னை ஆட்கொல்லி பின்தொடர்ந்து வந்திருக்கிறது என்ற என் யூகம் சரியாகவே இருக்கும்.

ஒரு மனிதன் – என்னதான் நிலவு பகல்போல ஒளிவிட்டாலும் தன்னை இரையாக்கிக்கொள்ள ஒரு ஆட்கொல்லி பின் தொடர்கிறது என்ற உணர்வு அவனுள் ஒரு தாழ்வுப்பயத்தை உண்டாக்கி அவனை நடுக்கத்துக்கு ஆட்படுத்துகிறது.

உடல் அளவிலும் மனத்தளவிலும் சோர்ந்து போய், ருத்ரப்ரயாகையில் நான் தொடர்ந்து நீண்டநாள் தங்கியிருப்பது அந்தப் பகுதி மக்களுக்கு எவ்விதப் பயனும் தந்திருக்காது என்பதுடன் என் உயிரையும் நான் இழந்திருப்பேன்.

பத்திரிகைகள் நானாக மேற்கொண்ட இப்பணியை தற்காலிக மாகக் கைவிட்டது குறித்து விமர்சிக்கக்கூடும். ஆனால் நான் செய்வது சரிதான் என்ற உணர்வுடன் தொலைவில் இருந்த என் இல்லம் நோக்கிச் சென்று கொண்டிருந்தேன். கட்வால் மக்களிடம் நான் என்னால் முடிகிறபோது அவர்களுக்கு உதவி செய்ய கட்டாயம் எவ்வளவு சீக்கிரம் முடியுமோ அவ்வளவு சீக்கிரம் திரும்பி வருவேன் என்று உறுதியளித்திருந்தேன்.

15. மீண்பிடி இடைவேளை

என் தோல்விக் களத்திலிருந்து வெளியேறி விட்டேன். 1925 கடைசியில் களைப்புற்றும் உற்சாகமிழந்தும் போய்விட்ட நான் 1926 வசந்தகாலத் துவக்கத்தில் புத்துணர்ச்சியோடும் நம்பிக்கையோடும் என் பணியைத் தொடர திரும்பி வந்தேன்.

ஆட்கொல்லியைத் தேடி நான் புறப்பட்ட இந்த இரண்டாவது வருகையில் கோத்வாராவுக்குப் புகைவண்டியில் சென்றேன். அங்கிருந்து பௌரிக்கு கால்நடையாகப் பயணித்து என் பயணத்தில் மொத்தம் எட்டு நாட்களை மிச்சப்படுத்தினேன். பௌரியில் இபாட்சன் என்னுடன் சேர்ந்துகொண்டு ருத்ரப்ரயாகைக்கு வந்தார்.

கட்வாலில் நான் இல்லாதிருந்த மூன்று மாதங்களில் ஆட்கொல்லி பத்து மனிதர்களைக் கொன்றுவிட்டது. இந்த மூன்று மாதங்களில் பீதியில் மூழ்கிக் கிடந்த அப்பகுதி மக்கள் ஆட்கொல்லியைக் கொல்ல எந்த முயற்சியும் எடுக்கவில்லை.

கொல்லப்பட்ட பத்து நபர்களில் கடைசி நபர் ஒரு சிறுவன். நாங்கள் ருத்ரப்ரயாகை வந்துசேர்வதற்கு இரண்டு நாள் முன்னதாக அலக்நந்தாவின் இடது கரையில் இந்தச் சிறுவன் கொல்லப்பட்டிருக்கிறான். பௌரியில் தந்திமூலம் இந்தச் செய்தி எங்களை வந்தடைந்தது. எங்களால் எவ்வளவு விரைவாக முடியுமோ அவ்வளவு விரைந்து வந்தும் எங்களுக்காக இன்ஸ்பெக்ஷன் பங்களாவில் காத்திருந்த பட்வாரி முந்தைய இரவு அந்தச் சிறுவனின் உடலில் எதையும் மிச்சம் வைக்காமல் சிறுத்தை தின்று தீர்த்து

விட்டதாகக் கூறியபோது எங்களுக்கு ஏமாற்றமே ஏற்பட்டது. இதனால் இரையின் அருகில் ஆட்கொல்லிக்காக உட்கார்ந்து காத்திருக்க முடியாமல் போயிற்று.

ருத்ரப்ரயாகையிலிருந்து நான்கு மைல் தொலைவிலிருந்த கிராமத்தில் நள்ளிரவில் சிறுவன் கொல்லப்பட்டான். சிறுத்தை எவ்விதத் தொந்தரவுமின்றி அதன் இரையைத் தின்னமுடிந்ததால் ஆற்றைக் கடந்து அது போயிருக்க வாய்ப்பில்லை.

நாங்கள் வந்து சேர்ந்தவுடன் அந்த இரண்டு தொங்கு பாலங்களையும் மூடிவிட ஏற்பாடு செய்தோம்.

குளிர்காலத்தின்போது இபாட்சன் ஆட்கொல்லி நடமாடும் இடங்கள் குறித்து கண்டறிந்து சொல்ல ஆட்களை ஏற்பாடு செய்திருந்தார்.

இந்தப் பகுதியில் ஒரு நாய், ஆடு, பசு அல்லது மனிதர் கொல்லப்பட்டால் அல்லது கதவைத் திறக்க ஆட்கொல்லி முயற்சி செய்திருந்தால் சம்பவம் பற்றிய தகவலைச் சொல்ல இந்தக் குழுவினர் எங்களுக்கு உதவி செய்தார்கள். இதன்மூலம் ஆட்கொல்லிச் சிறுத்தையுடன் நாங்கள் இடையறாத தொடர்பு கொண்டிருந்தோம்.

நூற்றுக்கணக்கான பொய்வதந்திகள் ஆட்கொல்லிப் புலியின் தாக்குதல் பற்றி எங்களுக்கு வந்த வண்ணம் இருந்தன. இதன் விளைவாகக் கணக்கற்ற மைல்கள் நாங்கள் நடக்க வேண்டி வந்தது. ஆனால் இது எதிர்பார்க்கக்கூடிய ஒன்றுதான்.

ஏனென்றால் ஆட்கொல்லி என்று உறுதியாகத் தெரிந்த விலங்கு ஒரு குறிப்பிட்ட வட்டாரத்தில் உலவுவதாக அறியப் பட்டால் அங்கே ஒவ்வொருவரும் தங்களின் நிழல்களைக் கண்டே பயப்பட நேரும். இரவில் கேட்கும் ஒவ்வொரு சத்தமும் ஆட்கொல்லியாக இருக்குமோ என்று அச்சமூட்டும்.

இப்படிப்பட்ட வதந்திகளில் ஒன்று கால்ட்டூ என்ற மனிதனைப் பற்றியது. இவன் குண்டா என்ற ஊரைச்சேர்ந்தவன். ருத்ரப்ரயாகையிலிருந்து ஏழு மைல்களுக்கு அப்பால் அலக் நந்தாவின் வலதுபக்கக் கரையோரம் இந்தக் கிராமம் இருந்தது. கால்ட்டூ ஒரு இரவை மாட்டுக்கொட்டகையில் கழிப்பதற்காக கிராமத்திலிருந்து சென்றிருக்கிறான். இந்த இடம் கிராமத்திலிருந்து ஒரு மைல் தொலைவில் இருந்தது. மறுநாள் காலை அவனுடைய மகன் மாட்டுக்கொட்டிலுக்கு சென்றபோது அப்பாவின் போர்வை மாட்டுக்கொட்டகையின் உட்புறம் கொஞ்சமும் வெளிப்புறம் கொஞ்சமுமாகத் தொங்கியதைப் பார்த்திருக்கிறான்.

பக்கத்திலிருந்த மிருதுவான நிலப்பகுதியில் அங்கே உடலை இழுத்துப்போன அடையாளம் மாதிரி ஏதோ தெரிந்திருக்கிறது. அதன் அருகிலேயே ஆட்கொல்லியின் பாதச்சுவடுகள். கிராமத்துக்கு ஓடிவந்த அவன் போட்ட கூக்குரலைக் கேட்டுவிட்டு அறுபதுபேர் உடலைத் தேடிப் புறப்பட்டார்கள். நான்குபேர் விஷயத்தைச் சொல்ல ருத்ரப்ரயாகையிலிருந்த எங்களிடம் அனுப்பப்பட்டார்கள்.

இபாட்சனும் நானும் ஆற்றின் இடது பக்கக் கரையில் ஆட்கொல்லியைக் குன்றுப்பக்கம் தேடிக்கொண்டிருந்தபோது வந்த இந்த வதந்தியில் உண்மையிருக்காது என்றே தோன்றியது. நிச்சயமாக ஆட்கொல்லி நாங்கள் இருந்த பக்கம்தான் உலவிக் கொண்டிருக்கிறது. கால்ட்டூ கொல்லப்பட்டது உண்மையல்ல என்று புரிந்தது. இபாட்சன் ஒரு பட்வாரியை நான்கு ஆட்களுடன் அனுப்பி நன்றாக விசாரித்து உண்மையை அறிந்து வரச் செய்தார். மறுநாள் மாலை பட்வாரியின் தகவல் அறிக்கை கிடைத்தது. அதில் மாட்டுக் கொட்டகை வெளியிலிருந்த மிருதுவான நிலப்பகுதியில் பதிவான சிறுத்தையின் பாதச்சுவடுகளைக் காட்டும் வரைபடம் இருந்தது.

அந்த அறிக்கை ஒருநாள் முழுதும் சுற்று வட்டாரத்தில் இருநூறு ஆட்களை வைத்துத் தேடியும் கால்ட்டூவின் உடல் மிச்சங்களைக் கண்டுபிடிக்க முடியவில்லை என்றும் தொடர்ந்து தேடிக் கொண்டிருப்பதாகவும் தெரிவித்தது. பாதச்சுவடு வரைபடம் ஆறு வட்டங்களுடன் இருந்தது. ஒன்று அகன்று பெரிதாகத் தட்டுபோல இருந்தது. அதைச்சுற்றிச் சமமான ஆறு வட்டங்கள். இது ஒவ்வொன்றும் தேநீர்க் கோப்பை அளவுக்கு இருந்தன. எல்லா வட்டங்களும் ‘காம்ப’ஸின் துணைகொண்டு போடப்பட்டிருந்தன.

ஐந்து நாட்கள் கழித்து நானும் இபாட்சனும் பாலத்தின் கோபுரப் பகுதிக்குச் சென்று காத்திருக்கப் புறப்பட்டோம். அந்த சமயம் ஒரு ஊர்வலம் எங்கள் பங்களாவுக்கு வந்து சேர்ந்தது.

ஊர்வலத்தின் முன்னால் ஒரு மனிதன் தள்ளாடியபடி உரத்த குரலில் தான் ஒரு குற்றமும் செய்யவில்லை என்றும் ருத்ரப்ரயாகையிலிருந்து தன்னை அழைத்து வந்தது அநியாயம் என்றும் கத்தினான். அந்த மனிதன் பெயர்தான் கால்ட்டூ. அவனை ஒரு வழியாகச் சமாதானப்படுத்திய பிறகு நடந்ததைச் சொன்னான்.

ஆட்கொல்லி தூக்கிச் சென்று விட்டதாகக் கருதப்பட்ட அன்று அவன் வீட்டைவிட்டுப் புறப்படும் போது அவனுடைய

மகன் எதிர்ப்பட்டு ஒரு ஜோடி எருதுகளைத் தான் ரூ.100க்கு வாங்கியதாகக் கூறியிருக்கிறான். அவை ரூ.70 கூடப் பெறாது என்று கால்ட்டூ சொல்லியிருக்கிறான். இப்படிப் பணத்தை வீணடித்ததால் அவனுக்கு மிகவும் கோபம் உண்டாகி நேராக மாட்டுக் கொட்டகைக்குப் போய் அங்கே படுத்திருந்துவிட்டு அதிகாலை எழுந்து பத்து மைல் தள்ளியிருந்த கிராமத்திற்குப் போய்விட்டான். அங்கே திருமணம் செய்து கொடுத்த அவன் மகள் வசித்தாள்.

இப்போது கிராமத்துக்குத் திரும்பிய கால்ட்டூவை பட்வாரி கைது செய்துவிட்டார். கால்ட்டூ தன்னைக் கைது செய்யும் அளவுக்கு தான் என்ன குற்றம் செய்து விட்டேன் என்று சொல்லுங்கள் என்கிறான். சற்று நேரத்துக்கெல்லாம் அவன் செய்த காரியத்தால் என்ன நடந்தது என்று தெரிந்துகொண்டு அங்கே கூடியிருந்த கும்பலுடன் சேர்ந்துகொண்டு அவனும் சிரிக்க ஆரம்பித்துவிட்டான். பட்வாரிக்கு நேரிட்ட சிரமம், அவனுடைய இருநூறு நண்பர்களும் அவனைத் தேடி அலைந்தது, ஐந்து நாட்கள் அவன் உடலின் மிச்சங்கள் கிடைக்குமா என்று காடுபூராவும் சுற்றியது – அதேசமயம் பத்து மைல் தள்ளி இருந்த கிராமத்தில் ஐயா ஹாயாகத் தூங்கிக் கொண்டிருந்திருக்கிறார்!

ருத்ரப்ரயாகையின் தொங்கு பாலத்தருகில் இருந்த காற்று வீசியபடி இருக்கும் கோபுரத்தின்மீது இரவெல்லாம் படுத்திருக்க வெறுப்பாக இருந்தது. அங்கே மரங்களும் தச்சர்களும் கைவசமிருந்ததால் இபாட்சன் கோபுர வளைவில் ஒரு மேடையைக் கட்டினார். இந்த மேடைமீது இபாட்சன் ஐந்து இரவுகளைக் கழித்தார்.

இபாட்சன் சென்றபிறகு சிறுத்தை ஒருநாள் ஒரு நாய், நான்கு ஆடுகள் மற்றும் இரண்டு பசுக்களைக் கொன்றது. கொல்லப்பட்ட இரவே நாயும் ஆடுகளும் தின்னப்பட்டுவிட்டன. ஆனால் நான் கொல்லப்பட்ட பசுக்களின் அருகே இரண்டு இரவுகள் காத்திருந்தேன்.

சிறுத்தை வந்தது. ஆனால் நான் ரைஃபிளை உயர்த்தி டார்ச் விளக்கின் பொத்தானை அழுத்தும் சமயம் நான் உட்கார்ந்திருந்த இடத்திற்கு அருகில் இருந்த வீட்டிலிருந்து ஒரு பெண் கதவைத் திறந்த சத்தத்தில் துரதிருஷ்டவசமாக சிறுத்தை பயந்து ஓடிப் போய்விட்டது.

இந்த காலக்கட்டத்தில் மனிதர்கள் யாரும் கொல்லப்படவில்லை. ஆனால் ஒரு பெண்ணும் அவள் குழந்தையும் மோசமாகக் குதறப்பட்டனர். அந்தப் பெண்

தன் குழந்தையுடன் தூங்கிக் கொண்டிருந்த வீட்டின் கதவைப் பிறாண்டித் திறந்து உள்ளே நுழைந்து அவள் கையைக் கவ்வி அறைக்கு வெளியே அவளை இழுத்திருக்கிறது. அதிருஷ்டவசமாக அந்தப் பெண் மிகவும் நெஞ்சுறுதி மிக்கவள். அவள் மயக்கமடையாமலும் திகைத்துப் போகாமலும் சிறுத்தை அவளைத் தரையில் இழுத்துக் கொண்டு கதவுக்கு வெளியே சென்றபோது சடாரென்று கதவை மூடித் தாழிட்டுவிட்டாள். மிகமோசமாக தசை பிய்க்கப்பட்ட கையுடனும் மார்பகத்தில் ஆழமான காயங்களுடனும் தப்பிவிட்டாள். குழந்தை தலையில் ஒரு சிறுகாயத்துடன் தப்பியது. அடுத்த இரண்டு இரவுகளும் இந்த அறைக்குள் நான் காத்திருந்தேன். ஆனால் சிறுத்தை வரவில்லை.

மார்ச் மாதக் கடைசியில் ஒருநாள் கேதார்நாத் யாத்ரா மார்க்கத்தில் உள்ள கிராமத்தைப் பார்த்துவிட்டுத் திரும்பிக் கொண்டிருந்தேன்.

ஒரு இடத்தில் சாலை மந்தாகினி ஆற்றோரமாகச் சென்றது. அங்கே ஒரு அருவி பத்து முதல் பன்னிரண்டு அடி உயரத்துக்குக் கொட்டுகிறது.

அருவியின் முகப்பில் இருந்த பாறை மீது ஒரு நீளமான மூங்கில் கழியில் முக்கோண வடிவில் மாட்டிய மீன் வலையுடன் சிலர் உட்கார்ந்திருந்தனர். அருவித் தண்ணீர் கொட்டும் இரைச்சலில் அவர்கள் பேசுவதைக் கேட்க முடியவில்லை. ஆகவே சாலையை விட்டு விலகி என் பக்கம் இருந்த பாறைகள் மீது ஓய்வெடுக்கவும் புகைக்கவும் உட்கார்ந்தேன். ஏனென்றால் இன்றைக்குப் போதுமான அளவு நடந்தாகிவிட்டது. அப்புறம் அந்த ஆட்கள் என்ன செய்கிறார்கள் என்று கவனிக்கலாம்.

இந்த அழகான அற்புதமான குட்டையில் தண்ணீர் ஸ்படிகம் போல் தெளிவாக இருந்தது.

குட்டையின் தலைப்பகுதியில் அருவித் தண்ணீரிலிருந்து பன்னிரண்டு அடி உயரத்துக்கு ஒரு பாறை நின்றது. இருபது கஜதூரத்திற்கு நீண்டிருந்த இந்த உயரமான பாறை படிப்படியாக மேல்நோக்கில் சரிவாக நூறு அடி உயரத்துக்கு நீண்டு நின்றது. நான் நின்று கொண்டிருந்த குட்டையின் பக்கமிருந்து நீர்நிலையில் இறங்குவது முடியாத காரியம். நானிருந்த இடத்திலிருந்து கரையோரமாகச் சென்று மீன்பிடிப்பதும் இலாபகரமானதாக மட்டும் அல்ல, சாத்தியமானதாகவும் இருக்காது.

கரையோரமாகவே மீன்பிடிப்பதாக வைத்துக் கொண்டாலும் அது கஷ்டம். ஏனென்றால் கரையின் மேற்பகுதியில் மரங்களும்

புதர்களும் இருந்தன. குட்டையின் வால்பகுதியில் ஆறு நுரைத்துப் பொங்கும் நீர்ப்பிரவாகமாய் அலக்நந்தாவுடன் கலக்கிறது. இந்தக் குட்டையில் மீன்பிடிப்பது மிகவும் கடினமானதாக மட்டுமல்ல ஆபத்தான காரியமாகவும் இருக்கும். ஆனால் மீன்பிடிக்கும் வரை பாலத்தைக் கடந்து செல்வதை ஒத்தி வைக்கலாம். நானும் என் தூண்டிலை இன்னும் பொருத்தவில்லை.

என் பக்கக் குட்டையில் தண்ணீர் லட்சக்கணக்கான கூழாங்கல் திவலைகளாகக் கொட்டியது. நல்ல ஆழம். சற்றுத்தள்ளி ஒரு குழிவான பகுதி ஆழத்தில் காணப்பட்டது. தெளிவான நீரில் ஒவ்வொரு கல்லும் கூழாங்கல்லும் பளிச்சென்று தெரிந்தன. அங்கிருந்து மூன்று முதல் பத்து பவுண்டு எடையிருக்கக்கூடிய பல மீன்கள் மேல்நோக்கி மெதுவாக நீந்தி வந்து கொண்டிருந்தன.

பன்னிரண்டு அடி உயரமிருந்த பாறை மேல் நின்றபடி இந்த மீன்களை நான் கவனித்துக் கொண்டிருந்தேன். என் கையில் இரண்டு அங்குல மீன்பிடிக் கரண்டி ஒரு நல்ல வலுவான மும்முனை தூண்டில் முள் கேடுகப்பட்டு வைத்திருந்தேன்.

நீரின் ஆழத்திலிருந்து ஒரு மீன் குஞ்சுக்கூட்டம் வெளியே துள்ளி ஆழத்தில் இருந்த குழியின் மேலாக நீந்தலாயின. அவற்றை ஆக்ரோஷமாகப் பின் தொடர்ந்தன மூன்று மயில் கெண்டை மீன்கள்.

அவர்களில் ஒருவன் எழுந்து நின்று அருவியின் கீழே நுரைத்துப் பிரவகிக்கும் வெண்ணிற அருவி நீரில் எதையோ காட்டித் துள்ளிக்குதித்தான். அவனுடைய இரு நண்பர்களும் அந்த முக்கோண வலை மாட்டிய மூங்கிலை அருவியின் அருகே பிடித்தார்கள். மயில் கெண்டை மீன்கூட்டம் பல பருமன்களில்–ஐந்திலிருந்து ஐம்பது பவுண்டு வரை இருக்கலாம்–அருவியிலிருந்து துள்ளின. அவற்றுள் ஒரு மீன் பத்துப் பவுண்டு எடை இருக்கும். அருவியிலிருந்து வெளியே தாவி மிகச் சரியாக அவர்கள் பிடித்திருந்த மீன்வலையில் வீழுந்தது. மீனை எடுத்து கூடையில் போட்டுக்கொண்டு மறுபடி வலையை அருவிக்கு அருகே பிடித்தார்கள். இந்த விளையாட்டை நான் ஒரு மணி நேரம் கண்டு களித்தேன். அதற்குள் அவர்கள் நான்கு மீன்களைப் பிடித்திருந்தார்கள். எல்லாமே ஒரே பருமன். பத்து பவுண்டுகள்.

ருத்ரபிரயாகைக்கு நான் முன்பு வந்திருந்தபோது இன்ஸ்பெக்ஷன் பங்களாவில் இருந்த காவல்காரர் வசந்தகாலத்தில் பனிநீர் வந்து விழுவதற்குமுன் அலெக்நந்தாவிலும் மந்தாகினி ஆற்றிலும் நிறைய மீன்கள் பிடிக்கலாம் என்றார்.

ஆகவே இம்முறை இந்த இரண்டாவது வருகையில் பதினான்கு அடி நீள பிரம்புக் கழி, இருநூற்று ஐம்பது

கஜநீளமுள்ள சுருள் சக்கரம், சில இறைச்சித்துண்டுகள், வீட்டில் செய்த ஒன்று முதல் இரண்டங்குல நீளமுடைய பித்தளை மீன்பிடிக் கரண்டிகள் இவற்றுடன் வந்து சேர்ந்தேன்.

மறுநாள் காலை ஆட்கொல்லி பற்றி எந்த தகவலும் வராததால் நான் எனது மீன் தூண்டிலுடன் அருவியை நோக்கி நடந்தேன்.

முந்திய நாள் நான் கண்டதுபோல மீன்கள் எதுவும் அருவியிலிருந்து துள்ளிக் குதிக்கவில்லை. ஆற்றின் தூரத்துக் கரைமீது உட்கார்ந்திருந்தவர்கள் நெருப்பை உண்டாக்கி அதைச் சுற்றிலும் ஹுக்கா புகைத்தபடி இருந்தார்கள். அது ஒருவர் கையிலிருந்து மற்றொருவர் கைக்கு மாறிமாறிச் சென்றது. என்னை ஆர்வத்துடன் கவனித்தபடி இருந்தனர்.

அருவிக்குக் கீழே முப்பதிலிருந்து நாற்பது கஜஅகலத்துக்கு குட்டை ஒன்று இருந்தது. இருபுறமும் பாறைகள் சுவராக எழுந்து நின்றன. இருநூறு கஜதூரத்திற்கு நின்ற அவற்றில் குட்டையின் தலைப்பகுதியில் நின்றபடி நூறு கஜதூரம்வரை என்னால் பார்க்க முடிந்தது. என் கையிலிருந்த மீன்பிடிக் கழியை எனது நண்பர் ஹார்டி அதைப் பயன்படுத்தும் உத்தேசமின்றி இருந்தார். ஆனால் முன்பு பல சந்தர்ப்பங்களில் அது பயன்படுத்தப்பட்டிருக்கிறது. மீன்பிடிக் கரண்டியை வீசினேன். என் ஆர்வத்தில் இடைப்பட்ட தூரத்தை அதிகப்படியாகக் கணக்கிட்டு விட்டேன். இதன் காரணமாக கரண்டி குட்டையின் தூரத்தில் இருந்த பாறையில் நீர்ப்பரப்பில் இருந்து இரண்டடி உயரத்தில் மோதியது. கரண்டி தண்ணீரில் விழுவதற்கும் மீன்குஞ்சுகள் பாறைக்கு வந்து சேரவும் சரியாக இருந்தது. கரண்டி தண்ணீர்ப் பரப்பைத் தொட்டதும் முன்னால் நீந்திவந்த மயில் கெண்டை மீன் அதை விழுங்கியது.

உயரமான இடத்தில் நின்று கொண்டு தூண்டில் கயிற்றை வீசுவது மிகவும் கஷ்டமானது. ஆனாலும் எனது தூண்டில் அதைத் தாக்குப்பிடித்தது. வலுவான மும்முனை முள் மீன்கொண்டையின் வாயில் உறுதியாக மாட்டிக் கொண்டு விட்டது. ஓரிரு கணங்கள் அந்த மீனுக்கு என்ன நடந்தது என்று தெரியவில்லை. நீரில் அதன் வெள்ளை வயிற்றை என் பக்கம் காட்டிக்கொண்டு செங்குத்தாக நின்றது. இந்தப்பக்கமும் அந்தப் பக்கமுமாகத் தலையை உதறியது. அதன் தலைமீது மோதியபடி ஆடிக்கொண்டிருந்த கரண்டியைப் பார்த்து பயந்துபோய் ஒரு பெரிய துள்ளலுடன் தண்ணீருக்குள் பாய்ந்து சென்றது. அதைச் சுற்றிலும் குழியில் நீந்தியபடி இருந்த மீன்குஞ்சுக் கூட்டத்தை சிதற அடித்துச் சென்றது அது.

மயில் கெண்டை மீனின் முதல் பாய்ச்சலில் சுருள் சக்கரத்தி லிருந்த நூறு அடி கஜக்கயிற்றை உருவிச் சென்றது. சற்று நின்று பிறகு மேலும் ஐம்பது கஜதூரம் பாய்ந்து சென்றது. சுருள் சக்கரத்தில் இன்னும் ஏராளமாக கயிறு இருந்தது. ஆனால் இப்போது மீன் வளைவுக்கு அப்பால் போய்விட்டது. குட்டையின் வால்பகுதி நோக்கிச் சென்றது. இது ஆபத்தானது. மீன்பிடிக் கயிற்றினை இறுக்கிப் பிடித்தும் தளர்வாக விட்டும் அதன் தலையை நீரோட்டத்தின் எதிர்ப்பக்கம் இழுப்பதில் வெற்றி பெற்றேன். இப்படிச் செய்தபின் வளைவிலிருந்து அதை மெதுவாக என் பார்வைக்கு உட்பட்ட நூறு கஜ நீர்ப்பரப்புக்கு இழுத்தேன்.

எனக்கு நேர்கீழே துருத்திக் கொண்டிருந்த ஒரு பாறை பின்புற நீர்ப்பரப்பை ஏற்படுத்தி இருந்தது. இந்த நீர்ப்பரப்பிலிருந்து அரைமணி நேர சண்டைக்குப் பிறகு மீனை வெளியே இழுத்தேன்.

எனது பாலத்தை அடைந்தபோது அதைக் கடக்க வழியின்றி மீனை வெட்டுவது எப்படி என்று யோசித்த வேளையில் என் அருகில் யாரோ வந்து நின்றார்கள். பாறையைத் தாண்டி பின்புற நீர்ப்பரப்பை எட்டிப் பார்த்த அந்தப் புதுஆசாமி அது மிகப் பெரிய மீன் என்றும் அதே மூச்சில் அந்த மீனை வைத்து நான் என்ன செய்யப்போகிறேன் என்றும் கேட்டார். அந்த மீனைப் பாறைக்குமேல் தூக்குவது சாத்தியமில்லை என்று சொல்லி அதை விடுவிப்பதைத் தவிர வேறு வழியில்லை என்றேன்.

அதற்கு அந்த ஆசாமி “சாஹேப் சற்றுப் பொறுங்கள். என் தம்பியைக் கூப்பிடுகிறேன்” என்றார். அவருடைய தம்பி—ஒல்லி ஒடிசலான உருவமும் துறுதுறுக்கும் கண்களும் கொண்டிருந்த இளைஞன் — அப்போதுதான் மாட்டுக் கொட்டகையைச் சுத்தப்படுத்திக் கொண்டிருந்தான்போல. கையெல்லாம் சாணி. ஆகவே அவனை நீரோட்டப் பகுதிக்குப் போய் கையைக் கழுவிக் கொண்டு வருமாறும், இல்லாவிட்டால் வழுக்குமென்றும் கூறி அவனுடைய சகோதரனிடம் ஆலோசனை செய்தேன்.

நாங்கள் நின்று கொண்டிருந்த இடத்திலிருந்து சில அங்குல அகலமுள்ள விரிசல் பாறையில் தாறுமாறாகச் சென்றது. நீர்ப்பரப்புக்கு ஒரு அடிஉயரத்தில் ஆறு அங்குல அகலமுடைய ஒரு பாறைத்துணுக்கு நீட்டிக் கொண்டிருந்தது.

கடைசியாக நாங்கள் ஒரு திட்டத்தை முடிவு செய்தோம். அந்த இளைஞன் கைகால்களைக் கழுவிக்கொண்டு உடம்பெல்லாம் நீர்த்திவலைகள் மினுமினுக்க வந்தான்—துருத்திக் கொண்டிருக்கும் அந்தப் பாறைத்துணுக்குக்கு அவன் போக வேண்டும். அண்ணன்காரன் பாறையின் விரிசல்கள் வழியே

கீழிறங்கி இளைஞனின் இடக்கரத்தைப் பற்றிக்கொள்ள வேண்டும். நான் அண்ணனின் இன்னொரு கையைப் பிடித்துக்கொண்டு பாறை மீது இருக்க வேண்டும்.

திட்டத்தைச் செயல்படுத்துவதற்கு முன்பாக சகோதரர்கள் இருவரையும் பார்த்து அவர்களுக்கு மீனை எப்படிப் பிடிப்பது எனத் தெரியுமா என்றும் நீந்தத் தெரியுமா என்றும் கேட்டேன். சிறுவயதிலிருந்தே மீன் பிடிக்க மட்டுமல்ல, ஆற்றில் நீந்தவும் தெரிந்தவர்கள் நாங்கள் என்று சிரித்துக்கொண்டே சொன்னார்கள்.

இந்தத் திட்டத்தின் குறைபாடு என்னவென்றால் மீன்பிடிக் கழியையும் பிடித்துக்கொண்டு அவர்களையும் பிடித்துக் கொள்ளும் தொடர்பில் இணைய முடியுமா என்று தெரியவில்லை. ஆகவே கழியைக் கீழே வைத்துவிட்டு மீன்பிடிக்கயிற்றை மட்டும் கையில் பிடித்துக் கொண்டேன். சகோதரர்கள் அவரவர் நிலைக்குச் சென்றபிறகு நான் பாறையில் படுத்தபடி நகர்ந்து கீழ்நோக்கி கையை நீட்டி அண்ணனின் கையைப் பற்றிக் கொண்டேன். பிறகு மிக மெதுவாக மீனை நான் பாறையை நோக்கி இழுத்தேன். அவ்வப்போது தூண்டில் கயிற்றைக் கையிலும் பல்லிலும் கெட்டியாகப் பிடித்துக்கொண்டேன்.

இளைஞனுக்கு மீன்பிடிக்கத் தெரியுமா என்ற கேள்விக்கே இடமில்லை. ஏனென்றால் மீன் பாறைக்கருகே வரும் முன்னதாகவே அவன் கட்டைவிரலை மீனின் ஒருபக்க செவிள் பகுதிக்குள் செலுத்தி மற்ற விரல்களை மறுபகுதிக்குள் நுழைத்து மீனின் தொண்டைப்பகுதியைக் கெட்டியாகப் பற்றிக் கொண்டான். அதுவரைக்கும் மீன் சும்மாதான் இருந்தது. ஆனால் அதன் தொண்டையைப் பிடித்ததும் அது துள்ளியது பாருங்கள், நாங்கள் மூன்றுபேரும் தலைகுப்புற ஆற்றுக்குள் விழப்போகிறோம் என்றுதான் நினைத்தோம்.

இரண்டு சகோதரர்களுமே வெறுங்காலோடுதான் இருந்தார்கள். மீன்பிடிக் கயிற்றைப் பிடித்துக்கொள்ள வேண்டிய தேவை இல்லாமல் போனபோது இரண்டு கைகளாலும் உதவ முடிந்தது. அவர்கள் பாறைப் பக்கமாகத் திரும்பி மேல் ஏற ஆரம்பித்தார்கள். நான் அவர்களை மேலிருந்தபடி கைலாகு கொடுத்து இழுத்தேன்.

ஒருவழியாக மீனைக் கரைக்குக் கொண்டுவந்து சேர்த்து விட்டோம். சகோதரர்களை அவர்களுக்கு மீன் சாப்பிடும் வழக்கமுண்டா என்று கேட்டேன். ஆஹா தாராளமாகச் சாப்பிடுவோம் என்றார்கள் இருவரும். எனது ஆட்களுக்கு வேண்டி நான் இன்னொரு மீனைப் பிடிக்க உதவினால் இந்த முப்பது

பவுண்டு எடையுள்ள மீனை அவர்கள் எடுத்துக்கொள்ளலாம் என்றேன்.

மயில்கெண்டை மீனின் கீழுதட்டின் தசைப்பகுதியில் மும்முனைத் தூண்டில் முள் ஆழமான காயத்தை ஏற்படுத்தி யிருந்தது. நான் அந்த மீனை வெட்டியபோது சகோதரர்கள் நான் வேலை செய்வதை ஆர்வமுடன் கவனித்தார்கள். தூண்டில் முள்ளை வெளியே எடுத்ததும் அவர்கள் அதைப் பார்க்கலாமா என்று கேட்டார்கள். மூன்று தூண்டில் முள்கள் ஒன்றாக இருப்பதை அவர்கள் கிராமத்தில் யாருமே பார்த்ததில்லை. வளைந்த பித்தளைத் துண்டு தூண்டிலை மூழ்கவைப்பதாக இருந்தது. மீன்தூண்டிலின் முள்ளில் இரையாக என்ன வைக்கப்பட்டது? பித்தளையைச் சாப்பிட மீன் வந்தது எதற்காக? அது உண்மையிலேயே பித்தளைதானா அல்லது ஏதாவது கெட்டிதட்டிய இரையா?

கரண்டி, மூன்று கவட்டையுடன் கூடிய முள் இவற்றைச் சொல்லிச் சொல்லி ஆச்சரியப்பட்டார்கள். இரண்டாவது மீனை நான் எப்படிப் பிடிக்கிறேன் என்று அவர்களைக் கவனிக்கச் சொல்லிவிட்டு வேலையை ஆரம்பித்தேன்.

குட்டையிலேயே மிகப்பெரிய மீன் அருவியின் அடியில் இருந்தது. அங்கே தண்ணீர் வெள்ளை வெளேரென்று நுரைத்துப் பொங்கியது. மயிற்கெண்டை தவிர அங்கே மிகவும் பெரிய மீன் நீந்தியது. இந்தமீன் செத்த இரைக் கரண்டியை சட்டென விழுங்கும். மலை ஆறுகளில் இவ்வகை மீன்களைப் பிடிப்பதில் 90 விழுக்காடு உழைப்பு வீணாகிறது. தூண்டில் முள்ளில் சிக்கியதும் இவை அப்படியே கரணமடித்து குட்டையின் அடியாழத்துக்குப் போய்த் தன் தலையைப் பாறையின்கீழ் புதைத்துக் கொள்ளும். அப்புறம் அவற்றை அங்கிருந்து பிடிப்பது கஷ்டமாகிவிடும். சில சமயம் முடியாமலே கூட போய்விடும்.

முதலில் தூண்டில் போட்ட இடத்தைத்தவிர வேறு எதுவும் உகந்த இடமாகத் தோன்றவில்லை. ஒருகையில் மீன்பிடிக் கழி மறுகையில் வீசுவதற்கான கரண்டி ஆகியவற்றுடன் இங்கே மறுபடி உட்கார்ந்தேன்.

நாங்கள் மயில்கெண்டை மீனைப் பிடிப்பதிலும் பாறைமீது அங்குமிங்குமாக நடமாடியதிலும் குட்டையின் ஆழத்தில் இருந்த குழியில் நீந்திய மீன்கள் ஓடிப்போய்விட்டன. இப்போது அவை வரத்தொடங்கி இருந்தன.

திடீரென்று சகோதரர்கள் இருவரும் ஆச்சரியமாக கூவினார்கள். நீர்ப்பரப்பில் விரல்களை நீட்டித் துள்ளிக்

குதித்தார்கள். தண்ணீரின் ஆழத்தில் நீரோட்டத்தில் குழியருகே மிகவும் ஆழமான இடம் தொடங்கும் பகுதியில் ஒரு பெரிய மீன் நீந்துவதைக் காட்டினார்கள். நான் தூண்டிலை வீசுமுன் மீன் திரும்பி நீரின் ஆழத்தில் மறைந்துபோயிற்று. ஆனால் மறுபடி வந்தது. ஆழம்குறைவான பகுதிக்கு வந்தவுடன் தூண்டிலை வீசினேன். மீன்பிடிக் கயிறு ஈரமாக இருந்ததால் கொஞ்சதூரமே வீச முடிந்தது. இரண்டாவது முறை வீசியது மிக அழகான இடத்தில் விழுந்தது. மிக அழகாக சரியான நேரத்தில் வீசப்பட்டது. தண்ணீரில் எங்கே சென்று கரண்டி விழவேண்டுமென்று நினைத்தேனோ அங்கே சென்று கச்சிதமாக விழுந்தது.

கரண்டி மூழ்கும் வரை காத்திருந்தேன். பிறகு தூண்டில் கயிற்றை சுருள் சக்கரத்தில் சுற்ற ஆரம்பித்தேன். கரண்டிக்குத் தேவையான சுழற்சியைத் தந்தபடி அதைச் சின்னச் சின்ன அதிர்வுகளில் துடிக்கச் செய்தபடி மெல்ல மீன்பிடிக் கயிற்றை இழுக்கலானேன். மயில்கெண்டை முன்னால் பாய்ந்தது. அடுத்த நொடி அதன்வாயில் நன்றாக மாட்டிக்கொண்ட முள்ளுடன் தண்ணீருக்கு வெளியே எம்பி ஒரு துள்ளு துள்ளியது. கீழ் நீரோட்டம் நோக்கி தண்ணீரை அடித்துப் பாய்ந்தது. இதைப் பார்த்தவர்கள் எல்லோரும் ஆச்சரியத்தில் மூழ்கினர்.

சுருள் சக்கரத்தை இயக்கி மீன்பிடிக் கயிறு நீண்டு சென்றபோது என் இருபுறமும் நின்ற சகோதரர்கள் குட்டை ஓரமாக மீன் கீழே போகாதபடி பார்த்துக் கொள்ளச் சொன்னார்கள். இதைச் சொல்வது சுலபம், செய்வது கடினம். ஏனென்றால் எடுத்த எடுப்பில் மயில் கெண்டை மீனின் மூளைகலங்கிய ஓட்டத்தை ஏதாவது உடைந்துபோகாமல் அல்லது தூண்டில் முள் வளையத்தைப் பிய்த்துவிடாமல் தடுப்பது கடினம். அதிருஷ்டம் எங்கள் பக்கம் இருந்தது. இல்லாவிட்டால் மீன் பயந்திருக்கவேண்டும். ஏனென்றால் ஐம்பது கஜ நீள மீன் கயிற்றுக்குள்ளாகவே அது நின்றுவிட்டது. வேட்டையின் வீரியத்தோடு அது போராடினாலும் வளைவின் மறுபக்கம் அது இழுக்கப்பட்டது. பாறையை ஒட்டியிருந்த சிறிய பின்பக்க நீர்ப்பரப்பில் அது வந்துவிழுந்தது.

முதல் தடவை கரைசேர்த்த மீனைவிட இரண்டாவது மீனைக் கரைசேர்ப்பது எளிதாக இருந்தது. ஏனென்றால் பாறையில் எங்கே நிற்பது, என்ன செய்வது என்பது எங்களுக்குப் பரிச்சயமாகிவிட்டது.

இரண்டு மீன்களும் ஒரே நீளத்தில் இருந்தன. இரண்டாவது மீன் முதல் மீனைவிட சற்று கனமாக இருந்தது. மூத்த சகோதரர்

தோள்மீது அந்த மீனைப் போட்டுக்கொண்டு வெற்றிக்களிப்பில் கிராமத்தை நோக்கிப் புறப்பட்டார். அந்த மீனைப் புல்லால் செய்த கயிற்றால் கட்டி இருந்தார். அந்த இளைஞன் என்னோடு எனது தூண்டில் கழியையும் மீனையும் தூக்கிக்கொண்டு இன்ஸ்பெக்ஷன் பங்களாவரை வருவதற்குக் கெஞ்சினான்.

அந்தக் காலத்தில் நான் சிறுவனாக இருந்தபோது இதே போல மீன்பிடிக்கும் அண்ணன் ஒருவனும் எனக்கு இருந்தான். ஆகவே அந்த இளைஞன் அப்படிக் கேட்டிருக்கவே வேண்டாம். அவன் வேண்டுகோள் இதுதான்:

'நீங்கள் மீனையும் இந்த மீன்பிடித் தூண்டிலையும் நான் தூக்கிவர அனுமதித்து என் பின்னாலேயே நடந்துவரவேண்டும் சாஹேப்! சாலையில் என்னைச் சந்திக்கும் மக்கள் பஜாரில் பார்ப்பவர்கள் நான்தான் இந்த மீனைப் பிடித்தவன் என்று நினைத்துக் கொள்வார்கள். இதேபோல ஒரு மீனை ஒருபோதும் அவர்கள் பார்த்திருக்க மாட்டார்கள்.'

16. ஒரு ஆட்டின் மரணம்

மார்ச் மாதக் கடைசியில் இபாட்சன் பௌரியில் இருந்து திரும்பினார். மறுநாள் காலை நாங்கள் சிற்றுண்டி சாப்பிடும்போது ருத்ரப்ரயாகைக்கு வடமேற்கில் ஒரு கிராமத்தின் அருகே முந்தையநாள் இரவு ஒரு சிறுத்தையின் உறுமல் அடிக்கடி கேட்டுக்கொண்டிருந்ததாக தகவல் வந்தது. இந்த இடம் நாங்கள் சிறுத்தையை விசைப்பொறியில் கொன்ற இடத்திலிருந்து ஒரு மைல் தொலைவில் இருந்தது.

கிராமத்திற்கு வடக்கே அரைமைல் தள்ளி பெரிய மலையின் மீது கரடுமுரடான ஒழுங்கற்று உடைந்த நிலப்பகுதி இருந்தது. அங்கே மிகப்பெரிய பாறைகளும் குகைகளும் இருந்தன. ஆழமான பள்ளங்கள் ஆங்காங்கே காணப்பட்டன. உள்ளூர் வாசிகள் தங்கள் மூதாதையர் செப்பு உலோகம் வெட்டி எடுத்ததால் அங்கே பெரும் பள்ளங்கள் ஏற்பட்டதாகக் கூறினர். அந்தப் பகுதிகள் முழுவதும் முட்புதர்களால் சில இடங்களில் அடர்த்தியாகவும் சில இடங்களில் குறைவாகவும் சூழப்பட்டு மலைச்சரிவெங்கும் சாகுபடி நிலங்களுக்கு அரைமைல் தூரம்வரை மண்டிக் கிடந்தன.

ஆட்கொல்லி ருத்ரப்ரயாகையில் உலவிய போது இந்த இடத்தை ஒளிந்து கொள்ள உபயோகித் திருக்குமோ என்ற சந்தேகம் நீண்ட நாட்கள் எனக்கு இருந்தது. நான் அடிக்கடி சுற்றிலும் பார்வையிட ஏதுவாக உயரமான இடத்தின்மீது ஏறி நின்று அதிகாலைச் சூரிய ஒளியில் ஏதேனும் பாறைமீது

சிறுத்தை படுத்து வெயில் காய்கிறதா என்று பார்ப்பது வழக்கம். ஏனென்றால் குளிர்ந்த சீதோஷ்ண நிலையில் சிறுத்தைகளுக்கு இப்படிச் செய்வது பிடிக்கும். இதுதான் அவற்றை வேட்டையாட ஏற்ற தருணம். இது போன்ற சமயத்தில் வேண்டியதெல்லாம் கொஞ்சம் பொறுமையும் துல்லியமாக குறிபார்த்தலும்தான்.

சீக்கிரமாகவே மதிய உணவை முடித்துக்கொண்டு நானும் இபாட்சனும் எங்களுடைய 275 ரைஃபிளுடனும் அவரது ஆட்கள் ஒரு துண்டுக் கயிற்றுடனும் உடன்வர புறப்பட்டோம்.

கிராமத்தில் நாங்கள் ஒரு இளம் கிடா ஆட்டை வாங்கினோம். சிறுத்தை அவ்வப்போது நான் வாங்குகிற ஆடுகளைக் கொன்று சாப்பிட்டு வந்தது.

கிராமத்திலிருந்து ஒரு கரடுமுரடான தடம் குன்றின் மீது சென்று பிளந்து கிடக்கும் நிலப்பகுதியின் விளிம்பில் முடியும். அங்கிருந்து இடதுபக்கமாகத் திரும்பிக் குன்றின் முகத்துக்கு நேராக குறுக்கே நூறு கஜ தூரம் மலையின் மேற்புறமாக சுற்றிச் சென்றது. குன்றின் குறுக்காகச் செல்லும் தடத்தின் மேற்பகுதியில் புதர்கள் சிதறிக் கிடந்தன, செங்குத்தான கீழ்ப்பகுதியில் புற்கள் வளர்ந்திருந்தன.

ஆட்டைத் தடத்தின் திருப்பத்தில் ஓரிடத்தில் கழியை நட்டு அதில் கட்டிவைத்தேன். புதர்க்காட்டின் கீழே பத்து கஜம் தொலைவில் ஆடு நின்றது. நாங்கள் குன்றுக்குக் கீழே நூற்றைம்பது கஜ தூரம் இறங்கி அங்கிருந்த சில பெரிய பாறைகளின் பின்னால் மறைந்து கொண்டோம்.

நான் இதுவரை கேட்ட ஆட்டுக் கத்தல்களில் இது மிகச் சத்தமாக கத்துகிற ஆடு என்றுதான் சொல்வேன். காதைத் துளைக்கும் அதனுடைய மிகக் கூர்மையான அலறல் கேட்டுக் கொண்டே இருந்தது. ஆட்டை கவனிக்கவே தேவை ஏற்பட வில்லை. அதை நன்கு உறுதியாகக் கட்டியிருந்தோம். ஆட்கொல்லி அதைத் தூக்கிப்போக வாய்ப்பு இல்லை.

சூரியன் – ஒரு சிவப்பு நிறத் தீப்பந்தாக – கேதார்நாத்தின் பனிபடர்ந்த சிகரங்களுக்கிடையே மறைந்துகொண்டிருந்தபோது பாறைகளின் பின்னால் நாங்கள் எங்கள் நிலைகளில் உட்கார்ந்தோம். அரைமணி கழிந்தது. சில நிமிடங்களில் இருளின் நிழல் பரவத் தொடங்கியது. ஆடு கத்துவதை நிறுத்திவிட்டது.

பாறை ஓரமாக நகர்ந்து புற்களின் மறைப்பின் ஊடாகப் பார்த்தபோது ஆட்டின் காதுகள் விடைத்திருந்தன. மேலே புதர்களை உற்றுப் பார்த்தது. நான் கவனித்ததும் தலையை ஆட்டியபடி கயிற்றின் முழு நீளத்துக்குப் பின்னோக்கி ஓடியது.

ஆடு கத்துவதைப் பார்த்துவிட்டு சிறுத்தை நிச்சயம் வந்திருக்கிறது. ஆடு சிறுத்தை வந்திருப்பதைத் தெரிந்து கொள்ளும் முன்னதாக அதன்மீது ஆட்கொல்லி ஏன் பாயவில்லை? அதற்கு ஏதோ சந்தேகம் ஏற்பட்டிருக்கிறது என்பது இதிலிருந்து நிரூபணமாகிவிட்டது.

இபாட்சனால் என்னைவிடத் துல்லியமாக குறிபார்க்கமுடியும். ஏனென்றால் அவரது ரைஃபிளில் தொலைநோக்கிக் கருவி பொருத்தப்பட்டுள்ளது. எனவே அவரிடம் வேலையை ஒப்படைத்துவிட்டேன். அவர் கீழே படுத்து தனது ரைஃபிளை உயர்த்தியபோது ஆடு பார்க்கும் திசையில் உள்ள புதர்களைக் கூர்ந்து கவனிக்குமாறு கூறினேன். ஆட்டினால் சிறுத்தையைப் பார்க்க முடியுமானால் இபாட்சனுக்கும் தன்னிடமிருந்த சக்திவாய்ந்த தொலைநோக்குக் கருவியால் பார்க்க முடியும்.

சில நிமிடங்கள் இபாட்சன் தொலைநோக்குக் கருவி வழியே பார்த்தபடி இருந்தார். பின்பு தலையை ஆட்டினார். ரைஃபிளைக் கீழே வைத்தார். சிறுத்தையைச் சுடும் வேலையை இபாட்சன் என்னிடம் ஒப்படைத்தார். அவர் இடத்துக்கு நான் போனேன்.

முன்பு பார்த்த அதே நிலைமையில்தான் ஆடு இருந்தது. அதன் பார்வை காட்டிய இடம்நோக்கி தொலைநோக்கிக் கருவியைத் திருப்பினேன். ஒரு கண்ணிமைத் துடிப்பு, ஒரு இலையின் அசைவு அல்லது சிறு நகர்வு எல்லாமே தொலை நோக்கிவழி தெரிந்துவிடும். ஆனாலும் பல நிமிடங்கள் தொலை நோக்கிவழி கவனித்த பிறகும் ஒன்றையும் காண முடியவில்லை.

தொலைநோக்கியிலிருந்து பார்வையைத் திருப்பினேன். பகல் வெளிச்சம் கரைந்து கொண்டு இருந்தது. சிவப்பும் வெள்ளையுமான மங்கலான உருவத்தில் ஆடு தெரிந்தது. நாங்கள் நீண்ட தொலைவு சென்றாக வேண்டும்.

நீண்ட நேரம் காத்திருப்பது பயனற்றது மட்டுமல்ல ஆபத்தானதும்கூட. ஆகவே சட்டென எழுந்து இபாட்சனிடம் நாம் புறப்பட வேண்டிய நேரம் வந்துவிட்டது என்றேன்.

ஆட்டின் அருகே சென்றோம். அது பதற்றப்படுவதை நிறுத்தியிருந்தது. சத்தம் ஏதும் எழுப்பவில்லை. கழியிலிருந்து அதைக் கட்டியிருந்த கயிற்றை அவிழ்த்துவிட்டு ஒரு ஆள் அதை ஓட்டிவர கிராமத்தை நோக்கிப் புறப்பட்டோம். இதற்கு முன்பு ஆடு தன் கழுத்தில் கயிற்றால் கட்டப்பட்ட அநுபவம் இல்லாததால் இப்போது கயிறு கட்டி இழுத்துச் செல்வதைக் கடுமையாக ஆட்சேபித்துத் திமிறியது. அந்த ஆளிடம் கயிற்றை

அவிழ்த்து விடுமாறு கூறினேன். காட்டில் கட்டி வைக்கப்பட்டு பின்பு ஆடு அவிழ்த்துவிடப் படுமானால் பயத்தாலோ, துணை இல்லாததாலோ அது மனிதனின் காலடியை ஒரு நாய்போல் பின் தொடர்ந்து வரும். இந்த ஆடு தனக்கென்று வேறு ஏதாவது யோசனைகள் வைத்திருந்ததோ என்னவோ. அந்த ஆள் அதன் கழுத்தைச்சுற்றி கட்டியிருந்த கயிற்றை அவிழ்த்து விட்டதும் அது விழுந்தடித்துக் கொண்டு தடத்திலேயே எங்களுக்கு முன்னால் ஓடிப்போயிற்று.

ஆடு இப்போது கத்தாமல் இப்பதே நல்லது. முன்பு இப்படிச் செய்து சிறுத்தையின் கவனத்தை ஈர்த்திருக்கிறது. மறுபடி அப்படி நேர்ந்துவிடக்கூடும். அதுமட்டுமன்றி சில மணி நேரங்களுக்கு முன்புதான் அதைவாங்க பெரும் பணம் செலவழித்திருந்தோம். ஆகவே தடத்தின் வழியே அதைத் தேடிக்கொண்டு ஓடினோம். திருப்பத்தில் ஆடு இடது பக்கம் திரும்பியது. அப்புறம் அதைக்காணோம். ஆடு செய்ததுபோல தடத்திலேயே நடந்து குன்றின் நடுப்பகுதிவரை சென்றோம். பசுமையான குட்டைப் புல்வெளி போர்த்திய குன்றின் பரப்பினை இப்போது வெகுதூரம் பார்க்க முடிந்தது.

ஆட்டைக் கண்ணுக் கெட்டிய தூரம்வரை காணவில்லை. ஆடு குறுக்கு வழியாகக் கிராமத்துக்குப் போயிருக்கும் என்று நினைத்தோம். எங்கள் வழியில் பழையபடி தொடர்ந்து நடந்தோம். நான் முன்னால் போய்க்கொண்டு இருந்தேன். தடத்தின் நூறு கஜ தூரம் நடந்திருப்போம். தடத்தின் மேற்பகுதி முட்புதர்கள். கீழ்ப்பகுதி குட்டைப்புல். எங்களுக்கு முன்னால் வெண்மையாக ஏதோ விழுந்து கிடந்தது. வெளிச்சம் ஏறத்தாழ போய்விட்டது. அந்த வெண்ணிறப் பொருளை வெகு ஜாக்கிரதையாக அணுகியபோது அது எங்களுடைய ஆடுதான் என்று தெரிந்தது. குறுகலான தடத்தில் கால்பரப்பி குன்றின் சரிவில் நழுவ முடியாதபடி கிடந்தது.

அதன் தொண்டையிலிருந்து ரத்தம் வழிந்தது. என் கையை அதில் வைத்தபோது தசைகள் துடிப்பதை உணர்ந்தேன்.

ஆட்கொல்லி இதன் மூலம் என்னிடம் என்ன சொல்ல விரும்பியது என்று புரிந்தது – ஏனென்றால் எந்தச் சிறுத்தையும் இப்படி ஆட்டைக் கொன்று வழித்தடத்தில் போடாது:

‘இந்தா உன் ஆடு எடுத்துக்கொள். இருட்டிவிட்டது. நீங்கள் நெடுந்தொலைவு போக வேண்டும். உங்களில் யார் கிராமத்துக்கு உயிரோடு திரும்புகிறீர்கள் என்று பார்த்துவிடலாம்.’

அதிருஷ்டவசமாக என்னிடம் மட்டும் முழுமையாகத் தீக்குச்சிகள் நிரப்பப்பட்ட தீப்பெட்டி மட்டும் இல்லை என்றால்

(இபாட்சன் அப்போது புகைப்பதில்லை) நாங்கள் மூன்று பேரும் உயிருடன் கிராமத்துக்குப் போய்ச் சேர்ந்திருக்கவே முடியாது. ஒரு தீக்குச்சியைக் கொளுத்துவது. சுற்றிவர பதட்டத்துடன் பார்த்துக் கொண்டு நடையை எட்டிப் போடுவது. மறுபடி இன்னொரு குச்சியைக் கொளுத்துவது. கரடுமுரடான பாறைகளில் தடுக்கியபடி நடப்பது. இப்படியே சென்றோம். கிராமம் கூப்பிடு தொலைவில் இருந்தது. நாங்கள் அவசரமாக அழைத்த குரல்கேட்டு லாந்தர்களோடும் தீவட்டிகளோடும் ஆட்கள் ஓடிவந்தனர்.

எங்கே சிறுத்தை ஆட்டைக் கடித்துப் போட்டதோ அங்கேயே அதை விட்டு வந்திருந்தோம். மறுநாள் காலை நான் சென்று பார்த்தேன். எங்களைக் கிராமம்வரை ஆட்கொல்லி பின்தொடர்ந்து வந்ததற்கான பாதச் சுவடுகளைக் காண முடிந்தது. ஆடு நாங்கள் விட்டுவிட்டு வந்த நிலையில் தொடப்படாமலே இருந்தது.

ருத்ரப்ரயாகையின் ஆட்கொல்லிச் சிறுத்தை

17. சயனைடு விஷம் வைத்தல்

முந்தைய இரவு கொல்லப்பட்ட ஆட்டைப் பார்த்து விட்டு இன்ஸ்பெக்ஷன் பங்களாவுக்குத் திரும்பிக் கொண்டிருந்தபோது ருத்ரப்ரயாகைக்கு நான் அவசரமாகப் போயாக வேண்டும் என்று கிராமத்தில் சொன்னார்கள்.

ஏனென்றால் நேற்று இரவு அங்கே ஆட்கொல்லி ஒரு மனிதனைக் கொன்றுவிட்டது.

எனக்குத் தகவல் கொண்டு வந்தவர்கள் ஆட்கொல்லி எங்கே கொன்றது என்பதைச் சொல்லவில்லை.

ஆட்கொல்லியின் பாதச் சுவடுகளை வைத்துப் பார்க்கும்போது எங்களைக் கிராமம்வரை பின் தொடர்ந்து விட்டு ஆடு மாடுகள் செல்லும் தடத்தில் சென்று திருப்பத்தில் வலதுபக்கம் திரும்பியிருக்கிறது. எங்களில் யாரையும் கொல்ல முடியாத தோல்விக்குப் பிறகு மலைப்பகுதிக்குச் சற்றுத் தொலைவில் ஒரு மனித இரை அதற்குக் கிடைத்திருக்கிறது.

பங்களாவில் இபாட்சன் நந்துராம் என்பவனிடம் பேசிக்கொண்டிருந்ததைப் பார்த்தேன். நாங்கள் முந்திய இரவு உட்கார்ந்திருந்த இடத்திலிருந்து ஏறத்தாழ நான்கு மைல் தொலைவில் நந்துராமின் கிராமம் இருந்தது.

இந்தக் கிராமத்துக்கு மேலே அரைமைல் தூரத்தில் ஒரு ஆழமான மடு இருந்தது. தாழ்த்தப்பட்ட

வகுப்பைச் சேர்ந்த கவியா என்பவன் அந்தக் காட்டுப் பகுதியில் ஒரு சிறிய துண்டு நிலத்தைத் திருத்தி அவன், அவன் தாயார் மனைவி மூன்று குழந்தைகளுக்காக ஒரு வீடு கட்டியிருந்தான்.

அன்று விடியற்காலை நந்துராம் கவியாவின் வீடு இருந்த திசையிலிருந்து அழுகுரல் வருவதைக் கேட்டிருக்கிறான்.

விசாரித்தபோது அந்த 'வீட்டுக்காரரை' அரை மணி நேரத்துக்கு முன்புதான் ஆட்கொல்லி தூக்கிப் போய்விட்டதாம்.

இந்தத் தகவலை எடுத்துக்கொண்டுதான் நந்துராம் அரக்கப் பரக்க ஓடி வந்திருக்கிறான்.

இபாட்சனும் அரபு மற்றும் இங்கிலீஷ் குதிரைகளைச் சேணம் பொருத்திக் கிளம்புவதற்கு ஏற்பாடு செய்தார். நன்றாகச் சாப்பிட்டு விட்டுப் புறப்பட்டோம். நந்துராம் எங்களுக்கு வழிகாட்டினான்.

மலையில் சாலைகள் எல்லாம் கிடையாது. ஆடுமாடுகளின் கால்வழித் தடங்கள்தான். இந்தத் தடங்களில் கொண்டை ஊசி வளைவுகளில் திரும்ப நேர்ந்தபோது இங்கிலீஷ் குதிரை கஷ்டப்பட்டது. குதிரைகளைத் திருப்பி அனுப்பிவிட்டு செங்குத்தான அந்த உஷ்ணப் பிரதேசத்தில் கால்நடையாகவே சென்றோம்.

காட்டுக்கு நடுவே தனியாக இருந்த ஒரு செடிகொடிகள் அற்ற பகுதிக்கு வந்து சேர்ந்தோம். அந்த வீட்டிலிருந்த பெண்கள் கவியா இன்னும் உயிரோடு இருப்பான் என்றே நம்பினார்கள்.

அவர்கள் கவியா சாய்ந்து உட்கார்ந்திருந்த கதவைக் காட்டினார்கள். அங்கிருந்துதான் அவனை ஆட்கொல்லி தூக்கிப் போய்விட்டது.

சிறுத்தை, துரதிருஷ்டசாலியான அவனைக் கழுத்தில் கவ்வி இருக்கிறது. இதனால் அவனால் சத்தம் ஏதும் எழுப்ப முடியவில்லை. நூறு அடி தொலைவுக்கு இழுத்துச் சென்று அங்கே வைத்து அவனைக் கொன்றிருக்கிறது.

அதற்குப் பின் அவனை இன்னும் நானூறு கஜதூரத்தில் இருந்த ஒரு செடிகொடிகள் சூழ்ந்த மறைவிடத்துக்கு கொண்டு சென்றுள்ளது.

அவனைச் சாப்பிடும்போது கேட்ட பெண்களின் அழுகுரலும், நந்துராம் போட்ட கூச்சலும் சிறுத்தை சாப்பிட இடைஞ்சலாக இருந்திருக்கிறது.

ருத்ரப்ரயாகையின் ஆட்கொல்லிச் சிறுத்தை

ஏனென்றால் தொண்டையையும் தாடைப் பகுதியையும் மட்டுமே அது சாப்பிட்டிருக்கிறது. தோள் பட்டையில் கொஞ்சமும் ஒரு தொடையும் தின்றிருக்கிறது.

நாங்கள் உட்கார்ந்து கவனிக்க இரை அருகில் மரம் ஒன்று கூட இல்லை. ஆகவே நாங்கள் சிறுத்தை சாப்பிட்டு மிச்சம் வைத்த உடலின் மூன்று இடங்களில் சயனைடு விஷம் வைத்தோம். மாலைநேரம் சமீபித்துவிட்டது. பலநூறு கஜங் களுக்கு அப்பாலிருந்த குன்றில் உட்கார்ந்துகொண்டோம். இங்கிருந்து இரைகிடந்த மறைவிடம் நன்றாகத் தெரிந்தது. சிறுத்தை சந்தேகமின்றி அடர்ந்த புதருக்குள்தான் இருக்கிறது. மறைந்தபடியே நாங்கள் இரண்டு மணிநேரம் காத்திருந்தும் சிறுத்தை கண்ணில் படவில்லை. இருட்டியதும் லாந்தரைக் கொளுத்தினோம். பங்களாவுக்குத் திரும்பினோம்.

மறுநாள் அதிகாலை எழுந்துவிட்டோம். வெளிச்சம் மெல்லப் பரவியது. இரைகிடந்த இடத்தைக் கவனித்தபடி மீண்டும் குன்று அருகில் காத்திருந்தோம். எதையும் பார்க்கவில்லை. கேட்கவு மில்லை. சூரியன் நன்றாக உதித்து வந்தபின் ஒருமணிநேரம் கழித்து இரை அருகே சென்றோம்.

நாங்கள் சயனைடு விஷம் வைத்திருந்த மூன்று இடங் களையும் சிறுத்தைத் தொடவே இல்லை. ஆனால் இன்னொரு தோள்பட்டையையும் காலையும் தின்றுவிட்டது. கொஞ் சதூரம் உடலை இழுத்துச் சென்று புதருக்கு அடியில் ஒளித்து வைத்திருக்கிறது.

இங்கேயும் இரையைக் காவல்காக்க மரங்கள் ஏதும் இல்லை. நீண்டநேரம் நானும் இபாட்சனும் விவாதித்தோம். குன்றின் கீழிறங்கி இபாட்சன் செல்வது என்று முடிவெடுத்தோம். அங்குள்ள கிராமத்தில் ஒரு மாமரம் இருந்தது. இதில் *(machan)* வேட்டைப் பரண் அமைத்து இபாட்சன் அங்கு இரவைக் கழிக்க வேண்டும்.

நான் இரையிலிருந்து நானூறு கஜ தூரத்தில் உட்கார்வது. எதிரே கிராமத்து நடைபாதை சென்றது. அதில் ஆட்கொல்லியின் முந்தையநாள் பாதச்சுவடுகளைக் கண்டோம்.

நான் உட்கார்வதற்கு அங்கிருந்த செம்மயில்கொன்றை மரத்தைத் தேர்ந்தெடுத்தேன். பலவருஷங்களுக்கு முன்பே அதைப் பதினைந்து அடிக்கு மேல் வெட்டிவிட்டார்கள். வெட்டிய இடத்தில் வலுவான கிளைகள் முளைத்திருந்தன.

அந்த மரத்தின் பழைய வெட்டப்பட்ட உட்பகுதியில் கிளைகள் அடர்ந்த இடம் நான் உட்காரவும் ஒளிந்து கொள்ளவும் மிகஏற்றதாக இருந்தது.

எனக்கு எதிரே செங்குத்தான மரங்கள் அடர்ந்த குன்று இருந்தது. மிகவும் நெருக்கமாக வளர்ந்த குட்டை மூங்கில் காடு அது. குன்றின் முகப்புப் பகுதியில் கிழக்கு மேற்காக நன்கு புழக்கத்தில் இருந்த நடைபாதை சென்றது. இந்த நடைபாதை யிலிருந்து பத்தடிக்குக் கீழே ஒரு செம்மயில்கொன்றை நின்றது.

மரத்தில் நான் உட்கார்ந்திருந்த இடத்திலிருந்து பாதையின் பத்தடி தொலைவுவரை என்னால் நன்றாகப் பார்க்க முடிந்தது. இடதுபக்கத்தில் ஒரு மடுவைக் கடந்து அதே உயரத்தில் வெகுதூரம் நீண்டது அந்தப் பாதை.

எனக்கு வலதுபக்கம் முன்னூறு கஜ தூரம் தள்ளி புதர்களுக்குக் கீழே இரை கிடந்தது. பாதை குறுக்கிட்டுச் சென்ற மடுவில் தண்ணீரில்லை. ஆனால் முப்பது கஜதூரம் கீழே, நேர் கீழே மூன்று அல்லது நான்கு கஜ தூரத்தில் நான் உட்கார்ந்திருந்த மரத்தின் வேர் இருந்தது. அங்கே சின்னச் சின்ன குட்டைகள் இருந்தன. ஒரு சிறு ஊற்று உற்பத்தியாகி நீரோடையாகப் பெருக்கெடுத்து ஓடியது. இது கிராமவாசிகளுக்கு குடிப்பதற்கும் பயிர் சாகுபடிக்கும் நீராதாரமாக இருந்தது.

பார்வைக்கு நன்கு புலப்பட்ட பத்தடி தூர நடைபாதை செங்கோணங்களில் குன்றின் மீதிருந்த வீட்டிலிருந்து வந்த பாதையுடன் இணைந்தது. இந்த வீட்டில்தான் கவியா கொல்லப்பட்டான். இந்தப் பாதைக்கு முப்பது கஜதூரம் மேலே ஒரு திருப்பம் இருந்தது. அங்கிருந்து ஒரு சிறிய பள்ளம் சரிந்து கீழுள்ள பாதைக்குச் சென்றது. பள்ளம் தொடங்கிய இடமும் முடிந்த இடமும் என் பார்வைக்குப் படவில்லை.

டார்ச் தேவைப்படவில்லை. ஏனெனில் நிலா வெளிச்சம் பிரகாசமாக இருந்தது. வீட்டுப்பக்கமிருந்து சிறுத்தை நேராக வந்தாலும் சரி கீழுள்ள பாதை வழியே வந்தாலும் சரி – பாதச்சுவடுகள் அப்படி வந்ததாகத்தான் நேற்று புலப்பட்டன – இருபதிலிருந்து நாற்பது அடி இடைவெளியில் என்னால் சிறுத்தையைச் சுலபமாகச் சுட முடியும்.

இபாட்சனுடன் குன்றின் சரிவில் சிறிதுதூரம் சென்றேன். அதற்குப் பிறகு சூரியன் மறைய சிறிது நேரம் முன்னரே மரத்தில் ஏறி உட்கார்ந்தேன். இரண்டு நிமிஷங்களில் காட்டுக் கோழிகள் – ஒரு சேவலும் இரண்டு பெட்டைக் கோழிகளும் – கீழே ஓடி வந்தன. ஊற்றுநீரில் தண்ணீர் பருகிவிட்டு வந்த வழியே ஓடிப்போயின. இரண்டு சந்தர்ப்பங்களிலும் என் மரத்தின் கீழ்தான் அவை ஓடின. அவை என்னைப் பார்க்கவில்லை என்பதே நான் நன்றாகவே மறைந்து கொண்டிருக்கிறேன் என்பதை நிரூபித்தது.

இரவின் முன்பகுதி நிசப்தமாக இருந்தது. ஆனால் எட்டுமணி சுமாருக்கு ஒரு கேளையாடு இரைகிடந்த இடம் நோக்கி கத்தியது. சிறுத்தை வந்துவிட்டது. இரையை நோக்கி நான் கவனித்துக்கொண்டிருந்த எந்தப் பாதை வழியாகவும் அது வரவில்லை. சற்று நேரம் கத்தியபின் கேளையாடு நிறுத்திவிட்டது.

பத்துமணிவரை இரவு அமைதியாக இருந்தது. கேளையாடு மீண்டும் கத்தியது.

சிறுத்தை இரையருகே இரண்டுமணி நேரம் இருந்திருக்கிறது. வயிறு நிறைய தின்பதற்கு இது போதுமான நேரம். பலமுறை அது விஷத்தைச் சாப்பிட வாய்ப்பிருக்கிறது. இதற்கு நிறையவே சாத்தியங்கள் இருக்கின்றன. ஏனெனில் இந்த இரண்டாவது இரவில் இரையில் மிக அதிகமாக விஷம் கலக்கப்பட்டிருந்தது.

என் முன்னாலிருந்த குன்றையே கண்ணிமைக்காமல் பார்த்துக் கொண்டிருந்தேன். நிலா வெளிச்சத்தில் நள்ளிரவு இரண்டு மணிக்கு ஒவ்வொரு புல்லின் இதழும் கூட துல்லியமாகத் தெரிந்தது. வீடு இருந்த திசையிலிருந்து சிறுத்தை வரும் சத்தம் கேட்டது. அந்த வழியிலும் கீழ் நடைபாதையிலும் நான்தான் சருகுகளைத் தூவிவைத்தேன். சிறுத்தை நெருங்கும் சப்தத்தைக் குறித்து எச்சரிக்கை அடைய இது உதவும். இப்போது அது சருகுகளின்மீது அலட்சியமாய் நடந்து வந்துகொண்டிருந்தது. ஓசையின்றி வருவதற்கு அது முயற்சிக்கவில்லை. இது நம்பிக்கை தருவதாக இருந்தது. அடுத்த சில கணங்களில் என் துப்பாக்கிக் குண்டு அதைத் துளைக்கப் போவதை எதிர்பார்த்தேன்.

நடைபாதைத் திருப்பத்தில் சிறுத்தை சற்றுத் தயங்கியது. பிறகு பாதையை விட்டு விலகி அந்தச் சிறிய பள்ளத்தின் வழியாக கீழ்ப்பாதைக்குச் சென்று அங்கும் சற்றே தயங்கியது.

என் முழந்தாளின் குறுக்கே ரைஃபிளை வைத்துக் கொண்டு இயக்கமே இல்லாமல் மணிக்கணக்கில் உட்கார்ந்திருக்கிறேன். நிச்சயமாக நடைபாதை வழியே சிறுத்தை வரும் என்று நான் நம்பியதால் எனக்கு முன்னால் அது வரட்டுமென்று காத்திருந்தேன்.

எவ்வித அசைவையும் அது பார்த்துவிடக் கூடிய அபாயம் இல்லை. நான் என் தோளருகே ரைஃபிளை உயர்த்துவேன். அதன் உடலில் நான் விரும்பும் இடத்தில் சிறுத்தையைச் சுடுவேன்.

பாதையைச் சில கணங்கள் கவனித்தபடி இருந்தேன். எந்த நிமிடமும் கிளைகளின் மறைவிலிருந்து அதன் தலை வெளிப்படலாம். மன அழுத்தம் தாங்கமுடியாமல் போனபோது பாதையில் அது குதிக்கும் சத்தம் கேட்டது. இப்போது அது

குன்றின் குறுக்கே நடந்து நேராக நான் உட்கார்ந்திருந்த மரத்தை நோக்கி வந்தது. நான் அங்கே இருப்பதை அது ஏதோ ஒரு சூட்சுமமான விதத்தில் புரிந்துகொண்டுவிட்டது. கடைசியாக தான் கொன்ற இரையின் ருசி பிடிக்காமல் இன்னொரு மனித இரையைத் தேடுகிறது போலும் என்றும் நான் எண்ணினேன்.

பாதையிலிருந்து அது விலகியதன் நோக்கம் என்மீது பாய்வதற்கு அல்ல. நீர்ச்சுனைக்குச் செல்ல ஒரு குறுக்கு வழிக்காகவே அது வந்திருக்கிறது. ஏனென்றால் மரத்தடியில் சிறிதும் தயங்காமல் தொடர்ந்து சென்றது. அடுத்தகணம் அது மிகவும் தவித்தபடியும் சத்தம் எழுப்பியபடியும் தண்ணீரை அடித்த சத்தம் கேட்டது.

குன்றின் மீது சிறுத்தை நடந்துகொண்டமுறை, இப்போது அது தண்ணீரைப் பருகும் விதம் இவற்றையெல்லாம் வைத்து அது விஷத்தை சாப்பிட்டு விட்டது என்ற முடிவுக்கு வந்தேன். இதற்கு முன்னதாக சயனைடு விஷத்தின் பாதிப்பு குறித்த அநுபவம் இல்லாததால் விஷம் எவ்வளவு நேரத்தில் வேலைசெய்யும் என்று தெரியவில்லை. சிறுத்தை தண்ணீர் குடித்து பத்து நிமிடங்கள் வரை எந்த சத்தமும் கேட்கவில்லை. நீர்ச்சுனை அருகே அது இறந்து கிடக்கும் என்றுதான் எண்ணினேன். மடுவைத் தாண்டி வெகுதூரத்தில் குன்றின்மீது அது செல்லும் சப்தம் கேட்டது. பழையபடி அந்தப் பாதைக்கு சென்றதும் எங்கும் நிசப்தம் கவிந்தது.

சிறுத்தை பாதையில் நடந்து வந்தபோதும், பள்ளத்தில் இறங்கியபோதும், குன்றின் குறுக்காக நடந்து நான் உட்கார்ந்திருந்த மரத்தருகே வந்தபோதும், சுனையில் தண்ணீர் குடித்தபோதும், மடுவைத் தாண்டி வெகுதூரம் சென்றபோதும் தற்செயலாகவோ அல்லது உள்ளுணர்வு காரணமாகவோ அது தன்னை நிலாவெளிச்சத்தின் ஒரு கதிர்கூட ஊடுருவ முடியாத செடிகொடிகளின் மறைப்பில் சென்று கொண்டிருந்தது.

இனி சிறுத்தையைச் சுட வழியில்லை. இதைவிடவும் நைனிதாவில் இருந்த டாக்டர் சொன்னதைப்போல விஷம் அவ்வளவு சக்தி வாய்ந்ததாக இல்லை என்ற விஷயம்தான் பெரிதாகப்பட்டது.

மீதி இரவையும் அந்தப் பாதையைக் கவனித்தபடியும், சப்தங்களை உற்றுக் கேட்டபடியும் கழித்தேன். காலை விடிந்ததும் இபாட்சன் திரும்பி வந்தார். நாங்கள் சுவையான தேநீர் தயாரிப்பில் ஈடுபட்டிருந்தபோது இரவு நடந்ததை எல்லாம் அவரிடம் சொன்னேன்.

இரையைச் சென்று பார்த்தபோது சிறுத்தை முந்தைய இரவு சாப்பிட்டு மிச்சம் வைத்திருந்த கால்பகுதியைத் தின்றிருந்தது. அதில்தான் நாங்கள் உச்ச அளவில் விஷம் கலந்திருந்தோம். இதைத்தவிர இன்னும் இரண்டு விஷம் கலந்த இடங்களையும் அது தின்றிருக்கிறது. இடதுபக்க தோள்பட்டையில் கொஞ்சமும் முதுகிலிருந்து கொஞ்சமும் சாப்பிட்டிருந்தது.

இப்போது சிறுத்தையைத் தேட வேண்டிய அவசியம் நேரிட்டுவிட்டது. இபாட்சனுடன் வந்த பட்வாரி இதற்காக ஆட்களை ஏற்பாடு செய்யக் கிளம்பினார். மத்தியானம் பட்வாரி இருநூறு ஆட்களுடன் வந்து சேர்ந்தார்.

இவர்களின் துணையுடன் குன்றுப் பகுதியில் சிறுத்தை சென்ற திசை எங்கும் தாரை தப்பட்டை அடிக்க ஏற்பாடு செய்தோம்.

சிறுத்தை தண்ணீர் அருந்திய இடத்திலிருந்து அரைமைல் தூரம் தள்ளி, அது சென்றதாக நான் நினைத்த அதே திசையில் சில பெரிய பாறைகள் இருந்தன. அவற்றின் அடியில் குன்றுக்குள் வெகுதூரம் சென்ற ஒரு குகை இருந்தது. குகையின் திறப்பு வழியாக ஒரு சிறுத்தை தாராளமாக நுழைய முடியும். குகையின் வாயிற்பகுதியில் சிறுத்தை நிலத்தில் பிராண்டியிருந்தது. முழுசாக விழுங்கிய இரையின் கால்கட்டை விரலை அங்கே அது துப்பியிருந்தது.

குன்று பக்கமிருந்து ஆட்கள் சுறுசுறுப்பாக கற்களைக் கொண்டு வந்தார்கள். அந்தக் கற்களால் குகையை மிகவும் உறுதியாக மூடிவிட்டோம். சிறுத்தை உள்ளே இருக்குமானால் அது தப்ப வழியே இல்லை.

மறுநாள் காலை ஒரு அங்குல ஒயர் வலைச்சுருளையும் கூடாரக் கழிகளையும் கொண்டு வந்தேன். கற்களை அகற்றிவிட்டு குகையின் வாயிற் பகுதியை வலையால் மூடினோம். அதற்குப் பிறகு பத்து நாட்களுக்குக் காலையும் மாலையும் அந்தக் குகையைச் சென்று பார்த்து வந்தேன். அலக்நந்தாவின் இடதுபக்க கரைஓரம் இருந்த எந்த ஒரு கிராமத்திலிருந்தும் இந்த இடைப்பட்ட நாட்களில் ஆட்கொல்லி பற்றி எந்த தகவலும் வரவில்லை. ஒவ்வொரு நாளும் அடுத்த முறை வரும்போது குகைக்குள் சிறுத்தை செத்துக்கிடக்கும் அறிகுறி ஏதாவது கிடைக்கும் என்று நம்பிக்கை எனக்குள் வலுப்பட்டது.

பத்தாவது நாள் காலை குகைக்குப் போய்விட்டு திரும்பியபோது – நாங்கள் கட்டிவைத்த வலை அறுபடாமல் அப்படியே இருந்தது – இபாட்சன் சொன்னார்: ஐந்துமைல்கள்

தள்ளியிருந்த கிராமத்தில் முந்தைய இரவு ஒரு பெண்ணைச் சிறுத்தை கொன்றுவிட்டது. இந்த இடம் ருத்ர ப்ரயாகையிலிருந்து ஒரு மைல் உயரே பத்ரிநாத் யாத்ரிகர் சாலையில் இருந்தது. ஒன்று தெளிவாகப் புரிந்தது. ஆர்சனிக் மற்றும் ஸ்டிரிசனைன் ஆகியவற்றால் தூண்டப்பட்டு அவற்றையே உணவாக்கிக் கொண்டு உயிர்வாழ்கிற பெயர்பெற்ற ஒரு விலங்கிற்கு சயனைடு சரியான விஷம் அல்ல. சிறுத்தை சயனைடைச் சாப்பிட்டிருக்கும் என்பதில் எவ்வித சந்தேகமுமில்லை.

அது குகைக்குள் நுழைந்திருக்கிறது என்பதிலும் சந்தேக மில்லை. ஏனென்றால் சிறுத்தை உள்ளே நுழையும்போது குகையின் உட்புறப் பாறைமீது அதன் முதுகு உராய்ந்ததற்கு அடையாளமாக அங்கே உரோமங்கள் ஒட்டிக்கொண்டிருந்தன.

விஷமே வேலை செய்யவில்லை என்கிறபோது அதிகப் படியான விஷம் எதிர்பார்த்த பலனைக் கொடுத்திருக்க வாய்ப்பில்லை. குன்றின் மறுபக்கம் வேறு எங்கோ இருக்கும் திறப்பு வழியாக சிறுத்தை தப்பியிருக்கிறது. அப்படியே இருந்தாலும் இதில் ஆச்சரியப்பட ஒன்றுமில்லை. இந்த சிறுத்தையுடன் சிறிது காலமே பழகியிருக்கிறேன்.

கட்வால் மக்கள் அதனுடன் எட்டு ஆண்டுகளுக்குக் குறையாமல் மிகவும் நெருக்கமாகப் பழகியிருக்கிறார்கள். அது மிருகமோ அல்லது கெட்ட ஆவியோ அதற்கு அமானுஷ்ய சக்தி இருக்கிறது. அந்த ஆவியைத் துரத்த வேண்டுமானால் நெருப்பைத் தவிர வேறு எந்த உபாயமும் இல்லை என்ற எண்ணம் அவர்கள் மனதில் வேரூன்றிவிட்டது.

18. தொட்டுவிடும் தூரத்தில்

ஒவ்வொரு தனி மனிதனுக்கும் முக்கியமாகப் படும் செய்திதான் வேகமாகப் பரவுகிறது. கடந்த பத்துநாட்களாக கட்வாலில் இருந்த ஒவ்வொருவருக்கும் ஆட்கொல்லிச் சிறுத்தைக்கு விஷம் வைத்தது தெரிந்துவிட்டது. ஒரு குகைக்குள் அதை அடைத்து வைத்திருப்பதையும் பற்றி பேசிக்கொண்டார்கள். ஆகவே சிறுத்தை விஷயத்தில் அவர்கள் சற்று அலட்சியமாக இருந்தது இயற்கைதான். சிறுத்தையோ விஷத்தின் பாதிப் பிலிருந்து மீண்டு, குகையிலிருந்தும் தப்பித்து வெளிவந்து ஆட்கொல்லி அபாயம் குறித்த கவலையின்றி நடந்து சென்ற முதல் மனிதனைக் கொன்றிருக்கிறது. எங்களுக்கு ஒருநாள் முழுசாக இருந்தது. குகையைப் பார்த்துவிட்டு சீக்கிரமே திரும்பியிருந்தேன்.

காலைச் சிற்றுண்டியை முடித்துக்கொண்டு இபாட்சனின் வலுவான குதிரைகளில் ஏறி எங்கள் ரைஃபிள்களை எடுத்துக்கொண்டு அந்தப் பெண் கொல்லப்பட்டதாகச் சொல்லப்பட்ட கிராமம் நோக்கிச் சென்றோம்.

கொஞ்சம் வேகமாகப் போய் யாத்ரிகர் சாலையை அடைந்தோம். குன்றின் குறுக்கே சென்ற இன்னொரு தடத்தில் சென்றோம். அங்கிருந்து ஒரு மைல் தொலைவில் கிராமத்துச் சாலை அதனுடன் இணைந்தது. அந்த இடத்தில் ஏதோ போராட்டம் நடந்திருப்பதற்கான அறிகுறிகள் தெரிந்தன. ரத்தம் குட்டையாகத் தேங்கிநின்றது.

கிராமத் தலைவரும் சிறுத்தைக்கு இரையான பெண்ணின் உறவினர்களும் கிராமத்தில் எங்களுக்காகக் காத்திருந்தனர். சிறுத்தை அந்தப் பெண்ணைக் கௌவிச் செல்லும் முன்னதாக அவள் சாத்திய வீட்டின் கதவைக் காண்பித்தனர்.

இந்த இடத்திலிருந்துதான் சிறுத்தை அந்தப் பெண்ணை இழுத்துச் சென்றிருக்கிறது. தடங்கள் சந்திக்கும் இடத்தை நோக்கி நூறு கஜ தூரம் சென்ற பிறகு அதன் பிடியை விட்டிருக்கிறது. அந்தப் பெண் கடுமையாகப் போராடியபோது அவளைக் கொன்றிருக்கிறது.

கிராமத்திலிருந்த ஜனங்களுக்கு அந்தப் பெண்ணின் அலறல் கேட்டிருக்கிறது. சிறுத்தை அவளைத் தரையில் இழுத்துச் சென்றபோதும், அந்தப் பெண் உயிருக்குப் போராடிய போது போட்ட கூச்சல் காதில் விழுந்தபோது சிறுத்தைக்குப் பயந்துகொண்டு யாரும் காப்பாற்றப் போகவில்லை.

அந்தப் பெண் இறந்ததும் சிறுத்தை அவளை ஒரு தரிசு நிலப் பகுதிக்கு இழுத்துச் சென்றிருக்கிறது. நூறு கஜ அகல ஒரு பெரிய திறந்த மடுவின் வழியாக, குன்றின் மீது இருநூறு கஜ தூரத்துக்கு எடுத்துப் போயிருக்கிறது. இழுத்துச் சென்றதற்கு தரையில் எவ்வித அடையாளமுமில்லை. ஆனால் ரத்தம் சொட்டிச் சென்ற பாதையைப் பின்தொடர முடிந்தது.

அது நான்கடி அகலமும் இருபதடி நீளமும் கொண்ட ஒரு தட்டையான தரைப்பகுதிக்கு இட்டுச் சென்றது. இந்தக் குறுகலான துண்டு நிலத்திற்குமேல் செங்குத்தான எட்டடி உயர கரை இருந்தது. அதிலிருந்து ஒரு மகிழ மரம் முளைத்திருந்தது. அந்த துண்டு நிலத்தின் கீழே குன்றின் சரிவு கீழ்நோக்கிச் செங்குத்தாகச் சென்றது. அதன் மீது காட்டு ரோஜாப் புதர் ஒன்று இருந்தது. அது உயர்ந்து வளர்ந்து மகிழ மரத்தின்மீது மண்டியிருந்தது.

நெட்டுக் குத்தான கரையின்மீது அடர்ந்திருந்த ரோஜாப் புதருக்கும் இடையில் கரையின் பக்கமாகச் சாய்ந்த தலையுடன் உடலிலிருந்து எல்லா ஆடைகளும் உருவப்பட்ட நிலையில் நிர்வாண உடல் மீது சில ரோஜா இதழ்கள் உதிர்ந்திருக்க சுருண்டுகிடந்தாள் தலை நரைத்த அந்த மூதாட்டி. வயது எழுபது இருக்கும்.

பாட்டியை இப்படிப் பரிதாபமாகக் கொன்றதற்குச் சிறுத்தை தன் உயிரைத்தான் விலையாகக் கொடுக்க வேண்டும். எங்களது போர்க்கள ஆலோசனைக் குழு கூடியது. இபாட்சன் தேவையான பொருள்களைக் கொண்டு வந்து சேர்த்தார். நான் பகலிலேயே சிறுத்தையைத் தேடிக்கொண்டு ரைஃபிளுடன் புறப்பட்டேன்.

ருத்ரப்ரயாகையின் ஆட்கொல்லிச் சிறுத்தை

இந்தப் பிரதேசம் எனக்குப் புதியது. முதலில் இந்த நிலப்பகுதியை நான் ஆராய்ந்து கவனத்தில் கொள்ளவேண்டும். நான் கிராமத்தில் இருந்தபோதே மடுவிலிருந்து குன்று செங்குத்தாக நான்கு முதல் ஐந்தாயிரம் அடி உயரத்திற்கு எழும்பி நிற்பதைப் பார்த்தேன். குன்றின் மீது இரண்டாயிரம் அடி உயரத்திற்கு அடர்ந்த ஓக் மற்றும் தேவதாரு மரங்களின் கானகம் பரவி இருந்தது. அதன் கீழே குட்டைப் புல்வெளி அரைமைல் அகலத்திற்குப் பரவி இருக்க புல்லுக்குக் கீழ்ப்பகுதியில் முட்புதர்கள் வளர்ந்து கிடந்தன.

நான் புல்வெளிக்கும் முட்புதர்களுக்கும் இடையே இருந்த விளிம்பில் குன்றின் சரிவைச் சுற்றிக்கொண்டு சென்றேன். எனக்கு முன்னால் ஒரு அகன்ற பள்ளத்தைப் பார்த்தேன். அது யாத்ரிகர் சாலைவரை அரைமைல் நீளத்திற்கு விரிந்திருந்தது. பலகாலத்துக்கு முன்னால் இதன் காரணமாகவே அங்கே அடிக்கடி நிலச்சரிவு ஏற்பட்டு வந்தது. இந்தப் பள்ளத்தைத் தாண்டி மேற்பக்கம் நூறு கஜ அகலத்திலும் சாலையை அது தொடும் இடத்தில் முன்னூறு கஜ அகலத்திலும் ஒரு திறந்த தரைப்பகுதி இருந்தது. பள்ளத்தின் தரைப்பகுதி சேறும் சகதியுமாக இருந்தது. இந்த தரைப்பகுதியிலிருந்து ஏராளமான பெரிய மரங்கள் வளர்ந்திருந்தன. அந்த மரத்தின் கீழ்ப்பகுதி அடர்ந்த புதர்களின் காடாக இருந்தது.

பள்ளத்தின் மேல்பக்கக் கடைப்பகுதியில் மேலிருந்து தொங்குகிற பாறையின் முனைஒன்று நீட்டிக் கொண்டிருந்தது. இருபதடியிலிருந்து நாற்பதடிவரை வேறுபட்ட உயரம் கொண்டிருந்தது அது. அதன் நீளம் நூறுகஜம் இருக்கும். பாறை நுனியின் பாதி தூரத்தில் ஒரு பெரிய இடுக்கு சில அடிகள் அகலத்தில் இருந்தது. அதன் கீழே சின்னஞ்சிறு நீரோடை சிலுசிலுத்தபடி ஓடிக்கொண்டிருந்தது. பாறைகளுக்குமேல் குறுகலான ஒரு புதர்க்காடு இருந்தது. அதற்கு மேல் திறந்த புல்வெளி ஒன்றும் இருந்தது.

சுற்றிலுமிருந்த நிலப்பகுதியைக் கவனமுடன் ஆராய்ந்தேன். ஏனென்றால் சிறுத்தைக்கு – அந்தப் பள்ளத்தில்தான் அது பதுங்கியிருப்பதாக நினைத்தேன் – எனக்கு வாய்ப்பு கூடிவரும் வரை நான் அங்கிருப்பது தெரிந்துவிடக்கூடாது. இப்போது சிறுத்தை எங்கே பதுங்கியிருக்கிறது என்பதை உத்தேசமாகக் கண்டுபிடிக்க வேண்டும். இதைத் தெரிந்து கொள்வதற்காக நான் இரையை நோக்கித் திரும்பவும் சென்றேன்.

அந்தப் பெண் கொல்லப்பட்டு சற்றைக்கெல்லாம் கருக்கல் பொழுது கண்டுவிட்டதாகவும், சிறுத்தை இரையைக் கொல்ல

சற்றுநேரம் பிடித்திருக்கும் எனவும் நானூறு கஜ தூரத்திற்கு அது இரையைத் தூக்கிச் சென்று அதன் ஒரு பகுதியைச் சாப்பிட்டுவிட்டு வெளிச்சம் வந்ததும் இரையை ஒளித்து வைத்துவிட்டு அந்த இடத்தைவிட்டுச் சென்றுவிட்டதாகவும் கிராமத்து மக்கள் எங்களிடம் தெரிவித்தார்கள்.

குன்றின் மீது இரை கிடந்த இடம் கிராமத்திலிருந்து நன்றாகப் பார்க்கக்கூடிய பகுதியில் இருந்தது. இந்த வேளையில் கிராமத்தில் நடமாட்டம் அதிகரித்திருக்கும். ஆகவே இரையை விட்டுப் போகுமுன்னதாக சிறுத்தை அதை நன்றாக மறைத்து வைத்துவிட்டுத்தான் போயிருக்கவேண்டும்.

இந்த யூகத்தின் அடிப்படையிலும் சிறுத்தையின் பாதச்சுவடு படியாதபடி நிலப்பகுதி கட்டாந்தரையாக இருந்ததாலும் சிறுத்தை எவ்வழியாகச் சென்றிருக்கும் என்று நான் நினைத்தேனோ அவ்வழியாகவே அதைப் பின்தொடர்ந்தேன்.

கிராமத்தின் பார்வையிலிருந்து மறைந்து அரைமைல் தூரம் வந்தபிறகு அந்தப் பள்ளமான பகுதியை நெருங்கினேன். சிறுத்தையை ஒவ்வொரு அடியாகப் பின் தொடரும் உணர்வு எனக்குத் திருப்தி தந்தது. ஏனென்றால் அங்கிருந்த புதரை ஒட்டி அங்கே கொஞ்சம் மண் சரிந்தாற் போலிருந்த இடத்தில் சிறுத்தை பலமணிநேரம் படுத்திருந்திருந்த அறிகுறி தென்பட்டது. இந்த இடத்தைவிட்டுப் போகும்போது அது விட்டுச் சென்ற பாதச்சுவடுகள் பாறையின் நுனிக்குக் கீழே ஐம்பது கஜதூரம் அது பள்ளத்துக்குள் இறங்கிவிட்டதைப் புலப்படுத்தின.

அரைமணிநேரம் சிறுத்தை படுத்திருந்த இடத்திலேயே நானும் காத்திருந்தேன். என் முன்னால் இருந்த மரங்களும் புதர்களும் அடர்ந்த சிறு பகுதியையே பார்த்தபடி சிறுத்தை ஏதாவது சிறு சலனம் ஏற்படுத்தி அது இருந்த இடத்திலிருந்து நகர்கிறதா என்று கவனித்தேன்.

சில நிமிஷங்கள் இப்படியே கவனித்தபோது சருகுகள் குவிந்திருந்த இடத்தில் ஒரு சிறிய அசைவு தென்பட்டது. அதே சமயம் இரண்டு கத்திவால் குருவிகள் பறந்துவந்து சருகுகளைக் கொத்தி புழுப் பூச்சிகளைத் தேடின. மாமிச பட்சிணிகளைப் பொறுத்தவரை கானகத்தில் இந்தக் குருவிகள் அவை இருக்கு மிடத்தைக் காட்டிக் கொடுத்துவிடும். பிற்பாடு இந்த ஜோடிக் குருவிகளைச் சிறுத்தையைத் தொடரப் பயன்படுத்திக் கொள்ள வேண்டும் என்று தீர்மானித்துக் கொண்டேன்.

பள்ளத்துக்குள் சிறுத்தை இருப்பதற்கான எந்த அசைவும் தென்படவில்லை. எந்தச் சத்தமும் கேட்கவுமில்லை. ஆனால்

அது அங்குதான் இருக்கிறது என்று எனக்குத் தீர்மானமாகத் தெரிந்தது. ஒருவழியில் அதைச் சுட முடியாத நிலையில் மற்றொரு வழியைப் பின்பற்றி அதைச்சுட முடிவுசெய்தேன்.

திறந்த வெளிக்கு வராமலேயே சிறுத்தை பின்வாங்கிச் செல்ல இரண்டு இயற்கை வழிகள் இருந்தன. ஒன்று யாத்ரிகர் சாலைநோக்கிக் குன்றின் கீழிறங்கிச் செல்வது. மற்றொன்று குன்றின் மேலேறிச் செல்வது. சிறுத்தையைக் கீழ்நோக்கிச் செல்ல வைப்பது எனக்குப் பயன்தராது. ஆனால் அதைக் குன்றின் மேல்நோக்கிச் செல்ல வைத்தால் அது நிச்சயம் பாறை நுனியில் உள்ள இடுக்குக்குப் போய் படர்ந்து கிடக்கும் செடிகொடிகளில் பதுங்கிக் கொள்ளும். அப்படி அது செய்ய முனையும்போது அதைச் சுடுவதற்கு எனக்கு நல்லதொரு வாய்ப்பு கிடைக்கும்.

சற்றுக் கீழே இருந்த பள்ளம் நோக்கி நகர்ந்தேன். இங்கேதான் சிறுத்தை பதுங்கி இருக்கிறது. பள்ளம் நோக்கி நேராகச் செல்லாமல் கோணல் மாணலாக நடந்தேன். ஒவ்வொரு திருப்பத்திலும் ஒரு அடி உயரே சென்றேன். இதுவரை பாறை இடுக்கு நோக்கி என் பார்வையைத் திருப்பும் தேவை ஏற்படவில்லை. ஏனென்றால் குருவிகள் அதற்கு நேர்கீழேதான் இருந்தன. சிறுத்தையின் நடமாட்டம் தெரிந்த உடனேயே அவை கீச்சிட ஆரம்பித்துவிடும். கிட்டதட்ட நாற்பது கஜதூரம் மேலேறி வந்துவிட்டேன். பாறை நுனியிலிருந்து பத்து கஜதூரத்திலும் பாறை இடுக்கிற்கு அருகிலும் இருந்தேன். திடீரென்று குருவிகள் அபாயக் குரல் எழுப்பிப் பறந்தன. ஒரு சிறு ஓக் மரம் நோக்கி அவை சென்றன. கிளைகளில் மிகவும் பதைபதைத்தபடித் தாவித்தாவி உட்கார்ந்தன. மிகவும் தெளிவான எச்சரிக்கைக் கூக்குரலை அவை எழுப்ப ஆரம்பித்துவிட்டன. குன்றுகளில் இவை எழுப்பும் கீச்சொலியை அரைமைல் தூரம் வரை கேட்கமுடியும்.

ரைஃபிளைக் கையில் தூக்கிப் பிடித்தபடி சுடத்தயாரான நிலையில் ஒரு நிமிடம் அசையாது நின்றேன். பிறகு மெதுவாக முன்னோக்கி நகர்ந்தேன்.

நான் நின்றிருந்த நிலப்பகுதி ஈரமாகவும் வழுக்கலாகவும் இருந்தது. கண்களைப் பாறை இடுக்கில் பதித்தபடி இரண்டே அடிகள்தான் எடுத்து வைத்திருப்பேன். என்னுடைய ரப்பர் செருப்பு ஈரப் பரப்பில் வழுக்கிவிட்டது. கீழே விழாமலிருக்க என்னை நானே சுதாரிக்க முற்படும்போது சிறுத்தை பாறை இடுக்கிலிருந்து வெளிவந்து மேல்பக்கமிருந்த புதர்களின் மீது தாவியது. அதேசமயம் புதர்களில் இருந்த காட்டுக் கோழிகள் விழுந்தடித்து வெளிவந்து என் தலைமீது பறந்தன.

என் இரண்டாவது முயற்சியும் தோல்வியில் முடிந்தது. சிறுத்தையை அது புறப்பட்ட இடத்திற்கே துரத்துவது எனக்கு எளிது என்றாலும் இப்போது அதனால் ஒரு பிரயோசனமும் இல்லை. ஏனென்றால் நான் நின்ற இடத்திலிருந்து பாறை இடுக்கைப் பார்க்க முடியவில்லை என்பதுடன் நான் என் பழைய நிலையை அடைந்து சுடத் தயாராவதற்குள் பள்ளத்தின் ஊடாக சிறுத்தை வெகுதூரம் போயிருக்கும்.

இபாட்சனும் நானும் அந்த திறந்த மலைச்சந்தில் மதியம் 2 மணிக்குச் சந்திப்பதாக ஏற்பாடு செய்து கொண்டிருந்தோம். அதற்கு ஒருமணி நேரம் முன்னதாக அவர் ருத்ரப்ரயாகையிலிருந்து திரும்பியிருந்தார். அவரோடு அவர் தேடிச் சேகரித்து வந்த சாமான்களைச் சுமந்துகொண்டு அவருடைய ஆட்களும் வந்திருந்தார்கள். சாப்பாடு, பானம் – அதாவது தேநீர், நமது பழைய நண்பனான பெட்ரோமாக்ஸ் விளக்கு – இந்த முறை தேவை ஏற்படும்போது நானே இந்த விளக்கை எடுத்துச் செல்வது என்று முடிவுசெய்தேன் – உபரியாக இரண்டு ரைஃபிள்கள், வெடிமருந்து, எனது மீன்பிடி சுருள் சக்கரம், தாராளமான அளவில் சயனைடு விஷம் மற்றும் விசைப்பொறி இவற்றோடு வந்து சேர்ந்தார் இபாட்சன்.

பள்ளத்தாக்கில் தெளிந்த நீரோடைக்கு அருகில் உட்கார்ந்து கொண்டு நாங்கள் மதிய உணவைச் சாப்பிட்டோம். தேநீர் தயாரித்தோம். பிறகு இரை கிடந்த இடத்திற்குச் சென்றோம்.

இரை கிடந்த இடம் பற்றிய விவரணையைச் சொல்வதன் மூலம் எங்களது செயல்பாடுகளையும் அடுத்தடுத்த நிகழ்வுகளையும் உங்களால் புரிந்துகொள்ள முடியும்.

பள்ளத்தாக்கு முடியும் இடத்திலிருந்து ஐந்தடி தொலைவில் ஒரு தட்டையான நிலப்பகுதி இருந்தது. அது நான்கடி அகலமும் இருபது அடி நீளமும் கொண்டது. இந்த நிலப்பகுதியின் மேல்பக்கம் ஒரு உயரமான கரையும் கீழ்ப்பக்கம் மிகவும் செங்குத்தான சரிவும் அங்கு காட்டுரோஜாப் புதருமாக இருந்தது. கரையிலிருந்து முளைத்து நீண்டிருந்த மகிழமரம் வேட்டைப்பரண் அமைக்க முடியாதபடி சிறிதாக இருந்தது. ஆகவே துப்பாக்கி வலை, விஷம் மற்றும் ஜின்டிராப் எனப்படும் இயந்திரப் பல் விசைப்பொறிமூலம் சிறுத்தையைக் கொல்ல முடிவெடுத்தோம். அதற்கான ஏற்பாடுகளையும் செய்யலானோம்.

சிறுத்தை தின்ன நேரமில்லாமல் சிறிதளவு மட்டுமே தின்றிருந்த இரையில் முதலில் விஷம் தடவினோம். இந்தத் தடவை சிறுத்தை விஷத்தை அதிகம் உட்கொள்ளும் சாத்தியமிருந்தது. பிறகு சிறுத்தை இரையை எப்படி சாப்பிடுமோ அதேமாதிரி

நான் குனிந்து காண்பிக்க இபாட்சன் சரியாகவும் உறுதியாகவும் அவருடைய .256 மன்லிச்சர் ரைஃபிளைப் பொருத்தினார் – அது ரைஃபிளின் குதிரைவிசையுடன் இணைக்கப்பட்டது. எனது .450 உயர்வேக ரைஃபிள் இரண்டு செடிகளுக்கிடையே வைக்கப்பட்டது. அது இரை கிடந்த இடத்திலிருந்து பதினைந்து கஜ தூரத்தில் இருந்தது.

சிறுத்தை இரையை நெருங்க அது விரும்புகிற எந்த வழியிலும் வரமுடியும். அப்படியொன்றும் பெரிய வழிமறிக்கும் தடைகள் சுற்றிலும் இல்லை. ஆனால் இயல்பாக அது நெருங்கக்கூடிய இடமாக பதினைந்து அடி நீள தட்டையான தரைப் பகுதி இருந்தது. இந்த துண்டு நிலத்தில்தான் நாங்கள் விசைப்பொறியைப் புதைத்துவைக்கும் வேலையை ஆரம்பித்தோம். முதலில் அந்த இடத்திலிருந்து சருகுகள், குச்சிகள், முளைத்திருந்த புற்கள் எல்லாவற்றையும் அப்புறப்படுத்தினோம்.

நல்ல நீளமான, அகன்ற, ஆழமான பள்ளத்தைத்தோண்டி – அதிலிருந்து எடுத்த மண்ணைத் தூரத்தில் கொண்டுபோய்க் கொட்டினோம். விசைப்பொறியை அதில் வைத்தோம். விசைப் பற்களை மூடியிருந்த சக்திவாய்ந்த ஸ்பிரிங்குகளை அழுத்தி வைத்தோம். உலோகப் பலகையில்தான் விசை இருந்தது. அதைக் கவனமாகப் பொருத்தினோம். இப்போது அந்த இயந்திரப்பல் விசைப்பொறியைப் பச்சை இலைகளால் மூடினோம். அதன்மீது மண்ணையும் புற்களையும் தூவினோம். இந்தப் பொறியை யாராலும் அத்தனை எளிதாகக் கண்டுவிட முடியாதபடி கவனமாகப் பொருத்திவிட்டோம்.

என்னுடைய மீன்பிடி சுருள் சக்கரத்தை எடுத்துப் பட்டுநூல் கயிற்றின் ஒரு முனையை ரைஃபிளின் குதிரைவிசையுடன் கட்டினோம். ரைஃபிளின் பின்பக்கத்துடன் அதைச் சுற்றினோம். பிறகு அந்தக் கயிற்றை இரையிலிருந்து பத்தடி தூரம் கொண்டு சென்று திரும்பக் கொண்டுவந்து இரண்டாவது ரைஃபிளின் பின்பக்கமாய்ச் சுற்றி அதன் குதிரைவிசையுடன் கட்டிவிட்டோம். பிறகு கயிற்றை அறுத்துவிட்டோம். எனக்கு இதில் வருத்தம்தான். ஏனெனில் அது நல்ல, புதிய கயிறு. கயிற்றின் மறு நுனியைப் பெண் உடலின் இடுப்புடன் கட்டிய பிறகு அந்த கயிற்றைச் சுற்றிய கயிற்றுக்கு ஊடாகக் கொண்டு சென்று குதிரைவிசைகளோடு இணைத்தோம். ஒரு உறுதியான முடிச்சும் போட்டு வைத்தேன். இப்போது கயிறு இரண்டாவது முறையாகத் துண்டிக்கப்பட்டது. செய்து முடித்த வேலையை கடைசியாக ஒரு தடவை பார்வையிட்டோம். நன்றாகவே செய்திருந்தோம்.

அப்புறம்தான் எங்களுக்குத் தோன்றியது. சிறுத்தை ஒரு வேளை அங்குமிங்கும் திரிந்தபடி நாங்கள் இருந்த இடத்தின் வழியே வருமானால் அது துப்பாக்கிகளையும் பொறியையும் தவிர்த்துவிட முடியும். ஆகவே ஒரு கடப்பாறை வாங்கிவர கிராமத்திற்கு ஆளனுப்பிவிட்டு, சற்றுத் தொலைவிலிருந்து ஐந்து முட்செடிகளை வெட்டிவைத்துக் கொண்டோம். கடப்பாரை வந்ததும் ஒரு அடி ஆழத்துக்கு ஐந்து குழிகள் வெட்டினோம்.

எங்கள் பக்கமிருந்த தட்டையான நிலப்பகுதியில் வெட்டப் பட்ட இக்குழிகளில் அந்த முட்புதர்களை நட்டோம். அவற்றைச் சுற்றி மண் அணைத்து அவற்றை இயற்கையான புதர்கள்போலத் தோன்றும்படி செய்தோம்.

இப்போது ஒரு எலிகூட இரையை எந்தப் பக்கத்திலிருந்து நெருங்கி அதைத் தின்ன முயன்றாலும் ஏதேனும் ஒரு வகையில் அது மரணத்தை சந்திப்பது நிச்சயம். ரைஃபிள்களின் பாதுகாப்புக் கொக்கிகளை நீக்கிவிட்டு கிராமத்துக்குத் திரும்பினோம்.

நாங்கள் இந்தக் கிராமத்துக்கு முதன் முதலாக வந்தபோது இரத்தம் குட்டைபோல தேங்கி நின்ற இடத்திற்கு அருகில், கிராமத்திலிருந்து ஐம்பது கஜ தூரத்தில் பெரும்கிளைகளுடன் கூடிய ஒரு மாமரம் நின்றது. இந்த மரத்தில் கிராமத்திலிருந்து தருவித்த பலகைகளைக் கொண்டு ஒரு வேட்டைப் பரண் அமைத்தோம். அந்தப் பரண்மீது நிறைய வைக்கோலை அள்ளிப் பரப்பினோம். வைக்கோலில் இருந்து ஒரு இனிய நறுமணம் எழுந்தது.

அன்றிரவை அந்தப் பரணில் கழிப்பது என்றும், பொறியில் சிறுத்தை மாட்டும் பட்சத்தில் அதைத் தீர்த்துக் கட்டிவிடுவது என்றும் முடிவு செய்தோம்.

சூரியன் மறையும் வேளை. வேட்டைப் பரணில் எங்கள் நிலைகளில் உட்கார்ந்தோம். பரண் நல்ல நீளமாகவும் அகலமாகவும் இருந்தது. ஒருவர் நன்றாகக் கால் நீட்டிப் படுத்துக் கொள்ளலாம். ஒருவருக்கு ஒருவர் அருகிலும் தாராளமாகப் படுத்துக் கொள்ளலாம்.

பரணிலிருந்து பள்ளத்தாக்கில் இரை கிடந்த இடம் இருநூறு அடிதூரத்தில் இருந்தது. வேட்டைப்பரண் நூறடிஉயரம். அங்கிருந்தபடி இரைகிடந்த இடத்தைப் பார்க்க முடிந்தது.

இபாட்சனுக்கு அவருடைய ரைஃபிளுடன் பொருத்தப்பட்ட தொலைநோக்கிக் கருவியின் உதவியுடன் துல்லியமாகக் குறிபார்த்துச் சுடமுடியுமா என்பதில் தயக்கமிருந்தது. ஆகவே உறைக்குள் இருந்து இருநோக்கியை எடுத்தார். நான் என்னுடைய

.275 ரைஃபிளை குண்டுகளால் நிரப்பினேன். எங்களுடைய திட்டம் என்னவென்றால், சிறுத்தை வரக்கூடும் என்று நாங்கள் எதிர்பார்த்த குன்றுபகுதியைக் கூர்ந்து கவனிப்பது; நான் குன்று முழுவதையும் சுற்றிவரப் பார்த்துக் கொள்வது; நான் சிறுத்தையைப் பார்த்துவிட்டால் அதை என்னுடைய ரைஃபிளின் அதிகபட்சமாக சுடக்கூடிய முன்னூறு கஜதூரத்துக்கு சுடுவதற்கு முயற்சித்துப் பார்ப்பது.

இபாட்சன் தூங்கும் சமயத்தில் நான் புகைப்பதும் மலையில் தோன்றும் நிழல் உருவங்களைக் கவனிப்பதுமாக இருந்தேன். குன்றின் சிகரத்தை அஸ்தமிக்கும் சூரியன் செஞ்சாந்துக் குழம்பால் பூசும் வேளை இபாட்சன் சட்டென்று எழுந்து தனது இருநோக்கி வழியே உற்று கவனிக்கத் தொடங்கினார். நான் என் ரைஃபிளை எடுத்தேன். சிறுத்தை எந்த நேரமும் வெளிப்படும் தருணம் நெருங்கிவிட்டது.

சூரியவெளிச்சம் மறைய இன்னும் நாற்பத்தி ஐந்து நிமிடங்கள் இருந்தன. இந்த நேரத்தைப் பயன்படுத்திக்கொண்டு நாங்கள் அந்தப் பகுதியை சல்லடையாகச் சலித்துக் கவனித்தோம் – இதற்கு மிகச்சிலருக்கே வாய்க்கக்கூடிய கூர்மையான கண்கள் எனக்கு இருந்ததும், இபாட்சனின் இருநோக்கியும் உதவின. நாங்கள் உட்கார்ந்திருந்த பரணிலிருந்து குன்றின் பெரும்பகுதியின் ஒவ்வொரு அடி தூரத்தையும் பார்க்கமுடிந்தது. பறவை அல்லது விலங்கின் அசைவு எதையும் காண முடியவில்லை.

சுடுவதற்குப் போதுமான வெளிச்சம் இல்லை. ரைஃபிளை வைத்துவிட்டேன். சற்றுநேரம் கழித்து இபாட்சனும் தனது இருநோக்கியை அதற்குரிய உறையில் வைத்துவிட்டார். சிறுத்தையைக் கொல்லும் ஒரு வாய்ப்பை இழந்துவிட்டோம். ஆனால் இன்னும் மூன்று வாய்ப்புகள் எஞ்சியிருந்தன. ஆகவே நாங்கள் சோர்ந்துவிடவில்லை.

இருட்டிய கொஞ்ச நேரத்துக்கெல்லாம் மழை பெய்ய ஆரம்பித்தது. நான் இபாட்சனிடம் கிசுகிசுப்பான குரலில் நம்முடைய ஏற்பாடுகள் எல்லாம் வீணாகிவிடுமோ என்றேன். மிகவும் நுட்பமாக பொருத்தப்பட்டிருந்த பொறி மழைநீரின் கனம்தாங்காமல் வேலை செய்யாமல் போகும் நிலை ஏற்படாது என்றே வைத்துக்கொண்டாலும், மழைநீரில் ஈரமாகி மீன்பிடி கயிறு சுருங்கிப் போய்விட்டதால் ஒருசின்ன அசைவு ஏற்பட்டாலும் மயிரிழை அளவில் குதிரைவிசை தூண்டப்பட்டு துப்பாக்கி வெடித்துவிடும்.

கொஞ்சநேரம் கழிந்தது. மழை தொடர்ந்து பெய்து கொண்டிருந்தது. இபாட்சன் மணி என்ன என்று கேட்டார். நான் கையில் இருட்டில் ஒளிரும் கைக்கெடிகாரம் கட்டிக்

கொண்டிருந்ததால் பார்த்துவிட்டு மணி எட்டு அடிக்க கால் மணிநேரம் இருக்கிறது என்றேன். அதே சமயம் இரைகிடந்த இடத்திலிருந்து பயங்கரமான கொடூரமான அடுத்தடுத்த கோப உறுமல்கள் கேட்டன. அந்த சிறுத்தை – ருத்ரப்ரயாகையின் புகழ்பெற்ற ஆட்கொல்லி – கடைசியில் ஒருவழியாகப் பொறியில் சிக்கிவிட்டது.

இபாட்சன் வேட்டைப் பரணிலிருந்து பாய்ந்து குதித்தார். நான் கிளையிலிருந்து தாவி இறங்கினேன். அதிருஷ்டவசமாக நாங்கள் யாருமே கை காலை ஒடித்துக் கொள்ளவில்லை. பக்கத்தில் வயலில் ஒளித்து வைத்திருந்த பெட்ரோமாக்ஸ் விளக்கைக் கண்டுபிடித்து இபாட்சன் அதை ஏற்றுகிற சமயத் தில் என் சந்தேகத்தையும் சஞ்சலத்தையும் வெளியிட்ட போது இபாட்சனுக்கு என்மேல் எரிச்சல் மூண்டது. 'சரியான அவநம்பிக்கைப் பேர்வழியாக இருக்கிறீர்களே! முதலில் மழைநீர் பொறியை வேலை செய்யாமல் செய்துவிடும் என்று பயந்தீர்கள். அப்புறம் துப்பாக்கி வெடித்துவிடும் என்றீர்கள். இப்போது சிறுத்தையிடமிருந்து சத்தம் வருவது நின்றுவிட்டதால் அது தப்பித்துவிட்டதோ என்கிறீர்கள்' என்றார்.

நான் நினைத்ததும் பயந்ததும் அதைப் பற்றியேதான். இப்படித்தான் ஒரு தடவை ஒரு பொறியில் மாட்டிய சிறுத்தை தொடர்ந்து உறுமிக்கொண்டும் கோபத்துடன் குரல் எழுப்பிய படியும் இருந்தது. நாங்கள் வேட்டைப் பரணிலிருந்து குதித்ததும் அமைதியாகிவிட்டது.

இபாட்சன் பலவகை விளக்குகளையும் கையாள்வதில் ஒரு நிபுணர். மிகவும் குறுகிய நேரத்துக்குள் அவர் பெட்ரோமாக்ஸ் விளக்கைக் கொளுத்தி அதன் விசையை அடிக்க ஆரம்பித்ததும் எங்கள் சந்தேகங்கள் காற்றில் பறந்தன. ஏனென்றால் இப்போதுகூட இபாட்சன் இந்த மௌனத்தைக் குறித்து சந்தேகப்பட ஆரம்பித்துவிட்டார். அந்தக் கல்லும் புதருமான நிலப்பகுதியில் மிகவும் கஷ்டப்பட்டுக் கடந்து சென்றோம். மீன்பிடிக் கயிற்றையும் கோபாவேசத்துடன் நிற்கும் சிறுத்தையையும் தவிர்க்க மேலிருந்தபடி இரையை நெருங்கினோம். கரையின் உயரத்துக்குச் சென்று கீழே எட்டிப்பார்த்தோம். அங்கே பள்ளம்தான் இருந்தது. பொறியைக் காணோம். எங்கள் நம்பிக்கைகள் தகர்ந்துகொண்டு இருந்தபோது பெட்ரோமாக்ஸ் விளக்கு பிரகாசமாக எரியத் தொடங்கி பொறி இருக்குமிடத்தைக் காட்டியது. அதன் இரும்புத் தாடைகள் மூடிவிட்டிருந்தன. உட்பக்கம் காலியாக இருந்தது. குன்றின் ஒரு பகுதியில் பத்து கஜ தூரத்தில் அது கிடந்தது. இரை இப்போது கரைமீது சாய்ந்தபடி கிடக்கவில்லை. அதன் பெரும்பாலான பகுதி தின்னப்பட்டிருந்தது.

எங்கள் கசப்பான அனுபவத்தைச் சொல்ல வார்த்தைகள் இல்லை. நாங்கள் மாமரம் நோக்கிச் சென்று மறுபடியும் வேட்டைப் பரணில்போய் உட்கார்ந்தோம். இப்போது இரவு முழுவதும் விழித்திருக்கும் தேவை இல்லாமல் போய்விட்டது. மிகவும் குளிராக இருந்ததால் எங்கள்மீது கொஞ்சம் வைக்கோலை அள்ளிப் போட்டுக் கொண்டு தூங்கிப் போனோம்.

காலைச்சூரியனின் முதல் வெளிச்சக்கீற்று தோன்றியதும் மாமரத்தின் அருகே தீமூட்டி தண்ணீர் கொதிக்கவைத்து பல கோப்பைகள் தேநீர் தயாரித்து பருகினோம். நெருப்பின் அருகில் உட்கார்ந்து குளிர்காய்ந்தோம். பிறகு இரையைப் பார்த்துவிட்டு வரப் புறப்பட்டோம்.

பட்வாரி, இபாட்சனின் ஆட்கள், எனது பணியாளர்கள், கிராமவாசிகள் எல்லோரும் எங்களுடன் வந்தார்கள்.

நாங்கள் இரண்டுபேர், கூடவே பட்வாரி அப்புறம் ஏராளமான ஆட்களும் இருப்பதால் நான் ஒரு விஷயத்தை உங்களுக்கு விவரிக்கத் துணிகிறேன். இதுவே தனி ஆளாக இருந்திருந்தால் சொல்லி இருக்கமாட்டேன்.

மூதாட்டியைக் கொன்ற அது பிசாசாகவோ அல்லது விலங்காகவோ எதுவாக வேண்டுமானாலும் இருந்துவிட்டுப் போகட்டும். ஆனால் இரவெல்லாம் நாங்கள் செய்த ஏற்பாடு களைக் கவனித்திருந்தாலும்கூட இருண்ட மழை கொட்டிக் கொண்டிருந்த அந்த இரவில் ஏதேனும் ஒருவிதத்தில் நேரிட்டிருக்கக்கூடிய மரணத்திலிருந்து அது தப்பியது மர்மமாகவே இருக்கிறது.

மழை லேசாகப் பெய்திருந்தபடியால் நிலத்தில் போதுமான அளவு ஈரப்பதம் இருந்தது. முந்தைய இரவில் அதன் நடமாட்டம் எப்படி இருந்தது என்பதை எங்களால் அனுமானிக்க முடிந்தது.

சிறுத்தை எந்தத் திசையிலிருந்து வரக்கூடும் என்று ஊகித்தோமோ அதே திசையிலிருந்துதான் வந்திருக்கிறது. தட்டையான அந்தத் துண்டு நிலத்திற்கு வந்ததும் அப்படியே சுற்றிக்கொண்டு கீழிறங்கி நாங்கள் மிகவும் உறுதியாக நட்டுவைத்திருந்த முட்புதர்களின் வழியாக இரையை நெருங்கியிருக்கிறது. இந்தப் புதர்களில் இருந்து மூன்று புதர்களை அது இழுத்துத் தள்ளி போதுமான அளவு இடைவெளி உண்டாக்கிக்கொண்டு, இரையைக் கவ்வி ஒரு அடிதூரம் ரைஃபிள்களை நோக்கி இழுத்திருக்கிறது. இப்படிச் செய்ததால் மீன்பிடி கயிற்றில் தொய்வு ஏற்பட்டிருக்கிறது. இவ்வாறு செய்த பிறகு அந்த இரையைச் சாப்பிட ஆரம்பித்திருக்கிறது.

இப்படிச் செய்யும்போது அந்தப் பெண்ணின் உடம்போடு கட்டியிருந்த மீன்பிடிக் கயிறு பட்டு விடாதபடி தவிர்த்துக் கொண்டு இரையைச் சாப்பிட்டிருக்கிறது. நாங்கள் அந்தப் பெண்ணின் தலைப் பகுதியிலும் கழுத்திலும் விஷத்தைக் கலக்கவில்லை. ஆனால் சிறுத்தை இந்தப் பகுதிகளைத்தான் முதலில் தின்றிருக்கிறது. பிறகு – மிகவும் எச்சரிக்கையோடு – விஷம் தடவப்படாத பகுதிகளை மட்டும் சாப்பிட்டிருக்கிறது.

பசி தீர்ந்ததும் இரையை விட்டுவிட்டு மழைக்கு ஒதுங்க இடம் தேடியிருக்கிறது. இப்போது – தான் நான் எதற்கு பயந்தேனோ அது நடந்துவிட்டது. மிகவும் நுட்பமாக வைக்கப்பட்ட பொறியை மூடியிருந்த தட்டின் மீது மழைநீர் கொட்டி அதை அழுத்தியிருந்திருக்கிறது. இந்தத் தட்டுக்கும் துப்பாக்கியின் குதிரைவிசைக்கும்தான் தொடர்பு வைக்கப்பட்டிருந்தது. பொறி வைக்கப்பட்ட தரையின் மீது சிறுத்தை நடந்த அதேசமயம் தட்டின் கனம் தாங்காமல் ஸ்பிரிங்குகள் விடுவிக்கப்பட்டு புலியின் பின்னங்கால்களைப் பல்லுடைப்பொறியின் தாடைப் பகுதி கவ்வியிருக்கிறது. இந்த இடத்தில்தான் வருத்தத்திற்குரிய ஒரு விஷயம் – ருத்ரபிரயாகையிலிருந்து ஆட்கள் இந்தப் பொறியைக் கொண்டு வரும்போது தவறுதலாக கீழே போட்டுவிட்டார்கள். இதில் அந்தப் பொறியில் பொருத்தப்பட்டிருந்த மூன்று அங்குல உலோகப்பல் உடைந்து போய்விட்டது. இந்த உலோகப்பல் மட்டும் உடையாமல் இருந்திருந்தால் சிறுத்தை நிச்சயம் பொறியில் சிக்கியிருக்கும். ஏனென்றால் உலோகப்பல் அதன் கால்களை உறுதியாகப் பிடித்துக்கொண்டுவிட்டதென்றால் சிறுத்தையால் குழிக்குள் இருந்து எண்பது பவுண்டு எடையுள்ள பொறியை விடுவித்து தூக்கமுடியாமல் போயிருக்கும். இப்போது பொறியை அது பத்து கஜதூரம் இழுத்துப் போயிருக்கிறது. இப்போது பொறியில் அகப்பட்டது சிறுத்தை அல்ல. சிறுத்தையின் முடிக் கற்றையும் கொஞ்சம் தோலும்தான். இதை நாங்கள் பிறகு – ரொம்ப நாட்களுக்கு பிறகு – அதன் இடத்தில் பொருத்தி சரிபார்த்துக்கொள்ளமுடிந்தது.

சிறுத்தையின் நடவடிக்கைகள் நம்பமுடியாதவையாகத் தோன்றலாம். ஆனால் எட்டு ஆண்டுகளாக ஆட்கொல்லியாக மாறிவிட்டிருக்கும் ஒரு விலங்கின் செயல்பாடுகள் இப்படித்தான் இருக்கும்.

திறந்தவெளியைத் தவிர்ப்பது, மறைத்து வைக்கப்பட்டிருக்கும் இரையை நெருங்குவது, காலையில் அது விட்டுச்சென்ற இரத்தச்சுவட்டின் குறுக்கே வைக்கப்பட்ட முட்புதர் தடுப்பை அகற்றுவது, உண்ணுவதற்காக தனது இரையை வசதியான

இடத்திற்கு இழுத்துச் செல்வது, விஷம் வைக்கப்பட்ட பகுதிகளைத் தவிர இரையின் ஏனைய பகுதிகளை உண்பது – சயனைடுவிஷம் பற்றி இப்போது எங்களுக்கு நல்ல பரிச்சயம் உண்டாகியிருந்தது – அதனிடம் ஒரு கடுமையான நெடிவீசுகிறது – சிறுத்தையின் இப்படியான செயல்பாடுகள் இயல்பாகவும் இயற்கையாகவும் இருப்பதாகவே பட்டது.

பொறியின் ஸ்பிரிங்குகளின் செயல்பாடு குறித்து நான் தந்துள்ள விளக்கம் சரியானது என்பதுதான் என் கருத்து. மழைநீர்பட்டு பொறி இயங்காமல் போன அதே சமயம் சிறுத்தை பொறியின் மீது கால்வைத்தது ஒரு தற்செயல். அவ்வளவுதான். ஜின் பொறியைப் பிரித்து எடுத்துக்கொண்டு அந்த மூதாட்டியின் எஞ்சிய உடல்பாகங்களை அவளின் உறவினர்கள் தகனம் செய்ய கொண்டுபோக வரும் வரையில் காத்திருந்தோம். எங்கள் ஆட்கள் பின்தொடர பிறகு ருத்ரப்ரயாகை நோக்கி நடந்தோம். இரவு ஏதோ ஒரு தடவை சிறுத்தை அந்த மாமரத்தருகே வந்திருக்கிறது. தனது பாதக்குறியை பதித்துச் சென்றிருக்கிறது. இங்கேதான் நாங்கள் முன்பு பார்த்த ரத்தம் தேங்கிய பகுதி இருந்தது. இப்போது அதை மழைநீர் அடித்துச் சென்றுவிட்டது. நாங்கள் சிறுத்தையின் பாதக்குறிகளைப் பின்தொடர்ந்து யாத்ரிகர் சாலை வரைசென்று அங்கிருந்து நான்கு மைல்கள் நடந்து இன்ஸ்பெக்ஷன் பங்களாவரை பாதக்குறிகள் சென்றிருப்பதைப் பார்த்தோம்.

இன்ஸ்பெக்ஷன் பங்களாவின் கேட் அருகே நின்ற ஒரு தூணின் கீழிருந்த மண்ணை சிறுத்தை சுரண்டியிருக்கிறது. பிறகு அது சாலை வழியாகவே இன்னொரு மைல்தூரம் நடந்திருக்கிறது. அங்கேதான் என் பழைய மூட்டைக்கார நண்பர் முகாம் போட்டு தங்கி இருந்தார். அவருடைய ஆட்டைத்தான் ஆட்கொல்லிச் சிறுத்தை வேண்டுமென்றே கொன்று போட்டது.

இவ்வுலகில் ஏதேனும் ஓரிடத்தில் வேட்டைத் துப்பாக்கியுடன் திரிபவர்களாக நீங்கள் இருப்பீர்களாயின் உங்களுக்கு ஒரு விஷயத்தைச் சொல்ல வேண்டியதில்லை என்று நினைக்கிறேன். எனது தோல்விகளும் ஏமாற்றங்களும் என்னைச் சோர்வடையச் செய்வதற்குப் பதிலாக எனது உறுதிக்கு உரம் சேர்த்திருக்கிறது என்றுதான் சொல்வேன். ஒரு மகத்தான நாள் அல்லது இரவு வரும். அன்று விஷங்களிலிருந்தும் பொறிகளிலிருந்தும் தப்பித்துவரும் இந்த ஆட்கொல்லியின் உடலுக்குள் சர்வ நிச்சயமாக துல்லியமாக எனது துப்பாக்கியின் குண்டு பாயும்.

19. ஒரு எச்சரிக்கைப் பாடம்

வனவிலங்குகளை வேட்டையாடும் வேட்டை யாடிகள் தங்களின் தோல்விகளுக்கு தாங்கள் துரதிருஷ்டம் பிடித்த ஜோனாக்களாக இருப்பதுதான் காரணம் என்று நினைத்துக்கொள்வதை நான் ஒத்துக்கொள்ளமாட்டேன்.

ஒரு வேட்டையாடியின் எண்ணங்கள் – நம்பிக்கையோ அவநம்பிக்கையோ – ஒரு விலங்கை வேட்டையாடக் காத்திருக்கும் வேளையில் வேட்டை யாடி சுடுவதற்கோ புகைப்படம் பிடிப்பதற்கோ முயற்சிக்கும்போது அந்த விலங்கை எந்த வகையிலும் பாதிக்கவே செய்யாது.

காட்டுவிலங்குகளின் கேட்கும் சக்தி, பார்வைத் திறன் பற்றி நாம் பலசமயங்களில் மறந்துவிடுகிறோம். குறிப்பாக உணவுக்காக மட்டும் தங்கள் புலன்களை இவை கூர்மையாக வைத்திருப்பதில்லை. தங்களைக் காப்பாற்றிக் கொள்ளவும் இவை தமது புலன்களைப் பெரிதும் சார்ந்துள்ளன. இந்த விஷயத்தில் நாகரிகம் அடைந்த மானுடப் பிறவிகளைவிடவும் அவை உயர்ந்த தளத்தில் உள்ளன. நமது எதிரியின் நடமாட்டத்தை நம்மால் பார்க்கவோ கேட்கவோ முடியவில்லை என்பதற்காக நம்முடைய நடமாட்டத்தை அதனால் கேட்கவோ பார்க்கவோ முடியாது என்று நாம் நினைத்துக்கொண்டால் அது நியாயமாகாது. விலங்குகளைக் கொல்வதற்காக ஒளிந்தபடி உட்கார்ந்து காத்திருக்கும்போது ஒரு சிறு சப்தம் அல்லது அசைவை நாம் உண்டாக்கிவிடுவது, விலங்குகளின் புத்திக்கூர்மை பற்றித் தவறாக

அநுமானிப்பது இவைதான் நம் எல்லா தோல்விகளுக்கும் காரணமாகும்.

மாமிசப் பட்சிணிகளின் கூர்மையான கேட்கும் திறன் மற்றும் அவற்றைப் பின்தொடரும்போது நாம் எவ்வளவு எச்சரிக்கையாக இருக்கவேண்டும் என்பதற்கு உதாரணமாக அண்மையில் எனக்குக் கிடைத்த அநுபவம் ஒன்றைச் சொல்கிறேன்:

மார்ச் மாதத்தில் ஒருநாள் தரைமீது போர்த்திய சருகுகளின் கம்பளத்தில் காய்ந்த இதழ்கள் உதிர்கின்ற ஓசை மட்டும் கேட்கும் வேளை. தரைமீது சின்னஞ்சிறு குருவிகளின் நடமாட்டமும் துல்லியமாகக் கேட்கும் தருணம். செடிகொடிகள் அடர்ந்த அந்தப் பகுதியில் நான் நீண்ட நாட்களாகப் புகைப்படம் எடுக்க வேண்டுமென்று காத்திருந்த புலியின் இருப்பிடத்தைக் காண நேர்ந்தது. புலி படுத்திருக்கும் இடமாக நான் கணித்த இடம் நோக்கி ஒரு மந்திக் கூட்டத்தைத் துரத்தி விட்டேன். புலி இருந்த இடத்திலிருந்து எழுபது கஜ தூரத்தில் திறந்த வெளி ஒன்று ஐம்பது கஜ நீளமும் முப்பது கஜ அகலமும் கொண்டதாக இருந்தது. திறந்த வெளியின் விளிம்பில் புலி படுத்திருந்த இடத்துக்கு அப்பால் ஒரு பெரிய மரம் அதன் மீது எங்கு பார்த்தாலும் கொடிகள் ஏறி அதன் உச்சாணிக் கிளைவரை படர்ந்து இருந்தன. தரையிலிருந்து இருபது அடி உயரத்தில் மரம் இரண்டாகப் பிரிந்தது. பிற்பகலில்தான் அந்த திறந்த வெளியைக் கடந்து புலி செல்லும் என்று அநுமானித்தேன். ஏனென்றால் திறந்தவெளி–புலிக்கும் காலையில் நான் பார்த்த அதனுடைய இரையான கடம்பமானுக்கும் இடையில் இருந்தது. இரைக்கு அருகில் பகல் பொழுதைக் கழிக்கத் தோதான இடம் கிடைக்காததால் ஒரு அடர்ந்த செடிகொடிக் கூட்டத்துக்கு அடியில் படுத்திருக்கிறது. அங்கேதான் நான் துரத்திவிட்ட மந்திகள் அதைக் கண்டு எனக்கு காட்டிக்கொடுத்தன.

புலிகளோ அல்லது சிறுத்தைகளோ காட்டில் திரியும்போது அவற்றைச் சுடுவதற்காகவோ புகைப்படம் எடுப்பதற்கோ முனையும்போது அவை எங்கே இருக்கின்றன என்று நிச்சயப்படுத்திக் கொள்ளவேண்டும். அது ஒரு காயம்பட்ட விலங்கானாலும், அல்லது ஒருவர் ஒரு விலங்கினை புகைப்படம் எடுக்க விரும்பினாலும் காட்டிலுள்ள பறவைகள் மற்றும் விலங்குகளின் செய்கைகளைக் கவனிக்க வேண்டும். பொறுமையோடும், குறிப்பிட்ட பறவை அல்லது விலங்கின் பழக்கவழக்கங்கள் பற்றிய அறிவும் உடைய வேட்டையாடி தன் அநுபவத்தைக் கொண்டு அந்த குறிப்பிட்ட பறவையையும் விலங்கையும் தான் விரும்பும் திசை நோக்கிச் செல்ல

வைக்கமுடியும். இதற்குப் பொருத்தமான பறவைகள் சிவப்புக் காட்டுக்கோழி, மயில் மற்றும் வெண்ணிறத் தொப்பித் தலைக் குருவிகள் ஆகியவையாகும். விலங்குகளைப் பொறுத்தவரை கேளை ஆடுகளும் மந்திகளும் இதற்கு உதவும்.

நான் உங்களிடம் சொல்லிக்கொண்டிருந்த புலி காயப் படாததாகும். ஆகவே அதைப் பின்தொடர்ந்து செடிகொடிகள் அடர்ந்த அந்தப் பிரதேசத்திற்குள் நானே சென்று புலியைக் கண்டிருக்க முடியும். ஆனால் இப்படிச் செய்தால் அதைத் தொந்தரவு படுத்துவதாக ஆகும். என் நோக்கமும் நிறைவேறாது போய்விடும். அதேசமயம் மந்திக் கூட்டத்தை இந்த வேலைக்குப் பயன்படுத்தினால் புலியைப் பார்த்ததனால் அவற்றிடம் ஏற்படும் எதிர்வினைகளைக் கண்டுகொள்ளலாம். புலியைத் தொந்தரவு செய்யாமலே எனக்குத் தேவையான தகவல் கிடைத்துவிட்டது.

மிகவும் கவனமுடன் நான் குறிப்பிட்ட மரத்தை நெருங்கினேன். புலி படுத்திருந்த இடத்திலிருந்து கவனித்து விட முடியும் என்பதால் கொடிகளின் இழை நுனிகளிலும் இலைகளிலும் அசைவு ஏற்பட்டுவிடும் என்பதால் மரத்தில் ஏறிய கொடிகளைத் தொடாமல் விலகினேன். ஒரு கிளையின் கவட்டைப் பகுதிக்கு ஏறினேன். அங்கே உட்கார்ந்து கொள்ளவும் ஒளிந்துகொள்ளவும் வசதியாக இருந்தது. என் வசமிருந்த 16 எம்எம் சினி காமெராவை எடுத்து எனக்கு முன்னால் மறைந்திருந்த இலைகளில் ஒரு காமிரா நுழையும் அளவுக்கு மாத்திரம் திறப்பை உண்டாக்கினேன். இதையெல்லாம் ஒரு சிறு சத்தம்கூட ஏற்படாதபடி செய்துவிட்டு அப்படியே சலன மில்லாமல் உட்கார்ந்தேன். எனது பார்வை இப்போது அந்த திறந்த வெளியிலும் அதற்குப் பின்னிருந்த காட்டுப் பகுதியிலும் நிலைகுத்தியிருந்தது.

ஒருமணி நேரம் உட்கார்ந்திருந்த பிறகு ஒரு ஜோடி பஞ்சவர்ணப் புறாக்கள் காட்டுப் பகுதியிலிருந்து எழுந்து பறந்தன. பிறகு சர்ரென்று கீழிருந்த புதர்மீது தாழப்பறந்து சென்றன. ஓரிரு நிமிடங்களுக்குப் பிறகு எனக்கு வெகு அருகில் ஒரு சிறு குருவிக்கூட்டம் தரையிலிருந்து எழுந்து பறந்தது. அவை ஒரு இலையில்லாத மரத்தில் கிளைக்குக் கிளை மிகவும் மெல்லச் சிறகடித்து சந்தோஷமாகப் பறந்துகொண்டிருந்தன. பிறகு மரத்தின் உச்சிக்குமேல் எழுந்து பறந்தேபோயின. இந்த இரண்டுவகைக் குருவிகளும் எவ்வகையான அபாயக் குரலையும் எழுப்பவில்லை. ஆனால் அவற்றின் செய்கைகளைக் கொண்டு அங்கே புலி உலவுகிறது என்பதும், அதனால் அந்தக் குருவிகள் பயந்துவிட்டதும் நன்றாகப் புலனாயிற்று. சில நிமிடங்கள்

கழித்து என் பார்வையை இடப்பக்கத்திலிருந்து வலப்பக்கம் வரை திருப்பி எனக்கு முன்னாலிருந்த நிலத்தின் ஒவ்வொரு அடியையும் சலித்துக்கொண்டு இருந்தேன். என் கண்கள் ஒரு சிறிய வெண்ணிறப் பொருள் மீது சற்றுநேரம் நிலைத்தன. ஒன்று அல்லது இரண்டு அங்குல சதுரத்தில் எனக்கு மிக அருகே நேர் முன்னால் திறந்தவெளியின் பத்தடி தொலைவுக்குள் அதைக் கண்டேன். அசையாது அப்படியே இருந்த அந்தப் பொருள்மீது கவனத்தைச் செலுத்தினேன். பிறகு வலப்பக்கம் உள்ள புதர்களைக் கவனிக்க ஆரம்பித்தேன். பிறகு மீண்டும் அந்த வெண்ணிறப் பொருளை நோக்கி என் பார்வையைத் திருப்பினேன்.

ஒருசில நிமிடங்களுக்கு முன் அங்கு நான் கண்ட அந்தப் பொருள் இப்போது அங்கே இல்லை. அது புலியின் முகத்தில் காணப்படும் வெண்ணிற அடையாளம் என்பதில் சந்தேகமே இல்லை. நான் மரத்தை நெருங்கும்போதும் அதன்மேல் ஏறும்போதும் புலிக்கு நான் நடமாடும் சத்தம் கேட்டிருக்கிறது. என் காலில் மிகமெலிதான ரப்பர் செருப்புக்களை அணிந்தபடி ஓசைப்படாமல் மரத்தின்மீது ஏறியபோது, உலர்ந்த சருகுகளை மிதித்துக்கொண்டு எழுபது கஜ தூரம் ஒளித்துவைத்த இரையை நோக்கி அது செல்ல முனைந்தபோது ஏதோ ஒரு சத்தம் வந்த இடத்தை அது கவனித்திருக்க வேண்டும். எந்த விதமான அசைவும் இன்றி அரைமணி நேரம் அப்படியே நின்றிருக்கிறது. பிறகு மெல்ல எழுந்து, உடம்பை நீட்டிச் சோம்பல் முறித்து கொட்டாவி விட்டு இனி அஞ்சுவதற்கு அங்கே ஒன்றுமில்லை என்று அறிந்துகொண்டு திறந்த வெளியில் நடந்துவந்தது. இப்போது அது சற்றே நின்று தலையை முதலில் வலப்பக்கமும் பிறகு இடப்பக்கமுமாகத் திருப்பிப் பார்த்தது. பிறகு திறந்த வெளியைக் கடந்து சென்றது. அப்போது நான் உட்கார்ந்திருந்த மரத்தின் நேர்கீழே அது தன் இரையை நோக்கிச் செல்வதைப் பார்த்தேன்.

நான் காடுகளில் அலைந்து திரியும்போது மாமிச பட்சிணிகளைச் சுடுவதற்காக வேட்டைப்பரண்கள் கட்டப் பட்டிருப்பதைக் காண்பதுண்டு. அவற்றுக்குப் பக்கத்திலேயே மரத்தின் கிளைகள் சில ஒடிக்கப்பட்டு வேட்டைப் பரணின் சுற்றுப் பகுதிகளைக் கட்டப் பயன்படுத்தப் பட்டிருக்கும்.

முன்புறம் நன்கு தெளிவாகப் பார்க்கக் கூடியவகையில் மரத்தின் கிளைகள் வெட்டப்பட்டு அங்குமிங்குமாக குச்சிகளும் இலைகளும் சிதறிக்கிடக்கும். இதைச் செய்யும்போது அங்கே பேச்சுக்குரல்களும் சத்தமும் எழுந்திருக்கும். இவ்வளவுக்கும்

பிறகு, தாம் பல நூறு முறை புலிகளுக்கும் சிறுத்தைகளுக்கும் காத்திருந்தும் ஒன்றுகூட கண்ணில்படாத துரதிருஷ்டசாலிகள் நாங்கள் என்று சிலர் கூறும்போது எனக்கு ஆச்சரியமே ஏற்படுவது இல்லை.

அன்றைய தேதிவரை ஆட்கொல்லியை நாங்கள் பிடிக்க முடியாமல் போனதற்குக் காரணம் நாங்கள் செய்திருக்கக்கூடிய எதையும் செய்ததால் அல்ல; நாங்கள் செய்திருக்கக்கூடியதைச் செய்யாமல் விட்டதாலும் அல்ல. எங்களுடைய துரதிருஷ்டம் என்றுதான் சொல்லவேண்டும்.

எழுபது வயது மூதாட்டியைக் கொன்ற சிறுத்தையைக் கொல்வதில் எங்களுக்கு ஏற்பட்ட தோல்விக்குப் பிறகு இபாட்சன் பௌரி திரும்பினார். நான் மட்டும் நம்பிக்கை இழந்துவிடவில்லை. ருத்ரப்ரயாகைக்கு முதன்முதலாக வந்து சேர்ந்த சிறுத்தையைச் சுட்டுக் கொல்வதில் எனக்கிருந்த பூரணமான நம்பிக்கை இன்னமும் அப்படியே இருந்தது. சொல்லப்போனால் அதைவிடப் பிரகாசமாக இருந்தது. ஏனென்றால் இப்போது நான் கொல்லவிருந்த விலங்கின் பலமான அம்சங்கள் என்ன என்று எனக்குத் தெரிந்துவிட்டது.

ஒரு விஷயம் மட்டும் என்னைத் தர்மசங்கடத்தில் ஆழ்த்தியதோடு என் மனசாட்சியைச் சோதிக்கவும் செய்தது. ஆட்கொல்லியை ஆற்றின் ஏதாவது ஒரு கரையில் மட்டும் உலவும்படிச் செய்வது என்பதுதான் அது. எப்படிப் பார்த்தாலும் அலக்நந்தாவின் இடப்பக்கக் கரையில் இருந்தவர்களைச் சிறுத்தையின் தாக்குதலுக்கு உட்படுத்துவது சரியெனப் படவில்லை. வலப்பக்கக் கரையிலிருந்தவர்கள் மட்டும் சிறுத்தையின் தாக்குதலில் இருந்து தப்பிக்கிறவர்களாய் இருப்பார்கள். நாங்கள் வந்து சேர்வதற்கு இரண்டு நாட்கள் முன்புகூட ஒரு பையனைச் சிறுத்தை கொன்றதோடு நின்றுவிடவில்லை. இடப்பக்கக் கரையில் சமீபத்தில் மூன்று பேர் உயிரிழந்திருக்கிறார்கள். எஞ்சியிருப்பவர்களுக்கும் இதே கதி ஏற்படக்கூடும். இருந்தாலும் இரண்டு தொங்கு பாலங்களையும் திறந்துவிட்டு சிறுத்தையை ஆற்றின் வலக்கரைக்குச் செல்லவிடுவது என் கஷ்டங்களை நூறு மடங்கு அதிகமாக்கிவிடும். ஏற்கனவே கஷ்டங்கள் நிறைய இருந்தன. அதுவுமில்லாமல் இதனால் கட்வால் முழுமைக்கும் எந்தப் பயனும் ஏற்படப்போவதில்லை. ஏனென்றால் ஆற்றின் வலப்பக்கம் வசிப்பவர்களின் உயிர்களும், இடப்பக்கம் வசிப்பவர்களின் உயிர்களைப் போலவே மதிப்புமிக்கவைதான். ஆகவே மிகுந்த தயக்கத்துடன் நான் அந்த தொங்குபாலங்களை மூடிவைக்க முடிவு செய்தேன்.

இந்தச் சந்தர்ப்பத்தில் ஆற்றின் இடதுபக்க கரைஓரம் வசிக்கும் ஆயிரக்கணக்கான மக்களுக்கு என் வீர வணக்கத்தைத் தெரிவிக்க விரும்புகிறேன். பாலங்களை மூடுவது என்பது பயங்கரமான ஆட்கொல்லியின் நடமாட்டத்தைத் தாங்கள் வசிக்கும் பகுதிக்குள்ளாக கொண்டுவருவது ஆகும் என்று தெரிந்தும் அவர்கள் ஒருமுறைகூட என்னிடம் பாலங்களை மூடிய தடுப்புகளை அகற்றுமாறு சொல்லவில்லை. அவர்களும் அகற்ற முயற்சிக்கவில்லை.

பாலங்களை மூடுவது என்று முடிவுசெய்த பிறகு நான் ஒரு ஆளை அனுப்பி கிராமவாசிகள் எதிர்கொள்ள இருக்கும் அபாயத்தைத் தெரிவிக்க ஏற்பாடு செய்தேன். நானே கூட என்னால் முடிந்த அளவு பக்கத்துக் கிராமங்களுக்கு நடந்தே சென்று எச்சரிக்கை செய்தேன். நான் சாலையில் சந்திக்க நேர்ந்தவர்களும் சரி கிராமத்தில் சந்தித்தவர்களும் சரி அவர்கள் வசிக்கும் இடத்திற்குள் சிறுத்தையின் நடமாட்டத்தைக் கொண்டுவந்ததற்கு ஒரு வார்த்தைகூட என்னிடம் கோபமாகப் பேசவில்லை. நான் எங்கு சென்றாலும் அவர்கள் என்னை வரவேற்றார்கள். அவர்களுடைய வாழ்த்துக்களுடன் நான் விரைந்தேன். ஆண்களும் பெண்களும் எனக்குத் தந்த உறுதி மொழிகள் எனக்கு ஊக்கமளித்தன. ஆட்கொல்லியின் அடுத்த இரை அவர்களாகக் கூட இருக்கலாம் என்பதைப் பாவம் அவர்கள் அறியவில்லை.

நேற்று இரவு சிறுத்தையைக் கொல்லாமல் விட்டதற்காக அவர்களிடம் எந்த வருத்தமும் இல்லை. ஏனென்றால் இன்றோ அல்லது நாளையோ அது இறப்பது உறுதி என்ற மனநிலை அவர்களிடம் இருந்தது.

20. காட்டுப்பன்றி வேட்டை

அந்த வயதான மூட்டைக்காரர் முள்வேலியால் அரண் அமைத்த இடத்துக்கு முந்தையநாள் சாயங்காலம் தாமதமாக வந்து சேர்ந்தார். சந்தையில் வாங்கிய உப்பையும் வெல்லத்தையும் மூட்டை கட்டிக்கொண்டு ஹரித்வாரிலிருந்து பத்ரிநாத்துக்கு அப்பால் இருந்த கிராமங்களுக்குக் கொண்டு செல்ல இருந்தார். அவருடைய வெள்ளாடுகளும் செம்மறி ஆடுகளும் மிகவும் கனமான சுமையை ஏற்றிக்கொண்டு வெகுதூரம் நடந்து விட்டன. முள்வேலியிட்ட இடத்துக்கு மிகவும் தாமதமாக வந்து சேர்ந்தவர் வேலியின் சேதமுற்ற பகுதிகளைப் பழுதுபார்க்க முனைந்தார். இவர் இந்த வேலையில் ஈடுபட்டுக்கொண்டு இருக்கும்போது ஆடுகள் அங்குமிங்கும் திரியலாயின. அவற்றுள் ஒன்றைச் சிறுத்தை கொன்றுவிட்டது. விடியற்காலை வேளையில் சாலைக்கு மிக அருகே ஆடு செத்துக் கிடந்தது. நாய்கள் குரைத்த சத்தம் அவரை எழுப்பிவிட்டது. நன்றாக விடிந்ததும் அவர் போய்ப் பார்த்தபோது அவரிடம் இருந்ததிலேயே நல்ல ஆடு – அழகான உருக்குவண்ண ஆடு அது; ஷெட்லாண்டு குதிரை மாதிரி இருந்தது – சாலை ஓரம் செத்துக்கிடந்தது. சிறுத்தை அதை வேண்டுமென்றேதான் கொன்றிருக்கிறது.

முந்தையநாள் இரவு ஆட்கொல்லி நடந்துகொண்ட விதம் ஒரு விலங்கு ஆட்கொல்லியாக மாறும்போதும் நீண்டகாலம் மனிதர்களுடன் தொடர்பில் இருக்கும்போதும் அதனுடைய பழக்க வழக்கங்கள் எவ்வளவு தூரம் மாறுதல் அடையும் என்பதைப் புலப்படுத்தியது.

பொறியில் சிக்கியதால் ஆட்கொல்லி மிகப்பெரும் அதிர்ச்சிக்கு உள்ளாகியிருக்கிறது என்று ஊகிக்க முடிந்தது. பத்து கஜதூரத்திற்கு அது மிகவும் கனமான அந்தப் பொறியை இழுத்துச் சென்றிருப்பதும் அதன் உறுமல்களில் வெளிப்பட்ட சீற்றமும் இதை நிரூபித்தது. பொறியிலிருந்து தப்பித்த உடனேயே அது மனித சஞ்சாரம் இல்லாத ஒரு தனிமையான இடத்திற்குச் சென்று பதுங்கி இருக்கும். அதற்குப் பசியெடுக்கும்வரை அங்கேயே இருந்திருக்கும். இதற்கெல்லாம் பலநாட்கள் பிடிக்காது. ஆனால் அது இப்படி எல்லாம் எதுவும் செய்யாமல் தான் கொன்ற இரையின் அருகிலேயே இருந்திருக்கிறது. மரத்தில் கட்டியிருந்த வேட்டைப் பரண்மீது நாங்கள் ஏறுவதையும் கவனித்திருக்கிறது. நாங்கள் தூங்கும்வரை காத்திருந்து, மறுபடியும் அந்த இடத்தை ஆராயத் திரும்பி வந்திருக்கிறது.

அதிருஷ்டவசமாக இபாட்சன் முன்னெச்சரிக்கையுடன் வேட்டைப் பரணில் எங்கள் பாதுகாப்புக்காக அதைச் சுற்றி முட்கம்பி வலையை மிகவும் உறுதியாகக் கட்டி இருந்தார். ஏனென்றால் தங்களைச் சுடுவதற்காகக் காத்திருப்பவர்களை ஆட்கொல்லிகள் கொல்வது கேள்விப்படாத விஷயமல்ல; இப்போது மத்திய மாகாணங்களில் ஒரு ஆட்கொல்லி உலவுகிறது. பல்வேறு சந்தர்ப்பங்களில் அது நான்கு இந்திய வேட்டையாடிகளை அவர்கள் சுடுவதற்கு முயன்றபோது கொன்று தின்றிருக்கிறது. இந்த விலங்கைப் பற்றி நான் கேள்விப்பட்ட கடைசிதினம் வரையில் அது நாற்பது மனிதர்களைக் கொன்றிருக்கிறது. தன்னைக் கொல்வதற்காக காத்திருப்பவர்களைக் கொன்று தின்றுவிடும் பழக்கத்தால் அது மிகவும் அமைதியாக யார் தொந்தரவின்றியும் உலவித் திரிந்தது. வேட்டைக்காரர்கள், வளர்ப்புப் பிராணிகள் என்று வித்தியாசமான சாப்பாடுகள் அதற்குக் கிடைத்து வருகின்றன.

மாமரத்தை வந்து பார்த்துவிட்டு ஆட்கொல்லி கிராமத்துப் பாதை வழியாகத் தடத்தோடு இணையும் சந்திப்புக்குச் சென்றிருக்கிறது. இங்கேதான் ரத்தம் ஒரு சிறு குட்டைபோல் தேங்கியிருப்பதை நாங்கள் முதலில் வந்தபோது கண்டோம். இந்த இடத்தில் அது வலப்பக்கமாகத் திரும்பித் தடத்தின் வழியாக ஒரு மைல் தூரம் சென்றிருக்கிறது. அதற்குப் பிறகு யாத்ரிகர் சாலையில் நான்கு மைல்கள் நடந்திருக்கிறது. அப்புறம் அது வழக்கமாக உலவுகிற ஜன சந்தடி மிகுந்த பகுதிக்குள் நுழைந்திருக்கிறது. ருத்ரப்ரயாகைக்கு வந்து சேர்ந்ததும் அது சந்தையின் முக்கியத்தெரு வழியாகச் சென்றிருக்கிறது. அதற்கு அரைமைல் தள்ளி இன்ஸ்பெக்ஷன் பங்களாவின் 'கேட்' அருகே தரையில் பிறாண்டியிருக்கிறது.

முந்தின இரவு பெய்த மழை சாலையின் களிமண் பரப்பை சொதசொதவென்று ஆக்கிவிட்டது. ஈரக் களிமண்ணில் சிறுத்தையின் பாத அடையாளங்கள் தெளிவாகத் தெரிந்தன. அதைப் பார்க்கும்போது பொறியில் மாட்டியதால் சிறுத்தையின் கால்களுக்கு எவ்வித பாதிப்பும் ஏற்படவில்லை என்று தெரிந்தது.

காலைச் சிற்றுண்டிக்குப் பிறகு 'கேட்' அருகே இருந்த தடத்தின் வழியாக மூட்டைக்காரர் முகாம் போட்டிருக்கும் இடத்துக்குச் சென்றேன். மூட்டைக்காரர் முகாமிலிருந்து நூறு கஜ தொலைவில், சாலையிலிருந்த திருப்பத்திலிருந்து முள்வேலி அரணுக்கு வெளியே சுற்றித் திரிந்த ஆடுகளைச் சிறுத்தை கண்டிருக்கிறது. சாலையின் வெளிப் பக்கத்திலிருந்து உள்பக்கத்துக்குக் குறுக்கே நடந்து மலைப் பக்கமாக மெல்ல ஊர்ந்து அங்கே மேய்ந்து கொண்டிருந்த ஆடுகளைப் பதுங்கிப் பின்தொடர்ந்திருக்கிறது. அந்த இரும்பு வண்ண ஆட்டைக் கொன்ற பிறகு, அதன் ரத்தத்தைக் கூட குடிக்காமல் சாலைப் பக்கமாகச் சென்றுவிட்டது.

முள்வேலி அரணுக்குள் செத்துப்போன ஆட்டைக் காவல் காத்துக்கொண்டு நேர்த்தியாக அடுக்கப்பட்ட மூட்டைகளுக்கு அருகே மூட்டைக்காரரின் இரண்டு வேட்டை நாய்கள் கனமான சங்கிலியால் பிணைக்கப்பட்டுப் பெரிய கழிகளில் கட்டப்பட்டிருந்தன. இந்தப் பெரிய, கறுப்பான, பலம்மிக்க நாய்களை மலைப்பிரதேசங்களில் உள்ள மூட்டைக்காரர்கள் வளர்க்கிறார்கள். பிரிட்டனிலும் ஐரோப்பாவிலும் ஆடுகளின் காவல் நாய்கள் என்ற பெயரில் அறியப்படும் நாய்களுக்கு இவை இணையாக மாட்டா. ஆனால் நடந்து செல்கையில் நமது காலடிகளைப் பின்தொடர்ந்து வரும் இந்த நாய்கள் ஓரிடத்தில் முகாமிட்டவுடனே மிகத் திறமையாக கடமையாற்றத் தொடங்கிவிடுகின்றன. இரவு நேரங்களில் அவை வன விலங்கு களிடமிருந்து முகாமைக் காவல் புரிகின்றன. ஒரு சிறுத்தையையே கொன்ற இரண்டு நாய்களைப் பற்றி எனக்குத் தெரியும். மூட்டைக்காரர்கள் வெளியே மந்தைகளை மேய்ச்சலுக்கு இட்டுச் செல்லும் சமயத்தில் இவை எவரும் கூடாரத்துக்குள் நுழைந்துவிடாதபடி காவல் காக்கின்றன. முகாமிலிருந்த மூட்டைகளில் ஒன்றை எடுத்துச் செல்ல முயன்ற ஒரு மனிதனை இந்த நாய்களில் ஒன்று கொன்றுவிட்டதாக ஒரு வழக்கே இருக்கிறது.

சிறுத்தை சென்ற தடத்தைத் தொடர்ந்து நான் சென்றபோது ஆட்டைக் கொன்றபிறகு அது சாலைக்கே திரும்பியதைக்

கண்டேன். அதன் பாதச் சுவடுகளை கோலாபிராய் வரை நான் பின்தொடர்ந்தேன். அதைத் தாண்டி ஒருமைல் தூரத்தில் ஒரு ஆழமான மலைச்சந்து சாலையின் குறுக்காகச் செல்கிறது. அதுவரை ஆட்கொல்லி சென்று அதற்குமேல் மறைந்துவிட்டது. மாமரத்திலிருந்து மலைச் சந்துவரை அது கடந்து வந்த தூரம் எட்டு மைல்கள். இரையிலிருந்து கால்போன போக்கில் சிறுத்தை நீண்ட தூரம் சென்றிருப்பது எந்தச் சூழ்நிலையிலும் எந்த சிறுத்தையும் செய்யாதது. அதுபோலவே பசியில்லாதபோது எந்தச் சிறுத்தையும் ஆட்டைக் கொல்லாது.

மலைச் சந்திலிருந்து கால்மைல் தூரத்தில் அந்த வயதான மூட்டைக்காரர் சாலை ஓரம் இருந்த ஒரு பாறை மீது உட்கார்ந்து கொண்டிருந்தார். கம்பளி நூற்றுக் கொண்டும் மந்தையைக் கவனித்தபடியும் இருந்தார் அவர். மலைப் பகுதியின் திறந்த பிரதேசத்தில் அவை மேய்ந்து கொண்டிருந்தன.

நூல் நூற்கும் குச்சியையும் கம்பளியையும் அவர் அங்கியின் பெரிய பையில் போட்டுக் கொண்டு நான் நீட்டிய சிகரெட்டை வாங்கிக்கொண்டார். தன்னுடைய கூடாரத்தைத் தாண்டித்தான் வந்திருக்கிறேனா என்று கேட்டார். நான் தலையாட்டினேன். அப்புறம் கெட்ட ஆவி செய்து வைத்திருக்கும் காரியத்தைப் பார்த்ததாகவும் அடுத்த முறை ஹரித்துவார் போகும்போது அவருடைய நாய்களை ஒட்டக வியாபாரிகளிடம் விற்றுவிடுவதே புத்திசாலித்தனம் என்றும் அவற்றுக்குத் துணிச்சல் போதாது என்றும் தெரிவித்தேன். அவர் தலையை ஆட்டியபடி சொன்னார்: ‘சாஹேப், நம்மைப் போன்ற அனுபவஸ்தர்களும் சிலசமயம் தவறு செய்துவிடுகிறோம். அதனால் கஷ்டத்தையும் அனுபவிக்கிறோம். நேத்து ராத்திரி என்கிட்டே இருந்த அருமையான ஆட்டை நான் இழந்துட்டேன். ஆனால் என்னுடைய நாய்கள் புலிகள்போல துணிச்சல் உள்ளவை. கட்வாலிலேயே ரொம்ப ஒஸ்தியான நாய்கள் இதுங்க. அதுகளை ஒட்டக வியாபாரிக்கு வித்துடலாம்னு நீங்க சொல்றது அதுங்களுக்கு பெரிய அவமானம். என்னுடைய கூடாரம் நீங்க சொன்னாப்பலே ரோடுக்குப் பக்கத்துல இருக்கு. ராத்திரி நேரத்துல யாராவது தவறிப் போய் இங்கே வந்துட்டா நாய்கள் அவங்களைக் குதறிடும். அதனால இந்த முள்வேலிக்கு வெளியே அதுங்களை சங்கிலி போட்டு கட்டி வச்சிருக்கேன். அதுகளை அவுத்து விடறதில்லை நான். என்னாச்சு பாத்தீங்கள்ள? இதுக்காக நாய்களைக் குத்தம் சொல்லாதீங்க சாஹேப். என் ஆட்டைக் காப்பாற்றுவதற்காக அதுங்க துடிச்ச துடிப்புல கழுத்துப்பட்டையால் எவ்ளோ பெரிய காயம் பாருங்க. இது ஆற பலகாலம் ஆகுமே...”

நாங்கள் பேசிக் கொண்டிருக்கும்போது குன்றின் உச்சியில் கங்கை நதிக்குத் தொலைவில் ஒரு விலங்கினைப் பார்த்தோம். அதனுடைய நிறத்தையும் உருவத்தையும் பார்த்தபோது நான் அது இமாசலக் கரடியாய் இருக்குமோ என்று நினைத்தேன். ஆனால் அது குன்றின் சரிவில் இறங்கி ஆற்றை நோக்கி வந்தபோது அது ஒரு பெரிய காட்டுப் பன்றி என்று தெரிந்தது. இந்தப் பன்றியைத் தொடர்ந்து ஒரு நாய்க்கூட்டம் ஓடிவந்தது. அதையும் தொடர்ந்து சிறுவர்களும் ஆட்களுமாக ஒரு கூட்டம் கையில் பல்வேறு குச்சிகளையும் கம்புகளையும் தூக்கிக்கொண்டு துரத்தி வந்தது. அவர்கள் எல்லோருக்கும் கடைசியில் ஒரு மனிதர் துப்பாக்கியுடன் ஓடிவந்து கொண்டிருந்தார். இந்த மனிதர் தன் துப்பாக்கியை உயர்த்தி சுடுவது தெரிந்தது. ஒரு சிறு புகைக் கற்றை எழுந்தது. சற்று நேரம் கழித்து ஒரு கிட்டிப்புத் துப்பாக்கியின் மெலிதான சத்தம் கேட்டது. இந்த துப்பாக்கியின் சுடு தொலைவில் இருந்த ஒரே உயிருள்ள சீவராசிகள் அந்த சிறுவர்களும் ஆட்களும் மட்டுமே. ஆனால் அவர்களில் யாரும் தங்களது ஓட்டப் பந்தயத்தைக் கைவிடாததால் வேட்டையாடியின் குறி தவறிவிட்டது.

பன்றிக்கு முன்னால் ஒரு நீண்ட புல்வெளிச் சரிவு இருந்தது. இங்குமங்குமாக சில புதர்க் கூட்டங்கள். இந்த புல்வெளிச் சரிவுக்குக் கீழே ஒரு உடைந்த நிலப்பகுதி இருந்தது. அதன் கீழே ஒரு அடர்ந்த குத்துச் செடி ஆறுவரை படர்ந்திருந்தது.

அந்த சொரசொரப்பான உடைந்த நிலப் பகுதியில் போய் பன்றி விழுந்தது. பன்றியும் கிராமத்து நாய்களும் குத்துச்செடிப் புதருக்குள் மறைந்தன. அடுத்த நிமிடம் எல்லா நாய்களும், தலைமை வகித்து ஓடிய அந்த பழுப்பு வர்ண பன்றியைத் தவிர – குத்துச் செடிக்கு உள்ளிருந்து ஓடிவந்தன. சிறுவர்களும் ஆட்களும் சேர்ந்துகொண்டு நாய்களைப் புதருக்குள் போக வைக்க முயற்சித்தனர் – ஆனால் பன்றி தனது மூக்கால் தங்களை எப்படித் தாக்கியது என்பதைச் சற்றுமுன்தான் அனுபவப்பட்டிருந்த நாய்கள் புதருக்குள் நுழையாமல் ‘மக்கர்’ செய்தன.

இப்போது துப்பாக்கி வைத்திருந்த ஆசாமியும் வந்து சேர்ந்தார். அவரைச் சிறுவர்களும் பெரியவர்களும் ஓடிப்போய்ச் சூழ்ந்து கொண்டனர்.

நாங்கள் நன்கு உயரமான பீடம்போன்ற பகுதியில் ஆற்றைப் பார்க்க உட்கார்ந்து கொண்டிருந்தோம். எங்களுக்கு முன்னால் மலைச் சரிவில் நடந்தேறிய இந்தக் காட்சி ஒரு ஊமைப் படம் போல் தெரிந்தது. ஏனென்றால் தண்ணீரின் ஓசை எதையும்

கேட்கவிடாமல் செய்தது. எங்களுக்குக் கேட்டது எல்லாம் கிட்டிப்புத் துப்பாக்கியின் மெல்லிய வேட்டுச் சத்தம் மட்டுமே.

வேட்டையாடிப் புதர்க்கூட்டத்துக்குள் அந்த நாய்களைப் போலவே நுழையத் தயங்குவது தெரிந்தது. ஏனென்றால் இப்போது அவர் தனது கூட்டாளிகளை விட்டு விலகி ஒரு பாறையில் போய் 'என்னால முடிஞ்சதை செஞ்சுட்டேன். இனிமே உங்களால முடிஞ்சதை செஞ்சுக்கோங்க' என்பதுபோல உட்கார்ந்து கொண்டார்.

இந்த மாதிரி இரட்டை இக்கட்டில் சிக்கிக்கொண்ட கிராமவாசிகள் – ஏனென்றால் நாய்கள் என்ன அடித்த போதும் புதருக்குள் நுழைய மறுத்துவிட்டன – குத்துச் செடிக்குள் கற்களை விட்டெறிய ஆரம்பித்தனர்.

இதற்கு நடுவே குத்துச் செடிப் புதரின் கீழிருந்து பன்றி வெளிப்பட்டு ஒரு குறுகலான மணல் பரப்பை நோக்கி ஓடியது. திறந்தவெளிக்கு வந்து சில கணங்கள் சலனமே இல்லாமல் நின்றது. அப்புறம் சில அடிகள் எடுத்து வைத்தது. பிறகு மறுபடி நின்றது. பிறகு ஒரே ஓட்டமாக ஓடி ஆற்றில் விழுந்தது. பன்றிகள் – அதுவும் காட்டுப் பன்றிகள் – மிகவும் நன்றாக நீந்தத்தெரிந்தவை. அவை நீந்தும்போது பலரும் நினைப்பது போல அவற்றின் கால் நகங்களால் கழுத்தை அறுத்துக் கொள்வதில்லை.

ஆற்றின் நீரோட்டம் வலுவாக இருந்தது. அதில் நமது காட்டுப் பன்றியைத் தவிர வேறு விலங்குகள் காணப்படவில்லை. கொஞ்ச தூரத்திற்கு ஆற்று நீரோட்டத்தில் அடித்துக்கொண்டு போகப்பட்டதாகத் தோன்றியது. ஆனால் நாங்கள் இருந்த கரையை நோக்கிப் பத்திரமாக நீந்திவந்து கரையேறியது.

"சாஹிப், உங்கள் ரைஃபிளால் சுடும் தூரத்தில் அது இருக்கிறதா?" என்று கேட்டார் மூட்டைக்காரர். "ஆமாம். இருக்கிறது. பன்றி துப்பாக்கி சுடும் தொலைவுக்கு உள்ளேதான் இருக்கிறது. ஆனால் நான் கட்வாலுக்கு உயிரைக் காப்பாற்றிக் கொள்ள ஓடும் பன்றிகளைச் சுடுவதற்காக துப்பாக்கி கொண்டுவரவில்லை. நீங்கள் கெட்ட ஆவி என்று சொல்கிறீர்களே அதை, நான் சிறுத்தை என்று நன்கு அறிந்த அதனைச் சுடுவதற்குத் தான் ரைஃபிளைக் கொண்டுவந்திருக்கிறேன்."

"எப்படி வேணுமானாலும் வைத்துக்கொள்ளுங்கள்" என்றார் அவர். "இப்போது நீங்கள் கிளம்பிவிடுவீர்கள். நாம்

இனிமேல் ஒருபோதும் சந்திக்கப் போவதில்லை. என்னுடைய ஆசிகளை உங்களுக்குத் தருகிறேன். எடுத்துக்கொள்ளுங்கள். நீங்களா அல்லது நானா யார் கருத்து சரியானது என்று காலம் நிரூபிக்கும்."

அந்த மூட்டைக்காரரை நான் மறுபடி பார்க்கவே இல்லை என்பதில் எனக்கு வருத்தமுண்டு. அப்போதே அவருக்கு ரொம்பவும் வயதாகி இருந்தது.

லூசிஃபர் போல அவரிடம் பெருமை பிரகாசிக்கும். தனது சிறந்த ஆடுகளைச் சிறுத்தைகள் கொல்லாத வரைக்கும், அவரது வேட்டை நாய்களை யாரும் குறைசொல்லாத வரைக்கும் அவரது மகிழ்ச்சிக்குக் குறைவேதுமில்லை.

21. தேவதாரு மரத்தின்மீது ...

மறுநாள் இபாட்சன் பௌரியில் இருந்து திரும்பிவிட்டார். அடுத்தநாள் காலை நான் ருத்ரப்ரயாகைக்கு கிழக்கே உள்ள கிராமங்களுக்குச் சென்றபோது கிராமத்திலிருந்து வெளிப்பட்ட பாதையொன்றில் நான் ஆட்கொல்லியின் பாதச் சுவடுகளைக் கண்டேன். முந்தைய இரவு ஒரு வீட்டின் கதவை உடைத்துத் திறக்க அது முயற்சித்திருக்கிறது. அங்கே ஒரு குழந்தை மோசமாக இருமிக் கொண்டிருந்திருக்கிறது. ஆட்கொல்லியின் பாதச்சுவடுகளைப் பின்தொடர்ந்து மேலும் இரண்டு மைல்கள் நடந்தேன். அவை என்னை மலையின் சரிவான பகுதிக்கு இட்டுச்சென்றன. இங்கேதான் நானும் இபாட்சனும் ஒரு ஆட்டைக் கட்டி வைத்து காத்திருந்தோம். ஆடு கத்திக்கொண்டே இருந்தது. பின்னர் சிறுத்தை அந்த ஆட்டைக் கொன்றுவிட்டது.

விடிவதற்கு இன்னும் வெகுநேரம் இருந்தது. நிலப்பகுதி வெடித்தும் பிளந்தும் கிடந்தது. அங்கிருந்த பாறைகளில் ஏதேனும் ஒன்றின்மீது சிறுத்தை வெயில் காய்ந்தபடி படுத்திருக்கக் கூடும். நான் நன்கு துருத்தியபடி நின்ற ஒரு பெரிய பாறைமீது ஏறிக்கொண்டேன். இங்கிருந்து அந்தப் பகுதி முழுவதையும் என்னால் பார்க்க முடிந்தது. முந்தினநாள் மாலை மழை பெய்திருக்கிறது. இது சிறுத்தையைப் பின்தொடர்வதில் எனக்கு எளிதாக இருந்தது. பனிமூட்டமும் இல்லை. பார்வை மிகத்தெளிவாகத் தெரிந்தது. துருத்தி நின்ற அந்தப் பாறைமீது படுத்தபடி சுற்றிலும் பார்த்துக்கொண்டிருந்தேன். உலகில் எங்கே மலைகள் இருந்தாலும் அவற்றின் இருபத்து மூன்றாயிரம் அடி

உயரத்தின்மீது நின்றபடி பார்க்கிற அநுபவம் அங்கே கிடைத்தது. எனக்கு நேர்கீழே அலக்நந்தாவின் 'அழகான பள்ளத்தாக்கு தெரிந்தது' ஆறு வெள்ளிநிற ரிப்பனைப்போல் ஒளிர்ந்தபடி வளைந்து வளைந்து வெளிப்படுவதும் மறைவதுமாய்ப் போய்க் கொண்டு இருந்தது.

ஆற்றைத் தாண்டிய குன்றுப்பகுதியில் கிராமங்கள் அங்குமிங்கும் புள்ளிகள்போல் தெரிந்தன. ஒருசில வீடுகள் கூரைவேய்ந்து இருந்தன. மற்றவை சிலேட்டுப் பலகை கூரையுடன் நீண்ட வரிசையில் காட்சி அளித்தன. இதுபோன்ற வரிசை வீடுகள் இனாம்தாரி வீடுகள். செலவைக் குறைத்து இடத்தை சிக்கனப்படுத்த ஒன்றை ஒட்டி ஒன்றாகக் கட்டப்பட்டிருந்தன. இங்கிருக்கும் மக்கள் ஏழைகள். கட்வாலில் நல்ல நிலைமையில் இருந்த ஒவ்வொரு அடி இடமும் விவசாயத்துக்குப் பயன்படும்.

குன்றுகளைத்தாண்டி முண்டுமுடிச்சான குத்துப்பாறைகள். அங்கிருந்து குளிர்காலத்திலும் வசந்தகாலத்தின் துவக்கத்திலும் சுழற்காற்று வீசி வரும். பாறை உச்சிகளுக்கு மேலும் அதற்கு அப்பாலும் நிரந்தரமாகப் பனிமூடியிருக்கும். ஒரு வெண்ணிற அட்டைக்கு நடுவே வெட்டி வைத்த மாதிரி நீலநிற ஆகாயம் பளீரென்று தெரியும். இதைவிடவும் அழகான அமைதியான காட்சியை நீங்கள் கற்பனை செய்து கூடப் பார்க்க முடியாது. ஆனாலும் கூட இப்போது என் பின்கழுத்தில் பிரகாசிக்கும் சூரியன் தூரத்துப் பனிமலைகளில் அஸ்தமிக்கும்போது ஒரு பீதி – அநுபவித்தால் ஒழிய புரியாத பீதி – அந்தப் பகுதியில் படரும். இப்போது நான் கண்டு கொண்டிருக்கும் இப்பகுதியில் கடந்த எட்டு ஆண்டுகளாக நடந்து கொண்டிருப்பது இது.

பாறையின்மீது ஒரு மணிநேரம் சாய்ந்துகொண்டிருந்தேன். குன்றிலிருந்து இரண்டுபேர் இறங்கி வந்தார்கள். அவர்கள் கடைவீதிக்குப் போய்க்கொண்டிருந்தார்கள். குன்றின்மேலே ஒரு மைல் தொலைவில் இருந்த கிராமத்தைச் சேர்ந்தவர்கள் அவர்கள். முந்தையநாள்தான் அந்தக் கிராமத்துக்குப் போய்வந்தேன். இன்று அதிகாலை சூரிய உதயத்துக்கு முன்பு இந்த திக்கிலிருந்து ஒரு சிறுத்தையின் உறுமலைக் கேட்டதாகச் சொன்னார்கள். ஆடு ஒன்றைக் கட்டிவைத்து சிறுத்தையைக் கொல்லும் சாத்தியங்களைப் பற்றி நாங்கள் விவாதித்தோம். அந்த சமயத்தில் இப்படிக் கட்டிவைப்பதற்கு என்னிடம் கைவசத்தில் ஆடு ஏதும் இல்லாததால் அவர்கள் கிராமத்துக்குச் சென்று ஆடு ஒன்று கொண்டுவருவதாகவும், நாங்கள் நின்றுகொண்டிருந்த இதே இடத்திற்கு சூரியன் மறைவதற்கு இரண்டுமணி நேரத்திற்கு முன்பு வந்து விடுவதாகவும் கூறிச்சென்றனர்.

அந்த ஆட்கள் சென்றபிறகு நான் சிறுத்தையை எதிர்நோக்கி உட்கார ஒரு இடம் தேடினேன். இந்த மலைப் பகுதியிலேயே இருந்த ஒரே ஒரு மரம் தனியாக நின்ற அந்த தேவதாரு மரம்தான்.

மலையிலிருந்து கீழே இறங்கி வந்த அந்தக் கிராமவாசிகள் வந்த வழியில் மலைச்சரிவின் ஓரம் அந்த தேவதாருமரம் நின்றது. மரத்தின் கீழிருந்து இன்னொரு பாதை மலையின் குறுக்கே சென்று பிளந்து கிடந்த நிலத்தைச் சுற்றிக்கொண்டு நான் சிறுத்தையைத் தேடுமிடம் நோக்கி சென்றது. மரத்திலிருந்து எட்டிய தொலைவு பார்க்க முடியும். ஆனால் மரத்தின் மீது ஏறுவது கடினம். அங்கே மறைந்து உட்கார்வதற்கும் வசதி இல்லை. ஆனாலும் அந்தப் பகுதியிலேயே ஒரே மரம் அதுதான் என்பதால் எனக்கு வேறு வழியில்லை.

நான் 4 மணிக்குத் திரும்பியபோது கிராமத்து ஆட்கள் ஒரு ஆட்டுடன் காத்திருந்தார்கள். நான் எங்கே உட்காரப் போகிறேன் என்று அவர்கள் கேட்டதற்கு அந்த தேவதாரு மரத்தைக் காட்டினேன். அவர்கள் சிரித்தார்கள். கயிறு ஏணி இல்லாமல் அந்த மரத்தின்மீது ஏறுவது முடியாத காரியம் என்றார்கள். அப்படியே ஏணி இல்லாமல் மரத்தின்மீது ஏறி இரவுபூராவும் அங்கே கழித்தாலும் ஆட்கொல்லியிடமிருந்து என்னைப் பாதுகாக்க அங்கே வழியில்லை; ஏனென்றால் ஆட்கொல்லி அந்த மரத்தின்மீது எளிதாக ஏறிவிடும்.

கட்வாலில் இரண்டு வெள்ளைக்காரர்கள் இருந்தார்கள். இபாட்சன் அவர்களில் ஒருவர். இருவருமே சிறுவர்களாக இருந்தபோது பறவை முட்டைகளைச் சேகரித்தவர்கள். மரம் ஏறத் தெரிந்தவர்கள். ஹிந்துஸ்தானியில் 'பாலத்தைக் கடக்க அது வரும்வரை காத்திருக்கலாம்' என்பதற்கு இணையான வழக்கு தெரியாததால் அவர்களின் இரண்டாவது ஆட்சேபணைக்குப் பதில் சொல்லாமல் விட்டுவிட்டு என் துப்பாக்கியைச் சுட்டிக் காட்டியதோடு நிறுத்திக் கொண்டேன்.

தேவதாருமரம் ஏறுவதற்கு எளிதாக இல்லை. ஏனென்றால் இருபதடி உயரத்துக்கு அதில் கிளைகளே இல்லை. ஆனால் மிகவும் கீழிருந்த கிளையை அடைந்தபிறகு மேலே ஏறுவது கஷ்டமாக இல்லை.

என் கைவசம் ஒரு நீண்ட கயிறு இருந்தது. எனது ஆட்கள் அதன் ஒருமுனையில் ரைஃபிளைக் கட்டிவிட்டார்கள். நான் அதை மேலே இழுத்துக் கொண்டு மர உச்சிக்குச் சென்றேன். அங்கே தேவதாரு மரத்தின் ஊசி இலைகள் என்னை மறைத்துக்கொள்ள உதவின.

ஆடு நன்றாகக் கத்தக்கூடியது என்று அதைக் கொண்டு வந்தவர்கள் சொன்னார்கள். மரத்தடியில் வெளிப்பட்டிருந்த வேரில் அதைக் கட்டினார்கள். மறுநாட்காலை வருவதாகச் சொல்லிச் சென்றார்கள். ஆடு அவர்கள் போவதையே பார்த்துக் கொண்டு இருந்துவிட்டு மரத்தடியில் இருந்த குட்டைப்புற்களை மேய ஆரம்பித்துவிட்டது. இவ்வளவு நேரம் ஆடு கத்தவில்லையே ஏன் என்று நான் கவலைப்படவில்லை. இன்னும் நேரம் செல்லச் செல்ல அது தனிமையை உணர ஆரம்பிக்கும்போது கத்தத்தொடங்கும் என்று எனக்குத்தெரியும். இருட்டுவதற்குள் அது கத்த ஆரம்பித்தால் நான் உட்கார்ந்திருக்கும் இந்த உயர்ந்த இடத்திலிருந்து சிறுத்தை ஆட்டை நெருங்குவதங்றகு முன்பாகவே அதைச் சுட்டுவிடலாம்.

நான் மரத்தில் ஏறியதும் பனிமலைகளிலிருந்து நீண்ட நிழல்கள் அலக்நந்தாவை அடைந்துவிட்டன. இந்த நிழல்கள் கொஞ்சம் கொஞ்சமாக என்னைக் கடந்து குன்றின்மீது படரத் தொடங்கின. இப்போது மலையின் உச்சியில் சிவப்பு வெளிச்சம் மட்டுமே ஒளிர்ந்தது. இந்த வெளிச்சமும் கரைந்ததும் அஸ்தமிக்கும் சூரியனிடமிருந்து நீண்ட வெளிச்சக் கதிர்கள் பனிமலைகளில் இருந்து பீறிட்டுக் கிளம்பி மேலே மேகக்கூட்டங்களின் விளிம்பைத் தகதகக்க வைத்தன. சூரிய அஸ்தமனத்தைக் கண்கொண்டு பார்க்கும் எவருக்கும் – அவர்கள் வெகுசொற்பமே என்பதை நீங்கள் அறிவீர்கள் – இந்தப்பகுதியில் ஏற்படும் சூரிய அஸ்தமனங்கள்தான் உலகிலேயே தலைசிறந்தவை என்பது புலப்படும். நானும் அதற்கு விதிவிலக்கல்ல. நம்முடைய சூரிய அஸ்தமனங்களுக்கு இணையானவை உலகில் வேறு எங்குமே இல்லை என்பதே என் அபிப்பிராயம். இதற்கு அடுத்தபடியாக தங்கனீகாவின் வடபகுதியில் ஏற்படும் சூர்ய அஸ்தமனங்களைச் சிறப்பானவைகளாகச் சொல்லலாம்.

பனிபடர்ந்த கிளிமாஞ்சரோவைச் சுற்றியுள்ள பகுதியில் ஏதோ ஒரு தன்மை அங்கிருக்கும் மேகங்களை அஸ்தமிக்கும் சூரியனின் கதிர்கள் தங்கத்தை உருக்கிவிட்டதுபோல் ஆக்கி விடுகின்றன. இமாலயத்தில் ஏற்படும் சூரிய அஸ்தமனங்கள் சிவப்பு, இளஞ்சிவப்பு அல்லது தங்கநிறத்தில் காணப்படுகின்றன. தேவதாரு மரத்தின்மீது உட்கார்ந்தபடி நான் கண்ட சூரிய அஸ்தமனம் ரோஜாவின் இளஞ்சிவப்பு வண்ணத்தில் இருந்தது. பள்ளத்தாக்கின் பனியாலான அட்டைக்குள்ளிருந்து புறப்படுவதுபோன்று குத்தீட்டியின் முனைகளாக வெளிப்படும் சூரியனின் ஒளிக்கதிர்கள் இளஞ்சிவப்பு மேகங்களின் ஊடாகப் பாய்ந்து மெல்லப்பரவி மேலுள்ள வானத்தில் கரைந்துவிடுகின்றன.

ஆடு, பெரும்பாலான மனிதர்களைப் போலவே சூர்ய அஸ்தமனங்களில் ஆர்வம் காட்டுவதில்லை. அது அதற்கு எட்டிய புற்களைத் தின்று தரையில் படுத்துக்கொள்ள பள்ளம் ஒன்று தோண்டியது. அதில் சுருண்டு படுத்துக்கொண்டது. தூங்கியும் போனது. இந்த இடத்தில் ஒரு சங்கடம். இப்போது எனக்குக்கீழே ஆனந்தமாகத் தூங்கிக் கொண்டிருக்கும் இந்தப் பிராணிதான் சிறுத்தையை அழைக்குமென்று நம்பிக்கொண்டிருந்தேன். இப்போது நான் அதைப் பார்த்ததிலிருந்து ஒரு தடவைகூட அது வாயைத் திறக்கவில்லை. புல்லைத்தின்ன மட்டுமே வாயைத்திறந்தது. இப்போது சௌகர்யமாகப் படுத்துக் கொண்டுவிட்டதால் இரவு முழுவதும் நன்றாகத் தூங்கும் என்றே நினைத்தேன். இந்த நேரத்தில் மரத்தை விட்டு இறங்கி பங்களாவுக்குத் திரும்புவது என்பது வேண்டுமென்றே தற்கொலை செய்துகொள்வோர் பட்டியலில் மேலும் ஒரு எண்ணிக்கையைச் சேர்ப்பது போலாகும். ஆட்கொல்லியைக் கொல்ல நான் ஏதாவது செய்தாக வேண்டும். இரை ஏதும் இல்லாதபோது இப்போது நான் இருக்கும் இடமே அதற்கு உகந்த இடம். நானே சிறுத்தையை அழைப்பது என முடிவுசெய்தேன்.

இந்தியக் காடுகளில் இத்தனை வருஷகாலம் கழித்துவிட்ட எனக்கு இங்கே எனக்கு மிகவும் மகிழ்ச்சி தந்தது எது என்று கேட்டால், கானகத்து உயிரினங்களிடம் அவற்றின் மொழியிலிருந்தும் பழக்கவழக்கங்களிலிருந்தும் நான் பெற்ற அறிவுதான் என்று தயக்கமின்றிச் சொல்லுவேன்.

காடுகளுக்கென்று உலகப்பொதுமொழி என்று ஒன்றும் கிடையாது. ஒவ்வொரு ஜீவராசிக்கும் அவற்றுக்கே உரிய மொழி இருக்கிறது. முள்ளம்பன்றிகளுக்கும் கழுகுகளுக்கும் உள்ளதுபோல சிலவற்றின் மொழியில் வார்த்தைகள் மிகவும் குறைவாக இருக்கலாம். ஒவ்வொரு ஜீவராசியின் மொழியையும் காட்டு விலங்குகள் அனைத்தும் அறிந்து வைத்திருக்கின்றன. மனிதர்களின் குரல்நாண் மற்ற ஜீவராசிகளின் குரல் நாண்களைவிட விரும்பிய குரல் ஒலிகளை எழுப்பவல்லது. இதற்கும் ஒரு விதிவிலக்கு உண்டு. அதன் பெயர் தொப்பித்தலைக் குருவி. இப்படிப்பட்ட குரல்நாண் இருப்பதால் ஏராளமான பறவைகளோடும் விலங்குகளோடும் மனிதனால் தொடர்பு கொள்ளமுடியும். கானக ஜீவராசிகள் மொழியைப் பேசும் திறமை மிகுந்த மகிழ்ச்சி தருவதோடு கானகத்தில் மிகவும் உதவிகரமாக இருக்கும். ஒரு உதாரணம் சொல்கிறேன்:

லயனல் ஃபோர்டெஸ்கூ – சமீபகாலம்வரை ஈட்டனில் பள்ளிக்குழந்தைகள் விடுதிக் காப்பாளராகப் பணிபுரிந்தவர்;

நானும் அவரும் 1918ஆம் ஆண்டு வாக்கில் புகைப்படம் எடுப்பது, மீன்பிடிப்பது என்று இமாலயத்தில் ஒரு பயணம் மேற்கொண்டோம். ஒருநாள் மாலை ஒரு பெரிய மலை அடிவாரத்தில் இருந்த வனத்துறை பங்களாவுக்கு வந்து சேர்ந்தோம். பல நாட்கள் கட்டாந்தரை நிலத்தில் நடந்தபடியாலும் எங்கள் உடைமைகளைச் சுமந்து வந்த ஆட்களுக்கு ஓய்வு தேவைப்பட்டதாலும் பங்களாவில் ஒருநாள் தங்கிச்செல்ல முடிவுசெய்தோம்.

மறுநாள் ஃபோர்டெஸ்கூ தனது குறிப்புகளை எழுதிக் கொண்டிருந்தபோது நான் மலையைச் சுற்றிப்பார்த்துவிட்டு காஷ்மீர் கலைமான் கிடைத்தால் வேட்டையாடி வரலாம் என்று கிளம்பினேன். காஷ்மீரில் இந்தக் கலைமான் வேட்டையில் ஈடுபட்ட என் நண்பர்கள் அநுபவமிக்க ஷிகாரி துணை இல்லாமல் இந்த மானை வேட்டையாட முடியாது என்று தெரிவித்தார்கள். வனத்துறை பங்களாவில் இருந்த சௌக்கிதாரும் அப்படித்தான் சொன்னார். நான் தனியாகத்தான் புறப்பட்டேன். எனக்கு ஒரு முழுநாள் கிடைத்திருந்தது. காலை உணவைச் சாப்பிட்டு விட்டுப் புறப்பட்டேன். எத்தனை அடிஉயரத்தில் எங்கே இந்த செம்மான் நடமாடுகிறது என்றெல்லாம் எதுவுமே தெரியாமல் நான் சென்றேன்.

பன்னிரண்டாயிரம் அடி உயரமிருந்த இந்த மலையின் உச்சியில் காஷ்மீருக்குச் செல்லும் கணவாய் இருந்தது. நான் எட்டாயிரம் அடி உயரம் ஏறிமுடித்ததும் ஒரு பனிப் புயல் வந்தது.

மேகங்களின் நிறத்தைப் பார்த்ததுமே தெரிந்துவிட்டது. நான் பனிச் சூறாவளியில் மாட்டிக் கொண்டுவிட்டேன். ஆகவே நான் ஒதுங்கி நிற்க மிகவும் கவனத்துடன் ஒரு மரத்தைத் தேர்வு செய்தேன். இதுபோன்ற பனிப்புயலில் சிக்கி மனிதர்களும் விலங்குகளும் மாண்டிருப்பதைக் கண்டிருக்கிறேன். பனிப்புயல்களில் கூடவே மின்னலும் பயங்கரமாக வெட்டும். ஆகவே சாய்வான உச்சி உடைய பெரிய ஊசிஇலை மரங்களைத் தவிர்த்துவிட்டு ஒரு சிறிய வட்டமான உச்சி உடைய அடர்ந்த இலைகளைக் கொண்ட மரத்தைத் தேர்ந்தெடுத்து அதன்கீழ் ஒதுங்கினேன். காய்ந்த சுள்ளிகளையும் தேவதாரு காய்களையும் பொறுக்கிவந்து தீமூட்டினேன். ஒருமணிநேரம் தலைக்குமேல் கர்ஜிக்கும் இடிஓசையும் பனிமழைப்பொழிவும் வீசி அடித்தது. எனது மரத்தடியில் நான் பத்திரமாகவும் கணப்பு தந்த கதகதப்பிலும் உட்கார்ந்து கொண்டேன்.

பனிமழை நின்றதும் சூரியன் வெளிப்பட்டது. மரத்தடியிலிருந்து ஒரு தேவதை தேசத்தில் பிரவேசித்தேன். பனிப்பொழிவு தரைக்குப் போர்த்திய கம்பளத்தில் இலட்சக்கணக்கான ஒளிமுத்துக்கள் பிரகாசித்தன. அங்கே ஒவ்வொரு இலையும் புல்லின் இதழ்களும் பனிபட்டு மின்னின. மேல்நோக்கி இரண்டு அல்லது மூவாயிரம் அடி நடந்தேன். செடிகளும் கொடிகளும் நீட்டிக் கொண்டிருக்கும் பாறைப்பகுதியை அடைந்தேன். அவற்றின்கீழே நீலவண்ண மலை அரளிப்பூக்களைக் கண்டேன். இந்தப் பூக்களின் கூட்டம் இமாலயத்தில் காணப்படும் காட்டு மலர்களிலேயே மிகமிக அழகானது. இவற்றின் தண்டுகள் காற்றில் முறிந்து கிடந்தன. ஆனாலும்கூட அந்த ஆகாச நீல மலர்கள் மாசுமருவற்ற வெண்பனிப்படுக்கையில் எக்காலத்தும் மறக்கமுடியாத காட்சி தருகின்றன.

பாறைகள் வழுக்குவதால் அவற்றின்மீது ஏறுவது கடினம். மேலும் குன்றின் உச்சிக்கு தற்போது செல்வதில் எந்தப் பொருளும் இல்லை. எனவே மலைஓரங்களின் வழியாக இடதுபக்கத்தில் நடந்து அரைமைல் தூரம் அடர்ந்த பிரம்மாண்டமான ஃபிர் மரங்களின் காட்டினூடே சென்று ஒரு புற்சரிவுக்கு வந்து சேர்ந்தேன். இந்த சரிவு மலை உச்சியில் புறப்பட்டு கானகத்தில் பல ஆயிரம் அடிகள் தூரம் சென்றது. மரங்களின் ஊடே நடந்து புல்வெளிச் சரிவுக்கு வந்து சேர்ந்தபோது அப்பகுதியின் தொலைதூரத்தில் ஒரு விலங்கு ஒரு சிறிய மண்மேட்டின்மீது வாலை என்பக்கம் காட்டிக் கொண்டு நின்றிருந்தது. விலங்கு வேட்டை பற்றிய படங்களுடன் கூடிய புத்தகத்தில் இந்த விலங்கை நான் பார்த்திருக்கிறேன். இதன் பெயர் சிவப்பு காஷ்மீர் கலைமான். அது தலையை உயர்த்தியபோது அது பெண்மான் என்று தெரிந்தது.

என் பக்கத்து புல்வெளிச்சரிவில் கானக விளிம்பின் முப்பது கஜதூரத்தில் ஒரு தனிப் பாறை நான்கடி உயரத்தில் நின்றது. இந்தப் பாறையிலிருந்து மான்நின்ற மண்மேடுவரை நாற்பது கஜதூரம் இருக்கும். மான் புல்மேயக் குனியும்போது நகர்வதும், ஒவ்வொரு தடவை அது தலையை உயர்த்தியபோதும் நான் அசையாமல் நின்று விடுவதுமாக இருந்தேன். மெதுவாகப் பாறையை நோக்கி நகர்ந்தேன். அந்தப் பெண்மான் என்னவோ காவலுக்கு நிற்பதுபோல் ஒவ்வொரு தடவை அது தலையை உயர்த்திய போதும் வலப்பக்கமாக பார்த்துக்கொண்டது. அந்தப் பெண்மானின் உறவினர்கள் அங்கே அது பார்த்த திசையில் இருக்கிறார்கள் என்று புரிந்தது. புல்மீது நடந்து அது பார்த்துவிட முடியாதபடி இன்னும் நெருங்குவது முடியாத காரியம்.

மீண்டும் காட்டுக்குள் சென்று கீழ்நோக்கி இறங்குவது கடினமல்ல; ஆனால் என் நோக்கம் நிறைவேறாது போய்விடும். ஏனென்றால் காற்று கீழ்நோக்கி வீசியது. இதற்கு இன்னொரு மாற்று இருந்தது. மறுபடி காட்டுக்குள்போய் புல்வெளிச்சரிவின் கீழ்ப்பகுதியைச் சுற்றிக்கொண்டு போவது. ஆனால் இதற்கு நேரமாகும். ஏறுவதும் மிகவும் கஷ்டம். ஆகவே நான் எங்கே இருக்கிறேனோ அங்கேயே இருந்துவிடுவது என்றும் இந்த மான்கள் – இப்போதுதான் இவற்றை முதல் தடவையாகப் பார்க்கிறேன் – இவை சிறுத்தையின் குரல் கேட்டால் புள்ளிமானும் கடம்பமானும் எப்படி நடந்து கொள்ளுமோ அதுபோல் செய்யுமா என்று தெரிந்துகொள்ள விரும்பினேன். ஏனென்றால் அந்த காட்டுப் பகுதியில் ஒரு சிறுத்தை இருப்பது எனக்குத் தெரியும். அதனுடைய பாதப் பிறாண்டல்களை நான் அங்கே ஒருசில இடங்களில் கண்டிருந்தேன். மறுபடி அந்த மான் புல்மேயக் காத்திருந்தேன். பிறகு சிறுத்தைபோல குரல் எழுப்பினேன்.

முதல் குரல் கேட்டதுமே பெண்மான் ஒரு சுற்றுச் சுற்றி திரும்பியது. நான் இருக்கும் திசையைப் பார்த்தது. அதனுடைய முன்னங்கால்களால் தரையை உதைக்க ஆரம்பித்தது. இது அதனுடைய கூட்டாளிகளுக்கு விழிப்போடு இருக்கக்கூறும் எச்சரிக்கை. ஆனால் நான் பார்க்க விரும்பிய அதன் கூட்டாளி கள் பெண்மான் குரல்கொடுக்கும்வரை நகர்வதாக இல்லை. பெண்மான் சிறுத்தையைத் தன் கண்ணால் பார்க்கும் வரை அப்படிச்செய்யாது. நான் பழுப்பு நிற ட்வீட் கோட்டு அணிந்திருந்தேன். நான் பதுங்கியிருந்த பாறைக்கு வெளியே சில அங்குலங்கள் தெரியும்படி என் தோள்பட்டையை மேலும் கீழுமாக அசைத்தேன். பெண்மான் உடனே இந்த அசைவைக் கண்டுபிடித்துவிட்டது. அது சட்டென்று சில அடிகள் முன்வைத்தது. கத்த ஆரம்பித்தது. தனது உறவினர்களுக்கு விடுவித்த தீர்மானமான எச்சரிக்கைக் குரல். அது ஆபத்து சமீபித்து விட்டது, என்னிடம் ஓடிவந்து சேர்ந்து விடுங்கள் என்பது அதற்குப் பொருள்.

இப்போது அவை அதனிடம் வந்து சேர்ந்து கொள்வதுதான் அவற்றுக்குப் பாதுகாப்பானது. முதலில் ஓடிவந்தது ஒரு குட்டிமான். அது பனிமூடிய பாதைமீது துள்ளித்துள்ளி ஓடிவந்து பெண்மானின் ஓரம் நின்றுகொண்டது. குட்டியைத் தொடர்ந்து மூன்று ஆண்மான்கள் ஓடிவந்தன. அவற்றைத் தொடர்ந்து வயதான ஒரு பெண்மானும் வந்தது. மான்கூட்டம் முழுவதும் – மொத்தம் ஆறு மான்கள் – எனக்கு முப்பத்து ஐந்து கஜ

தொலைவில் நின்றன. பெண்மான் கத்துவதை நிறுத்தவில்லை. மற்றவை காதுகளை மாற்றி மாற்றி விடைப்பதும் முன்னும் பின்னும் கவனம் கொண்டு சப்தமும் காற்றும் வரும் திசைநோக்கி அப்படியே சலனமில்லாமல் எனக்குப் பின்னிருந்த கானகத்தை வெறித்துப் பார்ப்பதுமாக நின்றன.

நான் உட்கார்ந்திருந்த இடத்தில் பனி உருகிக் கொண் டிருந்தது. ஈரமாகவும் அசௌகரியமாகவும் இருந்தது. இப்படியே இயக்கமின்றி இந்த இடத்தில் நீண்டநேரம் உட்கார்ந்து இருந்தால் எனக்கு தடுமன் பிடித்துவிடும். புகழ்பெற்ற காஷ்மீர் கலைமான்களின் கூட்டமொன்றை நான் பார்த்துவிட்டேன். ஒரு பெண்மான் கத்துவதையும் கேட்டுவிட்டேன். ஆனாலும் இன்னும் ஒன்றே ஒன்றை நான் விரும்பினேன். ஒரு ஆண்மான் எப்படிக்கத்தும் என்பதை நான் கேட்க விரும்பினேன். ஆகவே பாறைமீது வெளியே தெரியும்படி என் தோள்பட்டையை மேலும் கொஞ்சம் உயர்த்தினேன். உடனே ஆண்மான்கள் கத்தின. அதுமட்டுமல்ல பெண்மான்களும் குட்டிமானும் பல்வேறு ஸ்தாயிகளில் குரல் எழுப்ப ஆரம்பித்துவிட்டன.

ஒரு ஆண்மானை வேட்டையாட மட்டுமே என்னிடம் அனுமதிச்சீட்டு இருந்தது. அதிலும் அந்த மான்களின் ஏதேனும் ஒன்றின் தலை கிடைத்தாலும் அது சாதனைச் செயல்தான். நான் அன்று புறப்பட்டதன் நோக்கமே ஏதேனும் ஒரு மானை வேட்டையாடிக் கொண்டு வந்து முகாமில் உள்ளவர்களுக்கான இறைச்சியை ஏற்பாடு செய்யவதுதான். இப்போது எனக்கு வேட்டைக்கான வெற்றிக் கோப்பை பெறுகிற அவசரமோ அவசியமோ இல்லை. எப்படி இருந்தாலும் இந்த ஆண்மானின் இறைச்சி கடினமாக இருக்கும். ஆகவே ரைஃபிளை பயன்படுத்தாமல் நான் எழுந்து நின்றேன். அவ்வளவுதான். காஷ்மீரின் கலைமான்கள் ஆறும் திகைப்புற்று ஓடி மறைந்தன. தூரத்திலிருந்த மண்மேட்டுக்கு அப்பாலிருந்த புதர்க்கூட்டத்தினூடே சடசடவென்று அவை ஓடுவது கேட்டது.

இப்போது நான் பங்களாவுக்குத் திரும்பியாக வேண்டும். புற்சரிவின் வழியாக கீழிறங்குவது என்று முடிவுசெய்தேன். மலையடிவாரத்தில் இருந்த அடர்த்திகுறைந்த கானகத்தின் வழியாகச் செல்லலாம்.

அங்கு ஒவ்வொரு அடியையும் கவனமாக எடுத்து வைக்க வேண்டும். இல்லாவிட்டால் அந்த மலைச்சரிவு அப்படியே சறுக்கிக் கொண்டுபோய் தள்ளிவிடும். நூறுகஜ திறந்த வெளியின்

நடுவே நான் சறுக்கியபடிச் சென்று கொண்டு இருந்தேன். அறுநூறு கஜ தூரம் இப்படியே சறுக்கியபடிச் செல்கையில் காட்டின் விளிம்பில் இருந்த பாறை ஓரம் ஏதோ வெள்ளை நிறத்தில் தெரிந்தது. எனக்குக் கீழே முன்னூறு கஜ தூரத்தில் இடது பக்கச் சரிவில் இது என் கண்ணில்பட்டது.

இந்த வெள்ளைநிறம் கொண்ட பொருள் என்னவென்று தெரிந்துவிட்டது. அது ஒரு ஆடு. காட்டில் வழிதவறி இருக்கிறது. இரண்டு வாரங்களாக நாங்கள் இறைச்சி சாப்பிடவில்லை. ஃபோர்டெஸ்கூவிடம் நான் ஏதாவது காட்டிலிருந்து கொண்டு வருவதாக வாக்களித்திருந்தேன். இதோ அதற்கு வாய்ப்பு வந்திருக்கிறது. ஆடு என்னைப் பார்த்துவிட்டது. அதற்கு சந்தேகம் ஏற்படாதபடி மெதுவாக அதன் பின்னாலேயே போய் அதன் கால்களைப் பிடித்துக் கொண்டுவிட்டால் போதும். நான் சறுக்கியபடியே இடது பக்கமாகச் சென்றேன். ஓரக்கண்ணால் ஆட்டைப் பார்த்தபடியே போனேன். அதுமட்டும் அங்கேயே அசையாமல் நிற்குமானால் அதைப் பிடிக்க இந்த மலைமுழுவதும் தேடினாலும் இதைவிடச் சிறந்த இடம் கிடைக்காது. ஒரு தட்டையான பாறையின் விளிம்பில் அது நின்று கொண்டிருந்தது. ஐந்தடி உயரத்தில் பாறை சரிவு நோக்கி நீட்டிக் கொண்டிருந்தது.

நேர்ப் பார்வையைத் தவிர்த்து, மெதுவான வேகத்தில் பாறையைச் சுற்றிக்கொண்டு ஓடி என் இடது கையை அதன் முன்னங்கால்களைப் பிடிக்க வீசினேன். ஆடு திடுக்கிட்டுக் கத்தியபடி பின்வாங்கி என் கைப்பிடியிலிருந்து தப்பித்து ஓடியது. நான் பாறையின் கீழிருந்து வெளியே வந்து அது ஓடியதைப் பார்த்தேன். நான் வெள்ளை நிற ஆடு என்று நினைத்தது உண்மையில் ஒரு 'ஆல்பினோ மான்' என்று தெரிந்தது. எனக்கு ஆச்சர்யம் உண்டாயிற்று.

அந்தச் சிறிய விலங்குக்கும் எனக்கும் இடையே பத்தடி இடைவெளியே இருந்தது. என்னை நோக்கி முறைத்தபடியும் சீறியபடியும் அது நின்றது. சரி போகட்டும் என்று நான் குன்றிலிருந்து ஐம்பது கஜம் கீழிறங்கி நடந்து திரும்பிப் பார்த்தேன். மான் இன்னமும் பாறைமீது நின்றது. என்னைப் பயமுறுத்தி விரட்டிவிட்ட தன்னுடைய சாமர்த்தியத்தை நினைத்து சந்தோஷப்பட்டிருக்கும். சில வாரங்கள் கழித்து இந்தச் சம்பவத்தை காஷ்மீர் வேட்டைக் காப்பாளரிடம் சொல்லிக் கொண்டிருந்தபோது அந்த மானை நான் சுடாததற்கு மிகவும் வருத்தப்பட்டேன். அந்த ஆல்பினோ மானை மலையில் எந்த இடத்தில் பார்த்தேன் என்று தெரிந்துகொள்ள அவர்

தவியாய்த் தவித்தார். மானைக் குறிப்பாக எங்கே பார்த்தேன், மலையில் அது எந்த பகுதியில் நின்றது என்றெல்லாம் நினைவில் வைத்திருக்காததால் சொல்ல முடியவில்லை. இல்லாவிட்டால் அந்த ஆல்பினோமான் ஏதோ ஒரு அருங்காட்சியகத்தை அலங்கரித்திருக்கும்.

ஆண் சிறுத்தைகள் தங்களது எல்லைக்கு உட்பட்ட பகுதி என்று கருதும் இடத்திற்குள் அவற்றின் இனத்தைச் சேர்ந்தவைகளே நுழைந்தாலும் அவை சினம் கொண்டுவிடும். இது உண்மைதான். ருத்ரப்ரயாகை ஆட்கொல்லியின் எல்லை ஐநூறு சதுரமைல் பரப்பளவில் விரிந்திருந்தது. இந்தப் பகுதியில் வேறு ஆண்சிறுத்தைகளும் இருந்திருக்கக்கூடும். அதுமட்டுமன்றி இந்தப் பகுதியில் அது கடந்த பலவாரங்களாக உலவி வருகிறது. இதைத் தன்னுடைய எல்லைக்கு உட்பட்டது என்று அது கருதுவதில் நியாயம் இருக்கிறது. அதுவுமில்லாமல் இணைசேரும் பருவகாலம் இப்போதுதான் முடிந்திருக்கிறது. சிறுத்தை ஒருவேளை என் குரலை இணைதேடும் பெண்சிறுத்தையின் குரலாக எண்ணிவிட வாய்ப்பிருக்கிறது. ஆகவே நன்றாக இருட்டும்வரை காத்திருந்து நான் சிறுத்தைக்குரலில் சத்தம் எழுப்பினேன். எனக்குள் வியப்பும் மகிழ்ச்சியும் ஏற்பட்டது. உடனடியாக எனக்கு நானூறு கஜதூரம் கீழிருந்து வலப்பக்கத்திலிருந்து சிறுத்தை பதில்குரல் கொடுத்தது.

எனக்கும் சிறுத்தைக்கும் இடைப்பட்ட பகுதியில் பாறைகள் சிதறிக்கிடந்தன. அவற்றின்மீது முட்புதர்கள் பின்னிக்கொண்டு படர்ந்திருந்தன. சிறுத்தை ஒரு நேர்கோட்டில் என்னை நோக்கிவராது என்று எனக்குத் தெரியும். அது பாளங்களாக வெடித்திருந்த நிலத்தைச் சுற்றிக் கொண்டு மலைச்சரிவின் பல இடைவெளிகளில் ஒன்றில் என் மரம் நிற்கும் இடத்திற்குத்தான் வரும். மறுபடி குரல்கொடுத்த போது நான் நினைத்தபடியே அது வருவதைத் தெரிந்துகொண்டேன். ஐந்து நிமிடம் கழித்து என் மரத்திலிருந்து குன்றின் குறுக்காக இருநூறு கஜதூரத்திற்கு அப்பால் இருந்த பாதைவழியாக அது வருவது புரிந்தது. இதற்கும் நான் பதில்குரல் கொடுத்தேன். நான் இருக்கும் திசையைச் சிறுத்தை தெரிந்துகொள்ள இவ்வாறு செய்தேன்.

நூறு கஜதூரத்திலிருந்து அது மறுபடி குரல் கொடுத்தது.

அது ஒரு மிக இருண்ட இரவு. என்னிடம் ரைஃபிளில் கட்டப்பட்ட டார்ச் இருந்தது. என் கட்டை விரல் விளக்குப் பொத்தானில் இருந்தது. மரத்தின் வேரிலிருந்து பாதை நேர்கோடாக ஐம்பது கஜதூரம் சென்றது. அங்கு ஒரு கூர்மையான திருப்பம் இருந்தது. இந்தப் பாதை மீது எப்போது எங்கே

வெளிச்சத்தைப் பாய்ச்சுவது என்று தெரிந்து கொள்ள சாத்திய மில்லை. ஆகவே சிறுத்தை ஆட்டை நெருங்கும்வரை நான் காத்திருக்க வேண்டியதுதான்.

திருப்பத்துக்கு அப்பால் அறுபது கஜம் தொலைவில் சிறுத்தை மறுபடி குரல் கொடுத்தது. இந்த முறை அதற்கு பதில்குரல் இன்னொரு சிறுத்தையிடமிருந்து தொலைதூர மலையிலிருந்து வந்தது. இது நான் சற்றும் எதிர்பாராத ஒரு துரதிருஷ்டமான சிக்கல். ஏனென்றால் சிறுத்தை என்னை மிக நெருங்கிவிட்டது. இப்போது என்னால் குரல் கொடுக்க முடியாது. அது கடைசியாக நான் கொடுத்த குரலை இருநூறு கஜதூரத்திற்கு முன்பே கேட்டுவிட்டது. ஆக இப்போது பெண்சிறுத்தை வெட்கத்துடன் மலைக்குமேல் சென்று அங்கே தன்னை வந்து இணையுமாறு குரல் கொடுப்பதாக அது யூகித்துக் கொண்டால் அது இயற்கைதான். ஆனாலும்கூட அது மலைப்பாதை வழியே இறங்கிவந்து ஆட்டைப் பார்த்துவிட்டால் அதைக் கொல்வது நிச்சயம். அதனால் எந்தப் பிரயோசனமும் தனக்கில்லை என்று தெரிந்தே அது இப்படிச் செய்யும்.

ஆனால் ஆடு அதிருஷ்டம் செய்திருக்கிறது. எனக்கோ துரதிருஷ்டம் பிடித்துவிட்டது. ஏனென்றால் சிறுத்தை எனக்கு முன்னிருந்த பாதையைக் கடந்துசென்றுவிட்டது. இப்போது என்னிடமிருந்து நூறு கஜ தொலைவில் அது குரல் கொடுத்தது. அதனுடைய உத்தேச இணையையும் நூறு கஜம் நெருங்கிவிட்டது. இரண்டு சிறுத்தைகளும் ஒன்றை ஒன்று உறுமி அழைத்துக் கொண்டபடி நெருங்குவது கேட்டது. அப்புறம் சிறுத்தைக் குரல்கள் நின்றுவிட்டன. பிறகு இந்த இரண்டு ராட்சஸப் பூனைகளும் கொஞ்சிக்குலாவும் செல்ல உறுமல்கள் காற்றில் மிதந்துவந்தன.

சிறுத்தைக்குப் பலவழிகளில் அதிருஷ்டம் உதவி இருக்கலாம். ஆனால் எனக்கு இன்னும் ஒரு வழி பாக்கி இருந்தது. சிறுத்தைகள் காதல் விளையாட்டில் ஈடுபடும்போது அவற்றைச் சுடுவது சுலபம். புலிகள் விஷயத்திலும் இது பொருந்தும். ஆனால் ஒரு வேட்டையாடி காதலில் ஈடுபட்டிருக்கும் புலிகளைச் சுட கால்நடையாகச் செல்லும்போது அவர் அவற்றைப் பார்க்கவேண்டும். ஏனென்றால் பெண்புலி – ஆண்புலி அல்ல – இதுபோன்ற சமயங்களில் மிகவும் நுட்பமான உணர்வு கொண்டதாக இருக்கும். அதேசமயம் ஆண்புலி இந்தச் சமயத்தில் மிகவும் முரட்டுத்தனமாக நடந்து கொள்ளும். தமது நகங்கள் எவ்வளவு கூர்மையானவை என்று அவற்றுக்கே தெரியாது.

சிறுத்தை இறந்துவிடவில்லை. அதுவும் அன்றிரவு அது இறக்கப்போவதுமில்லை. ஒருவேளை மறுநாள் அது இறக்கலாம். அல்லது அதற்கு அடுத்தநாள் அதன் மரணம் சம்பவிக்கலாம். ஏனென்றால் அதன் முடிவுக்காலம் நெருங்கிவிட்டது.

ஒரு கணம் – மிக நீடித்த ஒருகணம் – என் காலமும் முடிவுக்கு வந்துவிட்டதாக நினைத்தேன். ஏனென்றால் திடீரென்று எதிர்பாராத வகையில் ஒரு சூறாவளிக்காற்று நான் உட்கார்ந்திருந்த மரத்தைத் தாக்கியது. கட்வாலின் நிலப்பகுதி, என் தலை, என் கால் எல்லாம் தட்டாமாலை சுற்றின. ஒருசில கணங்கள் மரம் பழைய நிலைமைக்கு மீளுமா என்ற சந்தேகம் கொள்ளும்படி காற்று அதைச் சாய்த்துவிட்டது. நானுமே அதன்மீது உட்கார்ந்திருக்க முடியுமா என்று பயம் வந்துவிட்டது. காற்றின் வேகம் குறையவும் மரம் சட்டென்று பழைய நிலைமைக்கு வந்தது.

நிலைமை இதைவிட மோசமாகி விடுமோ என்ற அச்சத்தில் நான் ரைஃபிளை அவசர அவசரமாக மரக் கிளையில் கட்டினேன். இப்போது நான் இரண்டு கைகளையும் பயன்படுத்த முடியும். தேவதாரு மரம் ஏற்கனவே இதுபோன்ற சூறாவளிக் காற்றுக்கு ஈடுகொடுத்து நின்றிருக்கும்போல. ஆனால் ஒரு மனிதன் தன்மீது உட்கார்ந்துகொண்டு, காற்றின் தாக்குதலையும் சமாளிக்கும்படி நேர்ந்தது அந்த மரத்துக்கு முதல்தடவையாக இருந்திருக்கும்.

ரைஃபிளைப் பத்திரமாக எடுத்துக்கொண்டு ஒவ்வொரு கிளையாகத் தாவி இறங்கினேன். என் கைக்கு எட்டிய தேவதாரு மரத்தின் ஊசி இலைத் தோரணங்களைப் பிய்த்துப்போட்டேன். இது என் கற்பனையாகக்கூட இருக்கலாம். இந்த வகையில் மரத்தின் சுமையைக் குறைத்ததாக நினைத்துக் கொண்டேன். அதிருஷ்டவசமாக அந்த தேவதாரு மரம் ஒரு இளம்மரமாகவும் மென்மையாகவும் இருந்ததோடு அதன் வேர்கள் மிகவும் வலுவாகத் தரையில் ஊன்றி இருந்தன. ஏனென்றால் ஒரு மணிநேரம் புல்லின் இதழைப்போல காற்று அதை அலைக்கழித்தது. வந்தது போலவே காற்று மறைந்தும் விட்டது.

இனிமேல் சிறுத்தை திரும்பி வருவதற்குச் சாத்தியமில்லை. ஆகவே ஒரு சிகரெட் புகைத்தபின் கனவுகளின் தேசத்திற்கு ஆட்டோடு நானும் போய்ச்சேர்ந்தேன்.

காலை விடிந்ததும் மரத்தின் கீழிருந்து யாரோ கூப்பிடுவது கேட்டது. மரத்தின்கீழ் முந்தையநாள் சாயங்காலம் என்னைச் சந்திக்க வந்த இரண்டு கிராமவாசிகளையும் பார்த்தேன்.

அவர்கள் கிராமத்திலிருந்து மேலும் இரண்டு இளைஞர்களை அழைத்து வந்திருந்தார்கள். நான் விழித்துக் கொண்டதைப் பார்த்ததும் அவர்கள் என்னிடம் நேற்றிரவு சிறுத்தைகளின் உறுமல்கள் கேட்டதா என்று வினவினார்கள். இந்த மரத்துக்கு என்ன ஆச்சு என்றும் கேட்டார்கள். நான் சிறுத்தைகளோடு சினேகபூர்வமாக பேசிக் கொண்டு இருந்தேன் என்று அவர்களிடம் சொன்னேன். செய்வதற்கு வேறு வேலை இல்லாததால் மரத்தின் கொப்புகளையும் கிளைகளையும் ஒடித்துப் போட்டதாகவும் தெரிவித்தேன். பிறகு அவர்களிடம் நேற்றிரவு காற்று ஏதும் வீசியதா என்று விசாரித்தேன்.

"ஏதாவது காற்றா? சாஹேப்! அப்படி ஒரு காத்து இதுவரை அடிச்சதே இல்லை! என் குடிசையே பறந்து போயிருச்சு!" என்றான் ஒரு இளைஞன். அவனோடு வந்தவனும் "அதைப் பத்தி கவலை இல்லே சாஹேப்! இந்த ஷேர்சிங் இருக்கானே, அவன் ரொம்பநாளாக தன்னோட குடிசையை மாற்றி கட்டப்போறதா ஜம்பம் அடிச்சுகிட்டிருந்தான். இப்போ காத்துவந்து குடிசையை பிரிச்சிப்போடும் வேலையை செஞ்சுட்டுது!" என்றான்.

22. பயங்கர இரவு

பல நாட்கள் நான் தேவதாரு மரத்தின் மீதே உட்கார்ந்து இருந்ததால் எனக்கும் ஆட்கொல்லிக்கும் தொடர்பு விட்டுப்போய் விட்டது. வெடித்துப் பாளமாய்க் கிடந்த நிலத்துக்கு அது திரும்பி வரவில்லை. அதன் உயிரைக் காப்பாற்றிய பெண் சிறுத்தை என்ன ஆயிற்று என்றும் தெரியவில்லை. வயல்காடு, கழனிகள், காடுகள் எல்லா இடத்தையும் சுற்றிப் பார்த்துவிட்டேன். இந்தக் காடுகள் எனது வீடுகள். அந்தச் சிறுத்தைகள் இந்தக் காடுகளில் எங்கிருந்தாலும் இங்கிருக்கும் பறவைகளும் விலங்குகளும் எனக்குக் காட்டிக் கொடுத்துவிடும்.

பெண்சிறுத்தை இணைவேண்டியதவிப்பின் காரணமாக தனது வசிப்பிடத்திலிருந்து வெகு தொலைவு வந்துவிட்டிருக்கிறது. நான் தேவதாரு மரத்தின்மீது இருந்து சிறுத்தைபோல் குரல் கொடுத்ததைக் கேட்டு விட்டு அதுவும் குரல்கொடுக்க அதன்பிறகு ஆண்சிறுத்தை அதனுடன் சேர்ந்து கொள்ளவே தனது வாழிடத்திற்கே திரும்பவும் சென்றிருக்க வேண்டும். கூடவே அதோடு நான் ஜோடிசேர்த்து வைத்த ஆட்கொல்லியும் போயிருக்கிறது. இப்போது ஆண்சிறுத்தை திரும்பி வரும். ஆற்றின் இடதுகரைப்பக்கம் வாழும் மக்கள் இப்போது எச்சரிக்கையுடன் இருந்து வருகிறார்கள். ஆகவே ஒரு மனிதஇரை கிடைப்பது இனி கஷ்டமாகிவிடும். இந்நிலையில் அது அலக்நந்தா ஆற்றின் வலப்பக்க கிராமங்களுக்குச் செல்ல ஆற்றுப் பாலத்தைக் கடந்துசெல்ல முயற்சிக்கக் கூடும். எனவே அடுத்த சில இரவுகள் நான் ருத்ரப்ரயாகை பாலத்தில் என் காவல் பணியை ஆரம்பித்தேன்.

பாலத்திற்கு வந்துசேர இடதுபக்கக் கரையிலிருந்து மூன்று வழிகள் இருந்தன. ஒருவழி தெற்கிலிருந்து பாலத்தை ஒட்டி சௌக்கிதார் வீடு இருக்கும் இடத்தின் அருகிலேயே வந்தது. நான்காம் நாள் இரவு சிறுத்தை சௌக்கிதாரின் நாயைக் கொன்றுவிட்டதாக செய்தி கிடைத்தது. ஒவ்வொருமுறையும் அந்த வழியாகச் செல்லும் போதெல்லாம் நட்புணர்வுடன் வெளியே ஓடிவந்து வாலாட்டியபடி அது என்னை வரவேற்கும். அந்த நாய் எப்போதாவதுதான் குரைக்கும். ஆனால் அன்றிரவு அது தொடர்ந்து ஐந்து நிமிடங்கள் குரைத்திருக்கிறது. அப்புறம் திடீரென்று குரைப்புச் சத்தம் வலிதாங்க முடியாது வீறிட்டுக் கத்தும் குரலாக மாறி நின்றுவிட்டது. வீட்டுக்குள் இருந்து சௌக்கிதார் சத்தம் போட்டிருக்கிறார். அதற்கப்புறம் நிசப்தம், பாலத்தின் முகப்புவளைவின் வாசலில் மூடிவைத்திருந்த முட்புதர்கள் அகற்றப்பட்டுப் பாலம் திறந்திருந்தது. ஆனாலும் அன்றிரவு முழுவதும் துப்பாக்கியின் குதிரைவிசைமீது நான் தயாராக விரல் வைத்துக் காத்திருந்தும் சிறுத்தை பாலத்தைக் கடக்க முயற்சிக்கவில்லை.

நாயைக் கொன்றபிறகு அதை அப்படியே சாலையில் போட்டுவிட்டு ஆட்கொல்லி போய்விட்டது. மறுநாள் காலை பாதச்சுவடுகளைப் பின்பற்றிப்பார்த்தபோது அது பாலத்தின் கோபுரம்வரை சென்றிருப்பது புலனாயிற்று. அது சென்ற திசையில் இன்னும் ஐந்து அடி எடுத்து வைத்திருந்தால் போதும். அது பாலத்துக்கு வந்து சேர்ந்திருக்கும். ஆனால் அந்த ஐந்து அடிகளை அது எடுத்துவைக்கவில்லை. அதற்குப் பதிலாக ஆட்கொல்லி வலப்பக்கமாகத் திரும்பி கடை வீதிக்குச் செல்லும் பாதையிலேயே சற்று தூரம் சென்று திரும்பி யாத்ரிகர் சாலை வழியாக வடக்கே சென்றுவிட்டது. சாலையில் ஒரு மைல் தூரம் கடந்தபிறகு சிறுத்தையின் சுவடுகளைக் காணமுடியவில்லை.

இரண்டுநாட்கள் கழித்து பசு ஒன்று முந்தையநாள் மாலை கொல்லப்பட்டு விட்டதாக தகவல் வந்தது. இது யாத்ரிகர் சாலைக்கு ஏழுமைல்கள் தாண்டி நடந்தது. ஆட்கொல்லிதான் பசுவைக் கொன்றிருக்கிறது என்ற சந்தேகம் எழுந்தது. முந்தைய இரவுதான்—நாய் கொல்லப்பட்ட இரவில்—சிறுத்தை ஒரு வீட்டின் கதவை உடைத்துத் திறக்க முயன்றிருக்கிறது. அந்த வீட்டின் அருகில்தான் மறுநாள் மாலை அது பசுவைக் கொன்றிருக்கிறது.

சாலையில் நிறையபேர் எனக்காகக் காத்துக் கொண்டிருந்தனர். ருத்ரப்ரயாகையிலிருந்து எனது கால் நடைப்பயணம் வெயிலில் மிகவும் களைப்புதருவதாக இருந்திருக்கும் என்ற எண்ணத்தில் எனக்காகத் தேநீர் தயாரித்து வைத்திருந்தனர். மாமரத்தின்

நிழலில் உட்கார்ந்துகொண்டு புகைத்தபடி தேநீர் பருகிக் கொண்டிருந்தேன்.

முந்தையநாள் மாலை மந்தையோடு மேயச்சென்ற பசு ஒன்று திரும்பிவரவில்லை என்று அவர்கள் தெரிவித்தனர். மறுநாள் காலை அதைத் தேடிக்கொண்டுபோனபோது அது ஆற்றுக்கும் சாலைக்கும் நடுவில் கிடந்தது. கடந்த எட்டு ஆண்டுகளில் ஆட்கொல்லியிடமிருந்து தாங்கள் மயிரிழையில் தப்பிய அனுபவங்களைச் சொன்னார்கள்.

அவர்கள் இந்த ஆட்கொல்லியிடம் இப்போது காணப்படும் வீடுகளின் கதவுகளை உடைக்க முயற்சிக்கும் பல இடங்களில் அதற்கு இம்முயற்சியில் வெற்றியும் கிட்டி யிருக்கிறது – பழக்கம் கடந்த மூன்று ஆண்டுகளில்தான் ஏற்பட்டிருக்கிறது. அதற்குமுன்னால் வீட்டிற்கு வெளியே நடமாடிய மனிதர்களைத்தான் கொன்றிருக்கிறது. அல்லது வீட்டின் கதவைத் திறந்து வைத்துவிட்டுத் தூங்குபவர்களைத் தூக்கிக் கொண்டுபோய் தின்றிருக்கிறது.

“இப்போ இந்த சைத்தானுக்கு ரொம்ப துணிச்சல் ஏற்பட்டுவிட்டது. சில சமயம் கதவை உடைக்க முடியாதபோது மண்சுவரில் அது ஒரு துளை போட்டுக்கொண்டு உள்ளேபோய் மனிதர்களைத் தூக்கிக்கொண்டு போயிருக்கு” – என்றார்கள்.

நமது மலைவாழ் மக்களைப்பற்றி அறியாதவர்களுக்கு அல்லது அவர்களின் அமானுஷ்ய சக்திகள் பற்றிய பயத்தைப் புரிந்துகொள்ளாதவர்களுக்குத் துணிச்சலுக்குப் பேர்போன இந்த மனிதர்கள், போர்க்களத்தில் எதிரிகளுடன் தீரத்துடன் போராடி விருதுகளைக்குவித்த இவர்கள், ஒரு சிறுத்தை கதவை உடைத்துக் கொண்டு வருவதையும் சுவரில் துவாரமிட்டு உள்ளே நுழைவதையும் பார்த்துப் பயந்து போனது – அதுவும் அவர்களிடம் கோடரியும் குத்தீட்டியும் ஏன் சிலரிடம் துப்பாக்கி போன்ற ஆயுதங்களும் இருந்தும் – ஏன் என்று நம்ப முடியாமல் இருக்கும். இந்த எட்டு ஆண்டுகளில் ஒரே ஒரு சம்பவத்தைதான் ஆட்கொல்லியை எதிர்த்து நின்ற மனித முயற்சியாக சொல்லமுடியும். அந்தச் சம்பவத்தில் எதிர்த்துப் போராடியது ஒரு பெண்.

அந்தப் பெண் ஒரு வீட்டில் தனியாகத் தூங்கிக் கொண் டிருந்தாள். கதவைத் தாழ்போடாமல் விட்டுவிட்டாள். இந்தக் கதவு உள்பக்கமாகத் தள்ளி திறக்கக்கூடியது. அந்த அறைக்குள் பிரவேசித்த சிறுத்தை அந்தப் பெண்ணின் இடது காலைக் கவ்வியிருக்கிறது. அவளை அது அறையின் குறுக்காக இழுத்துச்

சென்றபோது அந்தப் பெண்ணின் கை ஒரு இரும்புச் சல்லடைமீது பட்டு அவள் அதைக் கொண்டு சிறுத்தையைத் தாக்கியிருக்கிறாள். சிறுத்தை தனது பிடியை விடவில்லை. ஆனால் அறையிலிருந்து பின்வாங்கியது. அப்படி அது செய்தபோது அந்தப் பெண் கதவைத் தள்ளினாளா அல்லது அது தற்செயலாக நடந்ததா என்று தெரியவில்லை. எப்படி இருந்தாலும் கதவின் ஒரு பக்கம் அந்தப்பெண், மறுபக்கம் சிறுத்தை என்று மாட்டிக்கொண்டுவிட சிறுத்தை தனது பலம்முழுவதையும் பிரயோகித்து அந்தப் பெண்ணின் உடம்பிலிருந்து காலைப் பிய்த்து எடுத்துவிட்டது.

முகந்திலால் அப்போதைய ஐக்கியமாகாணங்களின் சட்டக் கவுன்சிலில் கட்வாலின் பிரதிநிதியாக இருந்தவர். ஒரு தேர்தல் பிரச்சாரப் பயணத்தின்போது அந்த கிராமத்துக்கு அடுத்தநாள் வந்து அன்றிரவு சம்பவம் நடந்த அறையிலும் தங்கியிருக்கிறார். ஆனால் சிறுத்தை திரும்பவும் அங்கு வரவில்லை. கவுன்சிலுக்கு தாம் அளித்த அறிக்கையில் முகந்திலால் அந்த ஒரு ஆண்டில் மட்டும் சிறுத்தை எழுபத்தைந்து பேரைக் கொன்றுவிட்டதாக குறிப்பிட்டு ஆட்கொல்லியை எதிர்த்து அரசு தீவிரப் போராட்டம் மேற்கொள்ளவேண்டும் என்றும் கோரியிருந்தார்.

எனக்கு வழிகாட்ட ஒருசில கிராமவாசிகளை அழைத்துக் கொண்டு, மாதோசிங் துணைக்குவர நான் இரையைப் பார்க்கப் புறப்பட்டேன். பசு ஒரு ஆழமான மடுவின் கரையோரம் சாலையிலிருந்து கால்மைல் தொலைவில் கொல்லப்பட்டுக் கிடந்தது. ஆறு அங்கிருந்து நூறு கஜ தூரத்தில் இருந்தது.

மடுவின் ஒரு பக்கம் பெரிய பெரிய பாறைகள் இடையிடையே அடர்த்தியான குத்துச்செடிகளுடன் காணப்பட்டன. மடுவின் மறுபக்கம் சின்னஞ்சிறு மரங்கள் நின்றிருந்தன. இந்த மரங்களில் சிறுத்தையை எதிர்நோக்கி உட்கார முடியாது. மரங்களின் கீழ் இரைகிடந்த இடத்திலிருந்து முப்பது கஜ தூரத்தில் ஒரு பாறை அதன் அடிப்பக்கத்தில் சிறு வெற்றிடத்தோடு இருந்தது. இந்த வெற்றிடத்தில் உட்காரத் தீர்மானித்தேன்.

மாதுசிங்கும் கிராமவாசிகளும் நான் தரையில் உட்காருவதற்குக் கடுமையாக ஆட்சேபம் தெரிவித்தார்கள். இது நான் ருத்ரப்ரயாகைக்கு வந்து சேர்ந்தபிறகு எனக்குக் கிடைத்த முதல் விலங்குஇரை என்பதுடன் இந்த இடத்துக்கு சிறுத்தை நிச்சயம் தான் கொன்ற இரையை – அதுவும் சூரிய அஸ்தமன சமயத்தில் – தேடிவரும் என்று நான் நம்பியதால் அவர்களைக் கிராமத்துக்குத் திருப்பி அனுப்பிவிட்டேன்.

நான் உட்கார்ந்திருந்த இடம் உலர்ந்து, சௌகர்யமாக இருந்தது. நான் பாறைமீது சாய்ந்து கொண்டும் ஒரு சிறு புதரில் என் கால்களை மறைத்துக் கொண்டும் சிறுத்தையால் என்னைப் பார்க்க முடியாது என்ற நம்பிக்கையோடு காத்திருந்தேன். அப்படி அது முன்னதாக என்னைப் பார்த்துவிட நேர்ந்தால் நான் சுட்டுவிடத் தயார் நிலையில் இருந்தேன்.

என்னிடம் ஒரு டார்ச்சும் கத்தியும் இருந்தது. என் முழங்கால்களுக்கு இடையே எனது அருமையான ரைஃபிள் இருந்தது. இப்படி ஒரு தனிமையான பிரதேசத்தில் சிறுத்தையைக் கொல்லும் வாய்ப்பு பிரகாசமாகவே இருந்தது.

நான் அசையவே இல்லை. என் முன்னிருந்த பாறைகளில் என் பார்வை நிலைகுத்தி இருந்தது. சாயங்காலம் வரை நான் உட்கார்ந்த இடத்தைவிட்டு நகரவே இல்லை. ஒவ்வொரு நொடியும் காலம் நெருங்கி வந்து கொண்டிருப்பதான உணர்வைத் தந்தன. இரையைத்தேடி, எவ்விதத்தொந்தரவுமற்ற நிலையில் எவ்விதச் சந்தேகத்துக்கும் இடம் தராத இந்தச் சூழலில் இதோ அந்தச் சிறுத்தை இரையைத் தேடி வரப்போகிறது.

நான் எந்த தருணத்திற்காகக் காத்திருந்தேனோ அது வந்துவிட்டது. ஆனால் அது என்னைக் கடந்து சென்று கொண்டிருந்தது.

கைக்கெட்டும் தூரத்தில் இருக்கும் பொருட்கள் மெல்ல மெல்ல மங்கித் தேய்ந்து மறைந்துகொண்டிருந்தன. சிறுத்தை நான் எதிர்பார்த்ததைவிட தாமதமாகத்தான் வருகிறது. அதைப்பற்றி நான் கவலைப்படவில்லை.

ஏனென்றால் என்னிடம் டார்ச் இருந்தது. இரை நான் இருந்த இடத்திலிருந்து முப்பதடி தூரத்தில் கிடந்தது. நான் மிக கவனமாகச் சுடவேண்டும். ஒரு காயமுற்ற விலங்கை வேட்டையாடும் நிலைமை ஏற்பட்டு விடாமல் கவனமாக இருக்கவேண்டும்.

ஆழமான அந்தச் சிறு பள்ளத்தாக்கில் எங்கும் நிசப்தம் நிலவிற்று. கடந்த சில நாட்களாக வெயில் காய்ந்ததால் நான் உட்கார்ந்திருந்த இடத்தில் உதிர்ந்திருந்த சருகுகள் அப்படியே கட்டைமாதிரி ஆகியிருந்தன. இதுவும் நல்லதற்குத்தான். சற்றுமுன் வரை நான் பாதுகாப்புக்கு என் கண்களை நம்பியிருந்தேன். இப்போது காதுகளைத்தான் நம்பவேண்டி இருந்தது. டார்ச்சின்மீது கட்டை விரலும், துப்பாக்கிக் குதிரைவிசைமீது ஒரு விரலுமாக

எந்தத் திசையிலிருந்து எவ்வளவு சிறிய சத்தம் கேட்டாலும் நான் சுடுவதற்குத் தயாராக இருந்தேன்.

சிறுத்தை வருகிற வழியாகக் காணோம். என்னை ஒருவிதப் பதற்றம் தொற்றிக் கொண்டது. இங்கிருக்கும் பாறைகளின் ஏதோ ஒன்றின் பின்னிருந்தபடி இவ்வளவு நேரமும் அது என்னைக் கவனித்தபடி இருக்கிறதோ? அல்லது என் கழுத்தில் தன்னுடைய கூரிய பற்களைப் பதிக்கும் தருணத்திற்காக நாக்கைச் சப்புக்கொட்டிக் காத்திருக்கிறதோ? ஏனென்றால் அது மனிதமாமிசம் சாப்பிட்டு ரொம்ப நாளாயிற்று. இவ்வளவு நேரம் சிறுத்தை வராததற்கு காரணம் எனக்குப் புரியவே இல்லை. இப்போது இந்த மலை இடுக்கைவிட்டு வெளியேறி நடக்கவேண்டுமெனில் என் செவிப்புலன் முன் எப்போதையும் விட மிகக்கூர்மையாக இருந்தாக வேண்டும்.

என் காதுகளைத் தீட்டிக் கொண்டு காத்திருந்த வேளை ஏதோ மணிக்கணக்கில் நீள்வதுபோல் தோன்றியது. பிறகு இருட்டு வழக்க விரோதமாக மிகவும் கருங்கும்மென்று ஏன் சூழ்கிறது என்று தெரிந்துகொள்ள வானத்தை அண்ணாந்து பார்த்தேன். ஒரு மிகப்பெரும் மேகக்கூட்டம் வானத்தின் குறுக்காகப் படர்ந்து கொண்டிருந்தது. நட்சத்திரங்கள் ஒவ்வொன்றாக மறைந்து கொண்டிருந்தன. அதைத் தொடர்ந்து பெரிய பெரிய மழைத்துளிகள் விழ ஆரம்பித்தன. மிக நிசப்தமாக இருந்த அந்தப் பகுதி இப்போது என்னென்னவோ மிருகங்கள் ஓடுவதும் நடப்பதுமான ஓசைகள் கேட்கும் இடமாக மாறிவிட்டது. சிறுத்தை காத்திருந்த சந்தர்ப்பத்துக்குப்பின் நேரம் வந்துவிட்டது.

எனது 'கோட்டை' அவசர அவசரமாகக் கழற்றி கழுத்தைச் சுற்றிக் கட்டிக்கொண்டேன். ரைஃபிளால் இப்போது பிரயோசனமில்லை. ஆனால் சிறுத்தையின் கவனம் சிதற இது உதவக்கூடும். ஆகவே அதை என் இடதுகைக்கு மாற்றிக்கொண்டு எனது கத்தியை உறையிலிருந்து எடுத்து வலதுகையில் பலமாகப் பிடித்துக் கொண்டேன். அது ஒரு பிச்சுவாக்கத்தி. இந்தக் கத்தியின் சொந்தக்காரருக்குப் பயன்பட்டதுபோலவே அது எனக்கும் பயன்படும் என்று நினைக்கிறேன். வடகிழக்கு எல்லைப் பகுதியில் ஹாங்கு என்ற இடத்தில் உள்ள அரசாங்கப் பண்டக சாலையிலிருந்து இதை வாங்கினேன். அங்கிருந்த டெபுடி கமிஷனர் அந்தக் கத்தியில் ஒட்டியிருந்த சீட்டினை எனக்குக் காண்பித்தார். அந்தப் பிடியில் பொறிக்கப்பட்டிருந்த மூன்று அடையாளங்களையும் காண்பித்தார். பிறகு அந்தக் கத்தி மூன்று கொலைகளில் சம்பந்தப்பட்டது என்றும் தெரிவித்தார்.

பயங்கரமான நினைவுச் சின்னம்தான். ஆனாலும் இப்போது என் கையில் அது இருப்பது எனக்கு மகிழ்ச்சி தந்தது. கொட்டும் மழையில் அதைக் கெட்டியாகப் பிடித்துக் கொண்டு நடந்தேன்.

சிறுத்தைகளுக்கு – அதாவது சாதாரண காட்டுச் சிறுத்தைகளுக்கு – மழை பிடிக்காது. ஆகவே எங்கேனும் மழைக்கு ஒதுங்கி விடும். ஆனால் ஆட்கொல்லி என்பது சாதாரண சிறுத்தை அல்ல. அதனுடைய விருப்பு வெறுப்புகள் நமக்குத் தெரிவதில்லை. அவை என்ன செய்யும் அல்லது செய்யாது என்பதும் நமக்குத் தெரியாது.

மாதோசிங் போகும்போது, எவ்வளவு நேரம் இங்கே உட்காரப் போகிறீர்கள் என்று கேட்டான். 'சிறுத்தையை சுட்டுத்தள்ளும் வரை' என்று அவனுக்குப் பதில் சொன்னேன். ஆகவே இப்போது எனக்கு மிக அவசியமாகத் தேவைப்படுகிற அவனது உதவி கிடைக்கப் போவதில்லை. போவதா வேண்டாமா என்ற கேள்வி என்னைக் குடைந்தது. எந்த முடிவை எடுத்தாலும் அது மோசமாகவே இருக்கும்போல தோன்றியது. இதுவரை சிறுத்தை என்னைப் பார்த்திராவிட்டால் யாத்ரிகர் சாலைக்குச் செல்லும் வழியில் அது என் பாதையில் குறுக்கிடக்கூடும். இல்லையெனில் இங்கேயே அடுத்த ஆறுமணி நேரம் காத்திருந்தால் எனது உடல்நிலை கடுமையாகப் பாதிக்கப்படும். ஆகவே ரைஃபிளைத் தூக்கிக்கொண்டு எழுந்து நடந்தேன்.

நான் வெகுதூரம் செல்ல வேண்டி இருக்கவில்லை. ஐந்நூறு கஜதூரம்தான். பாதிக்குமேல் களிமண்ணிலும் மற்றப்பாதி வெறும் காலாலும் கன்றுகாலிகளின் குளம்புகளாலும் நடந்து தேய்ந்த பாறைகளின் மீதும் நடக்க வேண்டி இருந்தது. டார்ச் விளக்கைப் பயன்படுத்தினால் அது ஆட்கொல்லியை ஈர்க்கக்கூடும். ஒரு கை ரைஃபிளில் இருந்தது. மற்றொரு கை கத்தியைப் பிடித்திருந்தது. ரப்பர் காலணிகள் அணிந்த என் பாதம்போலவே என் உடம்பும் அந்த ஈரத்தரையை அடிக்கடி தொட்டு எழுந்தது. ஒருவழியாகச் சாலையை அடைந்ததும் அந்த இரவு வேளையில் பலத்த குரலில் கூவினேன். குன்றின்மீது இருந்த ஒரு வீட்டின் கதவு திறந்தது. மாதோசிங்கும் அவன் கூட்டாளியும் கையில் ஒரு லாந்தருடன் வந்தார்கள்.

இரண்டுபேரும் என்னோடு சேர்ந்துகொண்டதும் மழை வரும்வரை என்னைப்பற்றிக் கவலை ஏதும் படவில்லை என மாதோசிங் சொன்னான். அதற்குப்பிறகு லாந்தரைக் கொளுத்திக் கொண்டு கதவருகே காதை வைத்துக் காத்திருந்ததாகவும் சொன்னான். ருத்ரப்ரயாகைவரை இருவரும் என்னுடன்

துணைக்கு வருவதாகவும் சொன்னார்கள். நாங்கள் எங்களின் ஏழுமைல் நடைப்பயணத்தைத் தொடங்கினோம். பச்சிசிங் முன்னால் போக, மாதோசிங் லாந்தருடன் நடக்க நான் கடைசியாகச் சென்றேன்.

மறுநாள் நான் வந்து பார்த்தபோது சிறுத்தை இரையை தொடவே இல்லை என்று தெரிந்தது. சாலையில் நான் ஆட்கொல்லியின் பாதச் சுவடுகளைப் பார்த்தேன். எவ்வளவு நேரம் சிறுத்தை எங்களைப் பின்தொடர்ந்தது என்று சொல்ல முடியவில்லை.

இப்போது கூட அந்த இரவை நினைத்துப் பார்த்தால் அதை ஒரு பயங்கரமான இரவு என்றுதான் சொல்லவேண்டும். இதற்குமுன் எண்ணற்ற இரவுகளில் நான் பயந்துபோனது உண்டு. ஆனால் அந்த இரவு – எதிர்பாராத மழை வந்து என்னை எல்லாவிதத்திலும் நிராயுதபாணியாக்கி என் உயிரைக்காப்பாற்றிக் கொள்ள ஒரு கொலைகாரனின் கத்தியை நம்பும்படிச் செய்த அந்த இரவுதான் எனது பயங்கரமான இரவு.

23. சிறுத்தைச் சண்டை

ருத்ரப்ரயாகைவரை எங்களைப் பின் தொடர்ந்த சிறுத்தை கோலாப்ராய் வழியாக யாத்ரிகர் சாலைக்குச் சென்றுவிட்டது. அங்கிருந்து சில நாட்களுக்கு முன்பு அது சென்ற மலைச்சந்தைக் கடந்து ஒரு கரடுமுரடான தடத்தின் வழியாக – இதை ருத்ரப்ரயாகைக்கு கிழக்கே குன்றின்மீது வசிக்கும் மக்கள் ஹரித்வாருக்குப் போய்வர குறுக்குப் பாதையாகப் பயன்படுத்துகின்றனர் – அது சென்றிருக்கிறது.

கேதார்நாத், பத்ரிநாத் யாத்திரைகள் விசேஷ காலங்களில் நிகழ்பவை. யாத்திரை தொடங்குவது, நீடிப்பது என்பதெல்லாம் ஒருசில பனிஉருகும்போதும் வேறுசில மலைச்சிகரங்களில் பனிபெய்யும்போதும் நிகழ்கிறது. இங்கேதான் அந்த இரண்டு யாத்திரைத் தலங்களும் இருக்கின்றன. பத்ரிநாத் கோவிலின் தலைமைப்பூசாரி சில நாட்களுக்கு முன்பு கோவிலுக்கு வருவதற்கான சாலை திறக்கப் பட்டுவிட்டதாக ஒரு தந்தி கொடுத்தார்.

இந்தியா முழுவதும் இருக்கும் ஹிந்து பக்தர்கள் இதைத்தான் ஆர்வமுடன் எதிர்பார்த்தனர். கடந்த சில நாட்களாக ருத்ரப்ரயாகையின் வழியே யாத்ரிகர்களின் சிறு சிறு குழுக்கள் போக ஆரம்பித்து இருந்தன.

கடந்த பல ஆண்டுகளில் ஆட்கொல்லி, சாலையில் வைத்தே பல யாத்ரிகர்களைக் கொன்றிருக்கிறது. யாத்திரைசீஸன் முழுவதும் இதை

ஜிம் கார்பெட்

அது ஒரு பழக்கமாகவே கைக்கொண்டுவிட்டது. சாலைக்கு இறங்குவது, குன்றிலிருந்த கிராமங்களைச் சுற்றிக்கொண்டு ருத்ரப்ரயாகைக்கு மேல் பதினைந்து மைல் சென்று மறுபடியும் சாலையை அடைவது என்று அது செயல்பட்டது. இந்த வட்டப் பாதையில் பயணிக்க அது எடுத்துக்கொண்ட நேரம் வித்தியாசப்பட்டது. ஆனால் சராசரியாக ஐந்து நாட்களுக்கு ஒருமுறை சிறுத்தையின் பாதச்சுவடுகளை ருத்ரப்ரயாகைக்கும் கோலாபிராய்க்கும் இடையே நான் பார்த்திருக்கிறேன்.

ஆகவே இன்ஸ்பெக்ஷன் பங்களா திரும்பும் வழியில் சாலையைப் பார்த்தபடி இருக்கும்வகையில் ஒரு இடத்தைத் தெரிவு செய்தேன். அடுத்த இரண்டு இரவுகளும் ஒருவைக்கோல் போர்மீது சௌகர்யமாகக் கழிக்க இடம் கிடைத்தது. ஆனால் சிறுத்தையைத்தான் காணோம்.

இரண்டு நாட்களுக்குக் கிராமங்களிலிருந்து ஆட்கொல்லி பற்றி எந்த தகவலும் வரவில்லை. மூன்றாம் நாள் காலை யாத்ரிகர் சாலை வழியே ஆறுமைல் தூரம் பக்கத்துக் கிராமங் களுக்கு அது வந்திருக்கிறதா என்று பார்த்துவரச் சென்றேன். மொத்தம் பன்னிரண்டுமைல் நடந்தபிறகு மத்தியான வாக்கில் திரும்பி வந்தேன். தாமதமாக நான் என் சிற்றுண்டியை சாப்பிட்டுக் கொண்டிருந்தபோது இரண்டுபேர் ஓடிவந்து ருத்ரப்ரயாகையில் இருந்து பதினெட்டு மைல் தென்கிழக்கே இருந்த பைன்ஸ்வாரா என்ற கிராமத்தில் ஆட்கொல்லி ஒரு சிறுவனைக் கொன்றுவிட்டதாகக் கூறினர்.

இபாட்சன் ஏற்பாடு செய்த தகவல் சேகரிப்பு முறை சிறப்பாகவே செயல்பட்டது. இந்த முறையின்கீழ் யார் ஒருவர் ஆட்கொல்லி உலவும் இடம் குறித்து தகவல் தருகிறாரோ அவருக்கு ரொக்கப் பரிசு வழங்கப்படும். கொல்லப்பட்டது ஆடு என்றால் இரண்டு ரூபாய் வெகுமதி. கொல்லப்பட்டது மனிதர்கள் என்றால் இருபது ரூபாய் வெகுமதி உண்டு. இதற்குக் கிராமவாசிகளிடையே ஏகத்துக்கும் போட்டாபோட்டி. சிறுத்தையால் கொல்லப்படுபவர்கள் குறித்த தகவல்களும் எங்களை மிகக்குறுகிய காலத்தில் வந்து அடைந்தன.

பையன் கொல்லப்பட்டது குறித்த தகவலைக் கொண்டு வந்த கிராமவாசிகள் ஒவ்வொருவர் கையிலும் நான் பத்து ரூபாய் கொடுத்தேன். அவர்களில் ஒருவர் வழிகாண்பிக்க பைன்ஸ்வாரா வரை வருவதாக கூறினார். இன்னொருவர் தனக்கு காய்ச்சலாக இருப்பதால் மறுபடி பதினெட்டு கிலோமீட்டர் நடக்கமுடியாது என்றும் தான் ருத்ரப்ரயாகையிலேயே தங்கிவிடப் போவதாகவும் சொல்லிவிட்டார். அந்த ஆட்கள்

சொன்ன கதையைக் கேட்டபடியே நான் காலைச் சிற்றுண்டியை முடித்தேன். ஒருமணிக்கு முன்னதாக நான் என் ரைஃபிளை மட்டும் எடுத்துக்கொண்டு கிளம்பினேன். கொஞ்சம் துப்பாக்கி தோட்டாக்கள். ஒரு டார்ச் ஆகியவற்றையும் எடுத்துக்கொண்டேன். இன்ஸ்பெக்ஷன் பங்களா அருகில் நாங்கள் சாலையைக் கடந்து செங்குத்தான குன்றின்மீது ஏற ஆரம்பித்தோம். என் கூட வந்தவர் இன்னும் நாம் வெகுதூரம் செல்லவேண்டும் என்று சொல்லிவிட்டு இருட்டிய பிறகு நடப்பது பாதுகாப்பானது அல்ல என்றும் சொன்னார். ஆகவே அவரை நடையை எட்டிப்போடுமாறு சொன்னேன். சாப்பிட்ட கையோடு இப்படி மலை ஏறுவது எனக்கு வழக்கமில்லை. ஆனால் இப்போது வேறு வழியில்லை. முதல் மூன்றுமைல் தூரம் நாலாயிரம் அடிஉயரம் ஏறினேன். என்னோடு வழிகாட்ட வந்தவரோடு நடப்பதுதான் எனக்கு மிகப்பெரும் சிரமமாக இருந்தது. மூன்றுமைல் கடந்ததும் ஒரு சிறிய தட்டையான நிலப்பகுதி வந்தது. அங்கு சற்றே இளைப்பாற முடிந்தது. அதற்குப்பிறகு விறுவிறுவென்று மேல்நோக்கி நடந்தேன்.

ருத்ரப்ரயாகை போகும்வழியில் அந்த இரண்டு பேரும் சிறுத்தை ஒரு சிறுவனைக் கொன்றுவிட்ட சம்பவத்தைக் கிராமவாசிகளிடம் சொல்லிக் கொண்டே வந்தார்கள். ஒவ்வொரு கிராமத்திலும் அங்கே வசிக்கும் மொத்த ஜனத்தொகையும் எனக்காகக் காத்திருந்தது. சிலர் என்னை வாழ்த்தினார்கள். வேறு சிலர் அவர்களின் எதிரியைக் கொல்லும்வரை அந்த மாவட்டத்தை விட்டுப் போய்விட வேண்டாம் என்று கேட்டுக் கொண்டார்கள்.

என்னோடு துணைக்கு வந்தவர்கள் இன்னும் பதினெட்டு மைல் போகவேண்டும் என்றார்கள். அங்கிருந்து சிறிதும் பெரிதுமான குன்றுகள், ஆழமான பள்ளத்தாக்குகளைக் கடந்து செல்லும்போது இதுவரை நான் நடந்தவற்றிலேயே நீண்ட, மிகவும் கடினமான பாதையில் நடந்துகொண்டிருக்கிறேன் என்ற உணர்வு மேலிட்டது. சூரியன் ஏறத்தாழ மறைந்துவிட்டான். முடிவே இல்லாது நீண்டுகிடந்த குன்றுகளின் சிகரங்களில் இருந்து பார்த்தபோது எங்களுக்கு முன்னால் மலைச்சரிவின் சந்திப்பில் ஏராளமானோர் நின்று கொண்டிருந்தது தெரிந்தது. எங்களைப் பார்த்ததும் சிலர் ஓடி மறைந்தனர். வேறு சிலர் எங்களை வரவேற்றனர். இவர்களில் பைன்ஸ்வாரா கிராமத்தலைவரும் இருந்தார். அவர் என்னை வரவேற்று தங்களின் கிராமம் குன்றின் முகட்டின்மீது இருப்பதாகவும் தன்மகனை அனுப்பி தேநீர் தயாரிக்க ஏற்பாடு செய்திருப்பதாகவும் கூறினார். இது எனக்கு உற்சாகமளித்தது.

1926 ஏப்ரல் 14ஆம் நாள் கட்வால் மக்கள் என்றும் நினைவில் வைத்திருக்கும் நாளாக ஆகிவிட்டது. இந்த நாளில்தான் ருத்ரப்ரயாகையின் ஆட்கொல்லிச் சிறுத்தை தனது கடைசி மனிதஇரையைப் பலிகொண்டது. அன்றையதினம் சாயங்காலம் ஒரு விதவைப் பெண்ணும் அவருடைய இரண்டு குழந்தைகளும், ஒன்பது வயது சிறுமியும் பன்னிரண்டு வயது சிறுவனும் பக்கத்து வீட்டுக்காரரின் எட்டுவயதுப் பையனுடன் பைன்ஸ்வாரா கிராமத்திற்கு அருகில் இருந்த ஒரு நீர்ச்சுனைக்கு அன்றிரவு சமையலுக்காக தண்ணீர் கொண்டுவரச் சென்றனர்.

அந்த விதவைப்பெண்ணும் அவளுடைய குழந்தைகளும் நீண்டவரிசையில் இருந்த ஒட்டு வீடுகளில் நடுவில் இருந்த வீட்டில் வசித்தனர். இந்த வீடுகளில் இரண்டு தளங்கள் இருந்தன. தாழ்வான கூரையுடன் கூடிய கீழ்த்தளத்தில் தானியங்களும் விறகுகளும் சேமித்து வைக்கப்பட்டிருக்கும். மேல்தளம் குடியிருப்புக்காகப் பயன்பட்டது. நான்கடி அகல ஒரு தாழ்வாரம் வீட்டின் நீளத்திற்கு நெடுகச் சென்றது. சிறு கல்படுக்கைகளாலான மாடிப்படி ஒன்று தாழ்வாரத்துடன் முடிந்தது. மேலே குடியிருந்த இரண்டு குடும்பங்களுக்கு ஒரு படிக்கட்டு வீதம் அமைக்கப்பட்டிருந்தது.

கல்தளம் பாவிய ஒரு முற்றம். அறுபது அடி அகலமும் முன்னூறு அடி நீளமும் கொண்டது. தாழ்வான சுவர் அதைச் சுற்றிக்கட்டப்பட்டு அந்தக் கட்டிடம்வரை நீண்டிருந்தது.

பக்கத்துவீட்டுக்காரரின் பையன், அந்த நாலுபேரில் முன்னால் வந்துகொண்டிருந்தவன் அந்த விதவைப் பெண்ணின் வீட்டுக்குச் செல்லும் படிக்கட்டில் ஏறியிருக்கிறான். அப்போது அங்கே ஏதோ ஒரு விலங்கைப் பார்த்திருக்கிறான். அதை ஒரு நாயாக இருக்கும் என்று நினைத்துவிட்டான். படிக்கட்டை ஒட்டி கீழ்த்தளத்தில் திறந்துகிடந்த அறைக்குள் அந்த விலங்கைப் பார்த்திருக்கிறான். அந்தச் சமயத்தில் அந்த விலங்கைப்பற்றி அவன் எதுவும் பேசவில்லை. அவனுடன் வந்தவர்கள் கண்ணில் அது படவில்லைபோலும். பையனுக்குப் பின்னாலேயே சிறுமி வந்தாள். விதவைப்பெண் அடுத்து வந்தாள். அவருடைய மகன் கடைசியாக வந்தான். அந்தச் சிறிய படிக்கட்டின் பாதி தூரம் தான் போயிருப்பாள். அதற்குள் அவள் மகன் எடுத்துவந்த கனமான பித்தளைப் பாத்திரம் படிக்கட்டில் விழுந்து உருளும் ஓசை கேட்டது. அஜாக்கிரதையாக இருந்ததற்காக அவள் மகனை வைது கொண்டே அவளிடமிருந்த பாத்திரத்தை தாழ்வாரத்தில் வைத்துவிட்டு பையன் செய்த காரியத்தைப் பார்க்க வந்திருக்கிறாள். படிக்கட்டின் கீழே பாத்திரம் கவிழ்ந்து கிடந்தது. அவள் கீழே இறங்கிப்போய் அந்தப் பாத்திரத்தை

எடுத்தாள். அப்புறம் மகனைத்தேடி இருக்கிறாள். அவன் எங்குமே கண்ணில் படாததால் தனக்குப் பயந்துகொண்டு எங்கேயாவது பக்கத்தில் ஓடியிருப்பான் என்று அவனை கூப்பிடத் தொடங்கினாள்.

அடுத்திருந்த வீடுகளில் குடியிருந்தவர்கள் பாத்திரம் விழும் சத்தத்தை முதலில் கேட்டார்கள். அப்புறம் பையனின் தாய் மகனைக் கூப்பிடுவது அவர்கள் காதில் விழுந்தது. அவர்கள் கதவைத் திறந்து கொண்டு வாசலுக்கு வந்து என்ன ஆச்சு என்று கேட்டார்கள். கீழே இருக்கிற அறைகளில் ஏதேனும் ஒன்றில் பையன் ஒளிந்துகொண்டிருக்கக்கூடும் என்ற அனுமானத்தில், அந்த அறைகளும் இப்போது இருட்டாகிவிட்டதால் ஒரு ஆள் லாந்தரைக் கொளுத்திக் கொண்டு படிக்கட்டில் இறங்கி அந்தப் பெண் அருகே வந்தான். அப்படி வரும்போதே நடைபாதைக் கற்களில் அந்தப்பெண் நின்று கொண்டிருக்கும் இடத்திலேயே இரத்தத்துளிகள் சிந்தியிருப்பதைப் பார்த்திருக்கிறான். அந்த ஆள் மிகவும் திகில் அடைந்து போட்ட கூச்சலில் அங்கு குடியிருந்தவர்கள் எல்லோரும் கூடிவிட்டார்கள். அந்தக்கும்பலில் ஒரு பெரியவர் இருந்தார். இவருக்கு தனது எஜமானருடன் வேட்டைக்குப் போன அனுபவம் உண்டு. பெரியவர் லாந்தரை வாங்கிக் கொண்டு ரத்தம் கொட்டிச் சென்ற தாரையைப் பின்பற்றி முற்றம் வழியே சென்று குட்டைச் சுவர் பக்கம் பார்த்திருக்கிறார்.

சுவரைத்தாண்டி எட்டடிக்கு கீழே ஒரு தாழ்வான பகுதியில் ஒரு சேனைக் கிழங்கு வயல் இருந்தது. அங்கிருந்து மிருதுவான நிலப்பரப்பில் சிறுத்தை ஒன்று ஓடிச்சென்ற பாதச்சுவடுகளைப் பார்க்க முடிந்தது. அந்தக் கணம்வரை பையனை ஆட்கொல்லிதான் தூக்கிப் போய்விட்டது என்ற சந்தேகம் யாருக்குமே வரவில்லை. ஏனென்றால் அங்கிருந்தவர்கள் எல்லோருக்குமே ஆட்கொல்லி நடமாடுவது தெரியும் என்றாலும் அவர்கள் கிராமத்து எல்லைக்கு பத்துமைலுக்கு அப்பால்தான் அது நடமாடியது. நடந்தது என்னவென்று புரிந்ததும் அந்தப்பெண் வீறிட ஆரம்பித்துவிட்டாள். சிலர் தாரை தப்பட்டைகளை எடுத்துவர தத்தமது வீடுகளுக்குள் ஓடினார்கள். வேறுசிலர் துப்பாக்கிகளை எடுத்துவர விரைந்தார்கள் — அந்த கிராமத்தில் மூன்று பேரிடம் துப்பாக்கி இருந்தது — சில நிமிடங்களில் அங்கே பெரும் கூச்சலும் குழப்பமும் உண்டாயிற்று. இரவு பூராவும் தப்பட்டங்கள் அடிக்கப்பட்டன. துப்பாக்கிக் குண்டுகள் வெடித்தன. பகல் வெளிச்சம் வந்ததும் பையனின் உடல் கிடைத்தது. இரண்டுபேர் ருத்ரப்ரயாகைக்கு என்னிடம் தகவல் சொல்ல அனுப்பப்பட்டனர்.

கிராமத்தலைவருடன் நான் கிராமத்தை நெருங்கியபோது அந்தப் பெண்ணின் ஒப்பாரிச்சத்தம் கேட்டது. சிறுத்தைக்கு இரையான சிறுவனின் தாய்தான் அவள். அந்தப் பெண்தான் என்னை வரவேற்றாள். நெஞ்சை உலுக்கும் பயங்கரமான அழுகையைச் சற்றே நிறுத்திவிட்டு அடுத்த அழுகைக்கு அவள் தயாராகிவிட்டது பழக்கமில்லாத என் கண்களுக்கே புரிந்துபோயிற்று. இதுபோன்ற நிலைமையில் உள்ள பெண்களை எப்படித் தேற்றுவது என்று எனக்குத் தெரியாததால் முந்தின நாள் மாலை என்ன நடந்தது என்று அவளையே கூறும்படி கேட்டேன். அந்தப் பெண் சொன்ன கதைப்படி பார்த்தால் அங்கிருந்த ஆண்களைக் குறைசொல்வதுபோல இருந்தது. அவர்கள் சிறுத்தையைத் துரத்திக் கொண்டு ஓடவில்லை என்பது அவள் குற்றச்சாட்டு. 'அவனோட அப்பா மட்டும் உயிரோடு இருந்திருந்தால் இதைச் செஞ்சிருப்பார்' என்றாள் அந்தப்பெண். அவள் அங்கிருந்த ஆண்களுக்கு எதிராகச் சொன்ன குற்றச்சாட்டு நியாயமற்றது என்றும், அவள் மகனை உயிரோடு மீட்டு இருக்கலாம் என்று அவள் நினைப்பது தவறு என்றும் எடுத்துச்சொன்னேன். ஏனென்றால் சிறுத்தை தனது பற்களைப் பையனின் கழுத்தில் பதித்ததும் சிறுத்தையின் கோரைப்பல் பையனுடைய தலையிலிருந்து கழுத்தைத் துண்டித்திருக்கும் என்றும், முற்றத்தின் வழியே பையனைத் தூக்கிச் சென்றபோதே அவன் இறந்திருப்பான் என்றும் அங்கே கூடியிருப்பவர்களோ அல்லது வேறு யாராகவோ இருந்தாலும், என்ன செய்திருந்தாலும் பையன் பிழைத்திருக்கமாட்டான் என்றும் விளக்கினேன்.

முற்றத்தில் நின்றுகொண்டு எனக்கு அளிக்கப்பட்ட தேநீரை உறிஞ்சியபடி அங்குக் கூடியிருந்த நூற்றுக்கணக்கான மக்களைக் கவனித்தேன். சிறுத்தை அளவுக்குப் பெரிய விலங்கு அந்த அகன்ற முன்முற்றத்தில் பட்டப்பகலில் எவரும் பார்க்காதபடி எப்படி நடந்து சென்றது என்பதும், கிராமத்துக்குள் அது வந்திருப்பதை ஊரிலிருந்த நாய்களால் கண்டுகொள்ள முடியாமல் போனது எப்படி என்பதும் என்னால் புரிந்துகொள்ளவே முடியவில்லை.

பையனைத் தூக்கிக்கொண்டு சிறுத்தை தாவிக்குதித்த எட்டடி உயரச் சுவர்மீது ஏறி மறுபக்கம் இறங்கி அது சென்ற வழித்தடத்தைச் சேனைக்கிழங்கு கொல்லையின் ஊடாகப் பின் தொடர்ந்து பின்னர் நிலத்தின் குறுக்காக இருந்த மற்றொரு பன்னிரண்டு அடிச்சுவரையும் தாண்டிச் சென்றேன். அது இரண்டாவது வயல்வெளி. அங்கே நான்கடி உயரத்துக்கு மிகவும் அடர்த்தியான காட்டுப்பூச்செடிகள் மண்டிக் கிடந்தன. இங்கே சிறுத்தை சிறுவனின் கழுத்தைக் கவ்வியிருந்த பிடியை விடுவித்திருக்கிறது. அந்தப் புதர்களின் ஊடாக ஏதாவது

திறப்பு இருக்கிறதா என்று பார்த்துவிட்டு இல்லை என்றதும் பையனின் முதுகுப்பக்கமாக கவ்வி எடுத்துக்கொண்டு புதரைத் தாண்டி தூரத்தில் இருந்த பத்து அடி உயர சுவர் ஓரமாகச் சென்றிருக்கிறது. இந்த மூன்றாது சுவரின் ஓரமாக ஆடுமாடுகளின் நடைபாதை ஒன்று இருந்தது. இந்தப்பாதை வழியே அது செல்ல முயன்றபோது ஊருக்குள்ளிருந்து பெரும் கூச்சல் எழுந்திருக்கிறது. சிறுத்தை சிறுவனை ஆடுமாடுகள் பாதையில் போட்டுவிட்டு குன்றின் கீழிறங்கிச் சென்றுவிட்டது. கிராமத்தில் இரவுமுழுவதும் தாரைதப்பட்டைகள் சத்தமும் துப்பாக்கிசுடும் சத்தமும் கேட்டதால் ஆட்கொல்லி இரையைத் தேடிவரவில்லை.

இப்போது நான் செய்யக் கூடியது பையனின் உடலைக் கொண்டுபோய் சிறுத்தை எங்கே அதைப் போட்டுவிட்டுச் சென்றதோ அங்கே கொண்டுபோய் வைத்துவிட்டு அந்த இடத்தில் காத்திருப்பதுதான். இங்கே எனக்கு இரண்டுவிதமான கஷ்டங்கள் – உட்கார்வதற்கு ஏற்றதாக ஒரு இடமும் இல்லை. பொருத்தமில்லாத இடத்தில் உட்கார்வதைத் தவிர்க்க விரும்பினேன். அதில் உட்கார்ந்து காத்திருப்பது என்ற கேள்விக்கே இடமில்லை. வெளிப்படையாகச் சொல்வதானால் தரையில் உட்கார்வதற்கு எனக்குத் துணிச்சல் இல்லை. வெயில் தாழ்ந்த பின் கிராமத்துக்கு வந்து சேர்ந்தேன்.

தேநீர் சாப்பிடச் சற்றுத் தாமதமாயிற்று. அந்தத் தாயின் கதையைக் கேட்டதிலும் சிறுத்தையின் தடத்தைத் தேடியதிலும் சிறிது நேரம் செலவாகிவிட்டது. ஒரு பாதுகாப்புக்குத் தங்குமிடம் கட்டிக்கொள்வோம் என்றால் போதுமான பகல் வெளிச்சம் இல்லை. ஆகவே தரையில் உட்கார்வது என்றால் எங்கே வேண்டுமானாலும் உட்கார்ந்து கொள்ள வேண்டியதுதான். எந்த திசையிலிருந்து ஆட்கொல்லி வருமென்றே தெரியாது.

ஒருவேளை என்னைச் சிறுத்தை தாக்கினால் என்னிடம் இருந்த எனக்குப் பழக்கமான ஒரே ஆயுதம் என்னுடைய ரைஃபிள்தான். நீங்கள் நேரடியாக ஒரு சிறுத்தையுடனோ புலியுடனோ மோதும்போது அது காயம் பட்டிருக்கவில்லை எனில் அந்தச் சமயத்தில் துப்பாக்கி போன்ற ஆயுதங்களைப் பயன்படுத்த முடியாது.

சிறுத்தையின் தடத்தை முழுவதுமாகப் பரிசோதித்து விட்டு வீடுகளின் முன்முற்றத்திற்கு வந்தேன். அங்கிருந்த கிராமத் தலைவரிடம் ஒரு கடப்பாரை, நல்ல கனமான மரத்தாலான உருட்டுக் கட்டை, சுத்தியல், நாய்ச்சங்கிலி இவற்றைத் தருமாறு கேட்டேன். கடப்பாரையின் உதவியால் முற்றத்தின் நடுவில் இருந்த கல்லைப் பெயர்த்து எடுத்தேன். கட்டையை அதில்

ஆழச் சொருகினேன். நாய்ச் சங்கிலியின் ஒரு முனையை அதில் கட்டினேன். பிறகு கிராமத் தலைவரின் உதவியுடன் பையனின் உடலைக் கட்டை அருகே கிடத்தி சங்கிலியால் கட்டி வைத்தேன்.

கண்ணுக்குத் தெரியாத சக்தி ஒன்று வாழ்க்கைக்கு ஒரு காலவரம்பை நிர்ணயிக்கிறது. இதை ஒரு மனிதன் விதி என்கிறான். மற்றொரு மனிதன் கிஸ்மெத் என்கிறான். இந்த சக்தியின் செயல்பாட்டைப் புரிந்து கொள்ள முடிவதில்லை. கடந்த சில நாட்களில் இந்த சக்தி ஒரு குடும்பத்தினரின் ஆதாரமாக இருந்த ஒருவரின் வாழ்க்கைக்கு வரம்பை நிர்ணயித்து முடித்துவிட்டது. குடும்பமே நிர்க்கதியாகிவிட்டது. வாழ்க்கை முழுவதும் கஷ்டப்பட்டு விட்டு கடைசிகாலத்திலாவது கொஞ்சம் நிம்மதியாக வாழலாம் என்று ஆசைப்பட்ட ஒரு மூதாட்டியின் வாழ்க்கைக்கு முற்றுப்புள்ளிவைத்தது. இப்போதோ தனது விதவைத் தாயாரால் கண்ணும் கருத்துமாக வளர்க்கப்பட்ட அந்தச் சிறுவனின் வாழ்க்கையைத் துண்டாடி விட்டது. செத்துப்போன அந்தப் பையனின் தாயார் தன் அழுகையின் ஊடாக இதைத்தான் சொல்லி அரற்றினார்.

“பரமேஸ்வரா! என் பையன் எத்தனை பேருக்கு பிரியமான வனாக இருந்தான்! வாழ்க்கையின் வாசலில் அவன் அடியெடுத்து வைப்பதற்குள் அவனுக்கு இப்படி ஒரு கொடூரமான சாவைக் கொடுத்துவிட்டாயே! அவன் என்ன தப்பு செய்தான்?”

முற்றத்திலிருந்த கல்லைப் பெயர்த்து எடுக்கும் முன்பாக அந்தப் பெண்ணையும் அவரது மகளையும் அங்கிருந்த வீடுகளின் வரிசையில் இருந்த கடைசி அறைக்குக் கொண்டு போகும்படி சொல்லிவிட்டேன். என் ஏற்பாடுகள் முடிந்ததும் கை கால்களைக் கழுவிக்கொண்டு வைக்கோல் வேண்டுமென்று கேட்டேன். அந்தத் தாயார் காலி செய்த வீட்டின் கதவுக்கு முன்னால் தாழ்வாரத்தில் வைக்கோலைப் பரப்பினேன்.

இருட்டிவிட்டது. அங்கே கூடியிருந்த மக்களிடம் இரவில் சத்தம் ஏதும் எழுப்பாமல் இருக்கும்படிக் கூறி அவர்களின் குடியிருப்புகளுக்கு அனுப்பிவிட்டேன். நான் தாழ்வாரத்தில் உட்கார்ந்துகொண்டேன். அள்ளிப்போட்ட வைக்கோலின் மறைவிலிருந்து எனக்கு முன்னால் தெளிவாகப் பார்க்க முடிந்தது. ஆனால் என்னைப் பார்ப்பது கஷ்டம்.

முந்தைய இரவு எழுப்பப்பட்ட அத்தனை சத்தத்திற்குப் பிறகும் சிறுத்தை மீண்டும் வரும் என்றே எனக்குப்பட்டது. அது விட்டுச் சென்ற இடத்தில் இரையைக் காணவில்லை என்பதால் இன்னொரு மனித இரைதேடி அது கிராமத்துக்கு

வரக்கூடும். பைன்ஸ்வாரா கிராமத்தில் வெகுசுலபமாக தனக்குப் பலியான சிறுவன் காரணமாக அதற்கு மறுபடி முயற்சி செய்ய தைரியம் ஏற்பட்டிருக்கும். நானும் நம்பிக்கையோடு காத்திருக்கத் தொடங்கினேன்.

நான் பரப்பியிருந்த வைக்கோல் மிகவும் மிருதுவாக இருந்தது. எனது காதுகள் கும்மிருட்டைக் கூர்ந்து அவதானித்த படி இருந்தன. இப்போது ஒரு சப்தம் என் காலடியில் இருந்து கேட்டது. ஏதோ ஒன்று பதுங்கி நகர்ந்து வருகிறது. மிகவும் கள்ளத்தனமாக அது நகர்ந்து என்னை நெருங்குகிறது. நான் பரப்பியிருந்த வைக்கோலின் மீது அது வருகிறது. நான் 'ஷார்ட்ஸ்' அணிந்திருந்ததால் முழங்காலுக்கு கீழ் என் கால்கள் வெறுமையாக இருந்தன. இந்த வெறுங்காலின் தோல் மீது ஒருவிலங்கின் முடிக்கற்றை உரசுவதை உணர்ந்தேன். வருவது ஆட்கொல்லிதான். மெல்ல நகர்ந்து வந்து என் குரல்வளையைக் கவ்வப் போகிறது. இப்போது என் தோள்பட்டை கனத்தது – மெல்ல நான் காலூன்றவேண்டும் – அதற்குப்பிறகு துப்பாக்கியின் குதிரையை அழுத்தி வெடிச்சத்தத்தின் மூலம் அதன் கவனத்தைத் திசைதிருப்பவேண்டும். விசையை அழுத்த விரலை நகர்த்தினேன். அந்தச் சமயம் பார்த்து ஒரு சிறிய விலங்கு என் கைகளுக்கும் மார்புக்கும் இடையே தொப்பென்று குதித்தது. அது ஒரு குட்டிப்பூனை. மழையில் நனைந்திருந்தது. அங்கே இருந்த எல்லா வீடுகளின் கதவுகளும் சாத்தியே கிடந்ததால் என் உடம்பின் கதகதப்பையும், பாதுகாப்பையும் தேடி வந்திருக்கிறது.

என்னுடைய கோட்டுக்குள் பூனை நன்றாகச் சுருண்டு படுத்துவிட்டது. அது ஏற்படுத்திய திகிலில் இருந்து நான் மீளத்தொடங்கி இருந்தேன். அதே சமயம் வயல்வெளிகளுக்கு அப்பாலிருந்து ஒரு மெல்லிய உறுமல் தொடங்கி பிறகு மிகுந்த சத்தத்துடன் கேட்க ஆரம்பித்து விட்டது. அதன் பிறகு மிகவும் மூர்க்கமான காட்டு விலங்குகளின் சண்டை உறுமல்கள் கேட்டன. அப்படி ஒரு சண்டையையும் கொடூரமான கத்தலையும் நான் இதுவரை கேட்டதே இல்லை.

ஆட்கொல்லி முந்தையநாள் மாலை தான் இரையை விட்டுச் சென்ற இடத்திற்கு வந்திருக்கிறது. மிகுந்த கோபத்துடன் இரையைத் தேடும்போது அந்தப் பகுதிக்கு தற்செயலாக மற்றொரு ஆண்சிறுத்தை வந்திருக்கிறது. இரண்டுக்கும் இடையே சண்டை மூண்டுவிட்டது. இதுபோன்ற படுஉக்கிரமான சண்டையை நான் கேட்பது வழக்கவிரோதமானது. ஏனென்றால் மாமிச பட்சிணிகள் தங்கள் எல்லையை விட்டுத் தாண்டி வருவதில்லை. அப்படி ஒருவேளை இரண்டு ஆண்சிறுத்தைகளோ பெண்சிறுத்தைகளோ

சந்திக்கும்படி நேர்ந்துவிட்டால் பார்த்த உடனேயே அவை உருவத்தை வைத்து யார் பலசாலி என்பதைக் கண்டு பலவீனமான விலங்கு பலமான விலங்கிற்கு வழிவிட்டுப் போய்விடும்.

ஆட்கொல்லிக்கு வயதாகிவிட்டாலும் அது மிகவும் பெரிய ஆற்றல் மிகுந்த ஆண்சிறுத்தை. அது அலைந்து திரிந்த ஐநூறுமைல் சதுரப் பரப்பளவில் அங்கே அதன் ஆட்சிக்கு எதிரியாக எந்த ஆண்சிறுத்தையும் வந்தது இல்லை. ஆனால் இங்கே பைன்ஸ்வாராவில் அது அந்நியமாகி விட்டதுடன் எல்லைதாண்டியும் பிரவேசித்துவிட்டது. இந்த பிரச்னையிலிருந்து விடுபட அது தன் உயிரைக் காப்பாற்றிக்கொள்ளவே போராட வேண்டியதாகிவிட்டது.

நான் சுடுவதற்கிருந்த வாய்ப்பு கைநழுவிப் போய்விட்டது. ஏனென்றால் அதைத் தாக்கிய சிறுத்தையோடு போராடி ஜெயித்திருந்தாலும் அதற்கு ஏற்பட்டிருக்கக்கூடிய காயங்கள் இன்னும் சில காலத்துக்கு இரைதேட முடியாமல் செய்திருக்கும். இந்தச் சண்டையில் ஆட்கொல்லி மடிந்தாலும் அது ஒரு எதிர்பாராத முடிவாகத்தான் இருக்கும். கடந்த எட்டு ஆண்டுகளாக அரசாங்கமும் பொதுமக்களும் மேற்கொண்ட முயற்சிகள் சிறுத்தைக்கு முடிவுகட்டுவதற்குப் பதிலாக தன் இனத்தோடு எதிர்பாராத விதத்தில் சண்டையிட்டு அதுவாகவே மரணமடைந்திருக்கும்.

முதல் சுற்றுப் போராட்டம் ஐந்து நிமிடங்கள் நீடித்தது. சற்றும் களைக்காத கொடூர மிருகப்போராட்டமாக அது முடிவடையாது சென்றது. அதன்பிறகும் இரண்டு மிருகங்களின் உறுமல்கள் கேட்டுக் கொண்டே இருந்தன.

பத்து அல்லது பதினைந்து நிமிட இடைவெளிக்குப் பிறகு மீண்டும் சண்டை ஆரம்பித்துவிட்டது. ஆனால் முன்பு சண்டை நடந்த இடத்திலிருந்து முன்னூறு கஜ தூரத்திலிருந்து இப்போது சத்தம் கேட்டது. உள்ளூர் சிறுத்தையின் கை ஓங்கியிருப்பதாகத் தெரிந்தது. அத்துமீறி உள்ளே நுழைந்த பேர்வழியை அது கொஞ்சம் கொஞ்சமாக வெளியே விரட்டிக் கொண்டிருந்தது.

மூன்றாவது சுற்று முதல் இரண்டை விட சிறிது நேரமே நீடித்தது. ஆனால் மிருகப்போரின் தீவிரம் குறையவில்லை அப்புறம் நீண்ட நேரம் நிசப்தம் நிலவியது. பிறகு மீண்டும் சண்டை தொடங்கியது. இப்போது மலைச் சரிவுக்குப் பக்கமாக சண்டைக்களம் சென்றுவிட்டது. அப்புறம் சில நிமிடங்கள் கழித்து எதுவுமே கேட்கவில்லை.

இன்னும் இருட்டுவிலக ஆறுமணிநேரம் இருந்தது. இருந்தாலும் கூட எனது பைன்ஸ்வாரா பயணம் தோல்வியில் முடிந்ததாகவே நினைத்தேன். அதுமட்டுமல்ல சிறுத்தைச் சண்டையின் முடிவில் ஆட்கொல்லி கொல்லப்பட்டு விடுமென்ற என் நம்பிக்கையும் வீணாயிற்று.

இந்தச் சண்டையில் ஆட்கொல்லிக்கு காயங்கள் ஏற்பட்டிருக்கலாம். ஆனால் அது மனித இரையைத் தேட அதற்கிருக்கும் ஆற்றலையும், மனித மாமிசம் சாப்பிட அதற்கிருக்கும் வேட்கையையும் குறைக்கப் போவதில்லை.

இரவு முழுவதும் பூனைக்குட்டி நிம்மதியாகத் தூங்கியது. கிழக்கு வெளுத்ததும் நான் வீடுகளின் முற்றத்துக்கு இறங்கி அந்தப் பையனின் உடலை அங்கிருந்த கொட்டகையில் கிடத்தினோம். அவனைப் போர்வையால் போர்த்தி வைத்தோம். நான் கதவைத்தட்டும் வரை கிராமத் தலைவர் தூங்கிக் கொண்டிருந்தார். தேநீர் வேண்டாம் என்று சொல்லிவிட்டேன். அதைத் தயாரிக்கச் சற்று நேரமாகும் என்று எனக்குத்தெரியும். இனிமேல் ஆட்கொல்லி அவர்கள் கிராமத்துக்கு வராது என்று அவருக்கு வாக்குறுதி கொடுத்தேன். பையனின் உடலை எடுத்துக் கொண்டுபோய் தகனக்கிரியைகள் செய்ய அவர் முனைந்தபோது நான் ருத்ரப்ரயாகைக்கு என் நீண்ட நடைப்பயணத்தைத் தொடர்ந்தேன்.

எத்தனை முறை நமது முயற்சிகளில் தோல்வி அடைந்தாலும் ஒவ்வொரு தொடர் தோல்விக்குப் பிறகும் நாம் புதிய சங்கல்பத்தோடு எழுந்து நிற்கும்போது மனச்சோர்வு நம்மை எதுவும் செய்துவிட முடியாது. பல மாதங்கள் ஒவ்வொரு நாளும் நான் இன்ஸ்பெக்ஷன் பங்களாவை விட்டுப் புறப்படும்போதும் இந்தமுறை வெற்றி கிடைக்கும் என்ற நிச்சயத்தோடும் நம்பிக்கையோடும் செல்வேன். ஒவ்வொரு நாளும் ஏமாற்றத்துடனும் மனச்சோர்வுடனும் திரும்புவேன். இந்த தோல்விகள் என்னை மட்டுமே பாதிப்பவையாக இருந்திருந்தால் நான் கவலைப்பட்டிருக்கமாட்டேன். ஆனால் நான் மேற்கொண்ட பணியில் ஏற்பட்ட தோல்விகள் என்னைவிடவும் பிறரையே பாதித்தன. துரதிருஷ்டம்—ஏனென்றால் வேறு எதன்மீதும் நான் பழிபோடுவதற்கில்லை—என்மீது தொடர்ந்து ஏவப்பட்டதுபோல் இருந்தது. இது கூடிக்கொண்டே வந்து ஒரு கட்டத்தில் எனக்குள் மனச்சோர்வை உண்டாக்கத் தொடங்கி இருந்தது. நான் எதைச் செய்யப் புறப்பட்டேனோ அதைச் செய்வதற்கு விதி என்னை விடவில்லை.

ஆட்கொல்லி, மரமே இல்லாத இடத்தில் இரையைப் போட்டுவிட்டுச் சென்றது என் துரதிருஷ்டமே அன்றி வேறு என்னவாக இருக்கமுடியும்? முப்பது சதுரமைல் பரப்பளவில் சுற்றித்திரிந்த வேறொரு சிறுத்தை, ஆட்கொல்லி தன் இரையைப் போட்டு வைத்த அதே இடத்துக்கு வந்து, அதனை அதன் வருகைக்காக நான் காத்திருந்த கிராமத்துக்கு வரவிடாமல் செய்தது என் துரதிருஷ்டம்தானே?

பதினெட்டு மைல்கள் என்பது நேற்று நீண்ட தொலைவாக இருந்தது. இன்றோ மிக நீண்ட தொலைவாகிவிட்டது. குன்றுகளும் செங்குத்தாக இருந்தன. நான் கடந்து சென்ற கிராமங்களில் மக்கள் எனக்காக மிகுந்த எதிர்பார்ப்புடன் காத்திருந்தார்கள். சொல்வதற்கு என்னிடம் கெட்ட செய்தியே இருந்தாலும் அது குறித்து அவர்கள் தங்கள் ஏமாற்றத்தை வெளிக்காட்டவில்லை. அவர்களுக்கென்று ஒரு சித்தாந்தம் இருந்தது. அதன்மீது அவர்கள் அளவுகடந்த நம்பிக்கை வைத்திருந்தார்கள். அது மலைகளையும் அசைக்க வல்லது. சோர்ந்த உணர்வுகளுக்கு ஆறுதல் தரக்கூடியது. அதாவது எந்த மனித ஜீவனும் அல்லது எந்த விலங்கும் அவர்களுக்கு என்று நிர்ணயித்த நேரத்துக்கு முன்னால் இறப்பதில்லை. ஆட்கொல்லிக்கு இன்னும் நேரம் வரவில்லை. அவ்வளவுதான். இதற்கு எவ்வித விளக்கமோ விவாதமோ தேவை இல்லை.

அன்று காலை முழுவதும் மனச்சோர்வும் விரக்தியும் என்னை அலைக்கழிக்க கடைசி கிராமத்தை விட்டுப் புறப்பட்டேன். அங்கே என்னைச் சற்றுநேரம் ஓய்வெடுக்க வைத்து தேநீரும் தந்து உபசரித்தார்கள். எல்லோரும் சேர்ந்து எனக்கு வாழ்த்துரைத்தார்கள். ருத்ரப்ரயாகைக்கான கடைசி நான்கு மைல்களை நான் கடந்து கொண்டிருந்தபோதுதான் கவனித்தேன். நான் ஆட்கொல்லியின் பாதச் சுவடுகள் மீது நடந்து போய்க்கொண்டிருந்தேன். ஒரு மனிதனின் மனோநிலை சுற்றுப்புறச் சூழ்நிலையைக் கவனிக்கும் ஆற்றலை மழுங்கவோ கூர்மையாக்கவோ செய்து விடுவது விசித்திரம்தான்.

ஆட்கொல்லி இந்தப் பாதைக்கு பல மைல்கள் பின்னாலேயே வந்து சேர்ந்திருக்கிறது. இப்போதுதான் – அதாவது அந்த எளிய கிராமவாசிகளோடு உரையாடிவிட்டு தேநீர் அருந்தியபின் – ஆட்கொல்லியின் பாதச் சுவடுகள் கண்ணில் படுகின்றன. இந்தப் பாதை சிவப்புக் களிமண்ணால் ஆனது. அதை மழை மிகவும் மென்மையாக்கி இருந்தது. ஆட்கொல்லியின் பாதச்சுவடுகள் அது தன்னுடைய வழக்கமான வேகத்திலேயே நடந்து சென்றிருக்கிறது என்பதைக் காட்டியது. அரைமைல் தூரம் சென்றதும் அது தன்

நடையை விரைவுபடுத்தியிருக்கிறது. கோலாப்ராய் மலைச்சந்தின் தலைப் பகுதியை அடையும்வரை அது இதே நடை வேகத்தில் தொடர்ந்து சென்றிருக்கிறது. அதன் பிறகு மலைச்சந்தின் கீழ்நோக்கி சிறுத்தை சென்றுவிட்டது.

ஒரு சிறுத்தையோ அல்லது புலியோ சாதாரண வேகத்தில் நடந்து செல்லும்போது பின்பக்கப் பாதங்களின் அடையாளங்களை மட்டுமே காணமுடியும். ஆனால் சாதாரண நடைவேகம் ஏதாவது காரணத்தால் அதிகப்படுமானால் பின்கால்கள் முன்கால்களுக்கு முன்னாலேயே தரையூன்றிவிடும். இதன்மூலம் நான்கு பாதச் சுவடுகளும் நன்கு தெரியும். முன்னங்கால் பாத அடையாளத்துக்கும் பின்னங்கால் பாத அடையாளத்துக்கும் இடையிலுள்ள தூரத்தைக் கணக்கிடுவதன் மூலம் பூனை இனத்தைச் சேர்ந்த விலங்குகள் எவ்வளவு வேகத்தில் பயணிக்கின்றன என்பதைக் கணக்கிட இயலும். எங்கும் பகல் வெளிச்சம் பரவுவதைப் பார்த்துவிட்டுத்தான் ஆட்கொல்லி தனது நடையை விரைவுபடுத்தியிருக்கிறது.

ஆட்கொல்லியின் நடக்கும் திறன்கள் குறித்து எனக்கு முன்அனுபவம் உண்டு. ஆனால் இரையைத் தேடி அலையும் போதுதான் அதன் திறனை என்னால் கணக்கிட முடியும். இப்போது இவ்வளவு நீண்ட நடையை அது ஏன் மேற்கொண்டது என்பதற்கு ஒரு வலுவான காரணம் உள்ளது. ஏனென்றால் அது தன்னைத் தாக்கிய சிறுத்தையிடமிருந்து வெகுதூரம் தள்ளிப்போக விரும்பியிருக்கிறது. அந்தச் சிறுத்தை, ஆட்கொல்லிக்கு எல்லையை அத்துமீறுவது பற்றி ஒரு பாடம் கற்றுக் கொடுத்துவிட்டது. இந்தப்பாடம் எவ்வளவு கடுமையானது என்பதைப் பற்றி பின்னர் விளக்குகிறேன்.

24. இருளில் சீறிய துப்பாக்கி

இந்தியாவில் உணவு வேளைகள் பருவகாலங்களையும் தனிநபர் ருசிகளையும் பொறுத்தது. பெரும்பாலான இடங்களில் மூன்று பிரதானமான உணவுகள் வருமாறு: காலைச் சிற்றுண்டி 8 – 9; மதியஉணவு 1 – 2; இரவுஉணவு 8 – 9.

ருத்ரப்ரயாகையில் நான் தங்கியிருந்த எல்லாமாதங்களிலும் எனது உணவு வேளைகள் ஒழுங்காக இல்லை. உணவைச் சரிவிகிதத்திலும் சரியான இடைவெளிகளிலும் சாப்பிடுவதுதான் உடல் நலத்துக்கு நல்லது என்பது பொதுவான நம்பிக்கையாக இருந்தாலும் எனது ஒழுங்கற்ற காலம் தப்பிய உணவுகள் எனக்கு அப்படி ஒன்றும் பாதிப்பை ஏற்படுத்திவிடவில்லை. மாறாக நான் நல்ல உடல் நலத்துடன்தான் இருந்தேன். இரவு எட்டுமணிக்கு கஞ்சி. காலை 8 மணிக்கு சூப். நண்பகலில் ஒரு கலப்புணவு. அல்லது எதுவுமே சாப்பிடாமல் இருந்து விடுவது. இதனால் என் உடல் நலத்துக்குக் கேடு உண்டாகவில்லை. என் எலும்புகளில் இருந்து கொஞ்சம் சதை காணாமல் போயிருந்தது. அவ்வளவுதான்.

முந்தையநாள் காலைச் சிற்றுண்டிக்குப் பிறகு நான் எதுவுமே சாப்பிடவில்லை. அன்றிரவை வெளியே கழிப்பதெனத் தீர்மானித்தேன். பைன்ஸ் வரராவிலிருந்து திரும்பியதும் சாப்பிட்டுவிட்டு ஒரு தூக்கம் போட்டேன். குளித்துவிட்டு கோலாப்ராய்க்குப் புறப்பட்டேன். அங்கு யாத்ரிகர் சத்திரம் ஒன்றை நடத்திவந்த 'பண்டிட்'டை ஆட்கொல்லி அங்கு உலவுவதைப் பற்றி எச்சரிக்க விரும்பினேன்.

ருத்ரப்ரயாகைக்கு முதன்முதலாக வந்தபோதே நானும் பண்டிட்டும் நண்பர்களாகி விட்டோம். அவர் வீட்டைக் கடந்துசெல்லும் போதெல்லாம் அவரிடம் இரண்டு வார்த்தையாவது பேசாமல் செல்வது கிடையாது. ஏனென்றால் அவரிடம் ஆட்கொல்லிப்புலி பற்றியும் யாத்ரிகர்கள் பற்றியும் சொல்ல பல சுவையான கதைகள் இருந்தன என்பதுமட்டுமன்றி ஆட்கொல்லியிடம் நேருக்குநேர் மோதித் தப்பித்த இருவரில் அவரும் ஒருவர். இன்னொருவர் ஒரு பெண். அவர் கையை ஆட்கொல்லி கடித்துக் குதறிவிட்டது.

அவர் சொன்ன கதைகளில் ஒன்று சாலைக்குக் கீழ் உள்ள ஒரு கிராமத்தில் வசித்த பெண்ணைப் பற்றியது. ருத்ரப்ரயாகையில் சந்தைக்குப் போய்விட்டு ஒருநாள் இந்தப் பெண் சாயங்காலம் தாமதமாக கோலாபிராய் வந்து சேர்ந்தாள். இருட்டுவதற்குள் வீட்டுக்குப் போய்ச் சேரமுடியாது என்ற பயத்தின் காரணமாக பண்டிட்டிடம் வந்து அன்று இரவு சத்திரத்தில் தங்கிக்கொள்ள அனுமதி கேட்டிருக்கிறாள். இதற்கு அவர் அனுமதித்து அந்தப் பெண்ணைப் பண்டகசாலை அறைக்கு வெளியே கதவுக்கு முன்னால் படுத்துக்கொள்ளச் சொல்லியிருக்கிறார். பண்டகசாலையில் யாத்ரிகர்கள் கொண்டு வந்த சாமான்கள் வைக்கப்பட்டிருந்தன. ஒருபக்கம் அறை. மறுபக்கம் ஐம்பதுக்கும் மேற்பட்ட யாத்ரிகர்கள் அருகில் படுத்துக்கொள்வார்கள். ஆகவே இது பாதுகாப்பான ஏற்பாடு என்று அந்தப் பெண்ணிடம் சொல்லியிருக்கிறார்.

யாத்ரிகர் தங்குமிடம் ஒரு புல்வேய்ந்த கொட்டகை. சாலைப் பக்கம் திறப்பாக இருந்தது. குன்றை ஒட்டி அது கட்டப்பட்டிருந்தது. பண்டகசாலை அந்தக் கொட்டகையின் நடுவில் இருந்தது. அந்தப் பெண் அங்கே படுத்துக் கொண்டபோது அவருக்கும் சாலைக்கும் இடையே வரிசை வரிசையாக யாத்ரிகர்கள் படுத்திருந்தனர். இரவு ஏதோ ஒரு சமயத்தில் யாத்ரிகர்களில ஒருபெண் வீறிட்டுக் கத்தினாள். அவளைத் தேள் கொட்டிவிட்டதாகச் சொன்னாள். விளக்குகள் எதுவும் கைவசமில்லை. ஆனால் தீப்பெட்டியிலிருந்த ஒரு குச்சியில் கொளுத்திப் பார்த்தபோது அந்தப் பெண்ணின் பாதத்தில் ஒரு சிறு கீறல் தெரிந்தது. அதிலிருந்து கொஞ்சம் ரத்தமும் வந்தது.

ஒன்றுமில்லாததற்கு அந்தப் பெண் அப்படி கூச்சல் போட்டிருக்க வேண்டாம் என்று முணுமுணுத்தபடி எல்லோரும் தூங்கப்போனார்கள். ஆனால் ரத்தம் வந்த காரணம் தேள்கடி அல்ல.

மறுநாள் காலை மாமரத்தின் மேலாக குன்றின்மீதிருந்த தன் வீட்டிலிருந்து பண்டிட் வந்தபோது சாலையில் அந்த மலைவாழ்

பெண் அணிந்திருந்த புடவை கிடந்தது. கொட்டகைக்கு முன்னால் கிடந்த அந்தப் புடவையில் ரத்தக் கறை காணப்பட்டது. பண்டிதர் அந்தப் பெண்ணுக்கு மிகவும் பாதுகாப்பான இடம் என்று தான் கருதியதைத்தான் கொடுத்திருக்கிறார். அவளைச் சுற்றி ஐம்பதுக்கும் மேற்பட்ட யாத்ரிகர்கள் படுத்திருந்தும் சிறுத்தை தூங்கியவர்கள் மீதாக நடந்து சென்று அந்தப் பெண்ணைக் கொன்றிருக்கிறது. பிறகு திரும்பும்போது தற்செயலாக ஒரு பெண் யாத்ரிகர் கால்மீது கீறிவிட்டது. சிறுத்தை யாத்ரிகர்களில் ஒருவரைக் கூடத் தொடாமல் அந்த மலைவாழ் பெண்ணை மட்டும் தூக்கிச் சென்றதற்குக் காரணம் அந்த கொட்டகையில் இருந்த யாத்ரிகர்களைப் போலன்றி அந்தப்பெண் வண்ண ஆடையை அணிந்து இருந்ததுதான் என்றார் பண்டிட். இந்த விளக்கம் திருப்திகரமாக இல்லை. உண்மை என்னவெனில் சிறுத்தைகள் மோப்ப சக்தியால் வேட்டையாடுவதில்லை.

இதற்கு என்னுடைய விளக்கம் என்னவெனில் கொட்டகையில் படுத்திருந்த மனிதர்களில் அந்த மலைவாழ் பெண்ணிடம் மட்டுமே சிறுத்தைக்குப் பரிச்சயமான வாசனை இருந்தது. இதை துரதிருஷ்டம் என்பதா? விதி என்பதா? அங்கு தூங்கிய எல்லோரைவிடவும் ஆட்கொல்லியின் ஆபத்தை உணர்ந்து இருந்தவள் அவள் மட்டும் என்பதாலா? சிறுத்தைக்கு பலியான அந்தப் பெண்ணின் பயமே இனம்புரியாத வகையில் ஆட்கொல்லியிடம் கொண்டுசென்று, ஆட்கொல்லியையும் அவள்பால் ஈர்த்திருக்குமோ?

இது நடந்து பலகாலம் சென்றபின் பண்டிட்டுக்கு ஆட்கொல்லியுடன் ஒரு நேரடி மோதல் நிகழ்ந்தது. சம்பவம் நிகழ்ந்த சரியான தேதி – ருத்ரப்ரயாகை மருத்துவமனை ஆவணங்களில் கிடைக்கலாம் – அது முக்கியமில்லை நான் சொல்லவருகிற கதைக்கு. அந்த சம்பவம் 1921ஆம் வருஷம் ஒரு கடுங்கோடைக் காலத்தில் நடந்தது – அதாவது பண்டிட்டை நான் சந்திப்பதற்கு நான்கு வருடங்கள் முன்னர்.

அந்தக்கோடையில் ஒருநாள் மாலை இருட்டத் தொடங்கிய போது பத்து யாத்ரிகர்கள் மதராஸிலிருந்து வந்து சேர்ந்தார்கள். அவர்கள் கோலப்ராய் வரும்போது மிகவும் களைத்து விட்டார்கள். கால்களிலும் கொப்புளம் கண்டுவிட்டது. யாத்ரிகர் தங்குமிடத்தில் அன்றிரவு தங்கிச் செல்ல விரும்பினார்கள். கோலப்ராயில் மேலும் ஆட்கொல்லிக்கு யாத்ரிகர்கள் பலியானால் தன்னுடைய பெயர் கெட்டுவிடும் என்பதால் பண்டிட் அவர்களைத் தொடர்ந்து கொஞ்சதூரம் சென்றால் நல்ல பாதுகாப்பான தங்குமிடவசதி கிடைக்குமென்று சொல்லிப்பார்த்தார். யாத்ரிகர்கள் மிகவும்

களைத்துப் போயிருந்ததால் அவர் சொல்லும் எதையும் கேட்கும் நிலையில் இல்லை. கடைசியில் தனது வீட்டில் அவர்களுக்கு இடம்தர பண்டிட் ஒத்துக்கொண்டார். அவர்வீடு மாமரத்திலிருந்து குன்றின் மேல்பக்கம் ஐம்பது கஜதூரத்தில் இருந்தது. இதைப்பற்றி முன்பே சொல்லியிருக்கிறேன்.

பைன்ஸ்வாரா வீடுகளின் அமைப்பிலேயே பண்டிட் வீடும் கட்டப்பட்டு இருந்தது. ஒரு தாழ்வான கூரையுடன் கூடிய கீழ் தளம். அங்கிருந்த அறையில் விறகுகள் முதலிய சாமான்கள் சேகரித்து வைக்கப்பட்டிருந்தன. மேல்தள அறை குடியிருப்பதற்கு பயன்பட்டது. ஒரு சிறு கல்படிக்கட்டு மேல்நோக்கிச் சென்று தாழ்வாரத்தில் முடிந்தது. குடியிருப்பு அறையின் கதவு படிக்கட்டு முடியும் இடத்தில் இருந்தது.

பண்டிட்டும் அவருடைய பத்து விருந்தாளிகளும் சாயங்காலச் சாப்பாட்டை உண்டபிறகு அறைக்குள் சென்று படுத்து பூட்டிக் கொண்டனர். அங்கே காற்றுப்புக வழியே இல்லை. நிறையபேர் படுத்துக்கொண்டதால் அறைக்குள் புழுக்கம் அதிகரித்து விட்டது. தனக்கு மூச்சுத் திணறல் கண்டு விடும் என்ற பயந்த பண்டிட் இரவு ஏதோ ஒரு நேரத்தில் கதவைத் திறந்துகொண்டு வெளியே வந்திருக்கிறார். படிக்கட்டின் இரண்டு பக்கமும் நின்ற தூண்களை நோக்கி கைகளை விரித்து நின்றிருக்கிறார். அப்படிச் செய்யும்போது நன்றாக அந்த இரவு நேரக் காற்றை உள்ளிருந்து மூச்சுவிட்டிருக்கிறார். அந்தச் சமயம் அவர் தொண்டை ஒரு கிடுக்கிபோல் கவ்வப்பட்டது.

தூண்களைப் பிடித்த பிடியை விடாமல் அப்படியே எம்பி தன் கால்களால் ஓங்கி ஒரு உதை விட்டு சிறுத்தையின் பற்களில் இருந்து தன் தொண்டையை விடுவித்துவிட்டார். அப்படியே சிறுத்தையைப் படிக்கட்டில் உருட்டி விட்டார். அப்புறம் மயக்கம் வருமோ என்று பயந்து பக்கவாட்டில் சில அடிகள் நடந்து வராந்தாவின் கைப்பிடிச் சுவரில் பொருத்திய கம்பிகளில் ஊன்றியிருக்கிறார்.

அதே சமயம் சிறுத்தை மீண்டும் கீழிருந்து பாய்ந்து அவரது இடது கையில் கடித்திருக்கிறது. சிறுத்தை அவரைக் கீழ் நோக்கி இழுக்க முயற்சிப்பதைத் தடுக்கும்வகையில் பண்டிட் வராந்தாவின் கம்பிகளைக் கெட்டியாகப் பிடித்துக் கொண்டிருந்தார். சிறுத்தையின் கனத்தின் காரணமாக அதன் நகங்கள் அவரது கையிலிருந்து மணிக்கட்டு வரை உள்ளதசையைக் கிழித்து எடுத்துவிட்டது. இரண்டாவது முறை அந்தச் சிறுத்தை பாய்வதற்கு முன்பாக யாத்ரிகர்கள் பண்டிதரின் பயங்கரமான கூக்குரலைக்கேட்டு ஓடிவந்தார்கள்.

பண்டிதர் தொண்டையில் கிழிபட்ட ஓட்டை வழியே மூச்சுவிடப் போராடினார். அவரை இழுத்துக் கொண்டு உள்ளே ஓடிய யாத்ரிகர்கள் கதவைத் தாழிட்டனர். அன்று அந்தப் புழுக்கம் நிரம்பிய நீண்ட இரவில் பண்டிட் ரத்தம் வழிந்தோட உயிருக்குப் போராடிக் கொண்டிருந்தார். சிறுத்தை கதவுக்கு வெளியே அந்த பலவீனமான அறைக்கதவை பிறாண்டிய படியும் உறுமியபடியும் இருந்தது. யாத்ரிகர்கள் பீதியில் கூச்சலிட்டனர்.

விடிந்தபிறகு யாத்ரிகர்கள் சுயநினைவை இழந்திருந்த பண்டிட்டைத் தூக்கிக் கொண்டு ருத்ரப்ரயாகையில் இருந்த காலாகாம்ளி மருத்துவமனைக்குச் சென்றார்கள். அங்கு மூன்று மாதங்கள் அவருக்குத் தொண்டையில் ஒரு குழாய் சொருகப்பட்டு அதன் வழியே ஆகாரம் கொடுக்கப்பட்டு வந்தது. ஆறுமாதங்கள் கழித்து கோலாபிராயிலிருந்த அவர் வீட்டுக்குத் திரும்பினார். அவருடைய உடல் நலம் சீர்குலைந்து விட்டது. தலைமுடி கூட நரைத்துவிட்டது. ஐந்து வருடங்கள் கழித்துப் புகைப்படம் எடுத்தபோது பண்டிட்டின் முகத்தில் இடதுபக்கம் சிறுத்தை பற்களைப்பதித்த அடையாளம் அவ்வளவாக இல்லை. ஆனால் அவருடைய தொண்டையிலும் இடது பக்கக் கையிலும் சிறுத்தை கடித்த அடையாளங்கள் தெளிவாகத் தெரிந்தன.

என்னோடு உரையாடும்போதெல்லாம் ‘பண்டிட்’ அந்த ஆட்கொல்லியை ஒரு பிசாசு என்றே குறிப்பிடுவது வழக்கம். அவருக்கு நேர்ந்த அனுபவத்தைக் கேட்டபிறகும் பிசாசுகள் வேறு பௌதிக வடிவங்களில் வராது என்று சொல்ல என்னிடம் என்ன ருசு இருக்கிறது என்று கேட்டார். நானும் அவரிடம் ஆட்கொல்லியைப்பற்றிப் பேசும்போதெல்லாம் அதைப் ‘பிசாசு’ என்றே நகைச்சுவையாக குறிப்பிடுவது வழக்கம்.

அன்றுமாலை நான் கோலாபிராய் வந்து சேர்ந்ததும் பண்டிட்டிடம் பைன்ஸ்வாராவில் என் முயற்சி தோல்வியில் முடிந்ததைச் சொன்னேன். அவருடைய சொந்தப் பாதுகாப்புக்கும் அவரது யாத்ரிகர் தங்குமிடத்தில் தங்குகின்ற யாத்ரிகர்களின் பாதுகாப்புக்கும் போதிய முன்னேற்பாடுகளைக் கவனமாகச் செய்து கொள்ளும்படி எச்சரித்தேன். ஏனென்றால் அந்தப் பிசாசு குன்றுகளின்மீது தன்னுடைய சுற்றுலாப் பயணத்தை முடித்துக்கொண்டு இப்போது இந்த வட்டாரத்தில்தான் உலவுகிறது என்றேன்.

அன்றிரவும் அதைத் தொடர்ந்து மூன்று இரவுகளும் நான் வைக்கோல்போர்மீது உட்கார்ந்துகொண்டு சாலையைக் கவனித்தபடியே இருந்தேன். நான்காம் நாள் இபாட்சன் பௌரியிலிருந்து திரும்பினார்.

இபாட்சன் எப்போதுமே எனக்குப் புத்துயிர் ஊட்டுபவராக இருந்தார். உள்ளூர் மக்களைப் போலவே ஆட்கொல்லி சாகாததற்கு யார்மீதும் பழி சொல்வதற்கில்லை என்றும் ஆட்கொல்லி நேற்று சாகாவிட்டால் என்ன நிச்சயமாக அது இன்று சாகும் அல்லது நாளை அது செத்தொழிவது உறுதி என்று அவரும் நம்பினார். அவரோடு நான் தொடர்ந்து கடிதப் போக்குவரத்து வைத்திருந்தாலும் அவரிடம் சொல்வதற்கு நிறைய விஷயங்கள் இருந்தன. எனது கடிதங்களில் இருந்து பல பகுதிகளை அரசுக்கு அனுப்பிய அறிக்கைகளில் அவர் பயன்படுத்தியிருக்கிறார். பத்திரிகைகளிலும் அவை வெளியாகி இருக்கின்றன. அவரிடம் சொல்வதற்கு இன்னும் எவ்வளவோ செய்திகள் இருந்தன. அவற்றை எல்லாம் கேட்க அவர் ஆர்வத்தோடு இருந்தார். இபாட்சனிடமும் என்னிடம் சொல்ல நிறைய விஷயங்கள் இருந்தன. ஆட்கொல்லியைக் கொல்வது தொடர்பாக பத்திரிகைகள் பரபரப்பான செய்திகள் வெளியிட்டதுடன் இந்தியாவின் ஏனைய பகுதிகளில் உள்ள எல்லா வேட்டைக்காரர்களும் கட்வால் சென்று சிறுத்தை வேட்டைக்கு உதவ வேண்டுமென்று அவை பிரச்சாரம் செய்தன. இதன் விளைவாக இபாட்சனுக்கு ஒரு வேட்டையாடியிடமிருந்து தகவல் கேட்டும் மற்றொருவரிடமிருந்து ஆலோசனை தெரிவித்தும் கடிதங்கள் வந்திருந்தன.

தகவல் கேட்டு எழுதியவர் அவருடைய பயணம், தங்குமிடம், உணவு ஆகியவற்றை அவர் திருப்திக்கு ஏற்ப செய்து கொடுத்தால் தாம் கோலாப்ராய் வருவது பிரயோசனப்படுமா என்று முடிவு செய்வதாக எழுதியிருந்தார். மற்றொருவர் சிறுத்தையைக் கொல்ல விரைவானதும் சுலபமானதுமான வழியொன்றைத் தெரிவித்திருந்தார். அதாவது ஒரு ஆட்டின் உடல் முழுவதும் ஆர்சனிக் ரசாயனத்தைத் தடவி அதன் வாயையும் ஆர்சனிக்கை அது நக்கிவிடாதபடி தைத்துவிட வேண்டும். பிறகு அந்த ஆட்டைச் சிறுத்தையின் பார்வையில் படுமாறு கட்டிவைக்க வேண்டும். சிறுத்தை அதைச் சாப்பிட்டுவிட்டுச் செத்துவிடும். இதுதான் அவர் ஆலோசனை.

அன்று நாங்கள் நெடுநேரம் உரையாடினோம். ஒவ்வொரு தோல்வியையும் அலசி ஆராய்ந்தோம். மதிய உணவு வேளையில் ருத்ரப்ரயாகைக்கும் கோலாபிராய்க்கும் இடையிலுள்ள சாலையில் சராசரியாக ஐந்து நாட்களுக்கு ஒருமுறை ஆட்கொல்லி நடந்து செல்கிறது என்பதை இபாட்சனிடம் சுட்டிக்காட்டினேன்.

சிறுத்தையைக் கொல்வதற்கு இப்போது என்னிடமுள்ள ஒரே நம்பிக்கை அந்தச் சாலையில் பத்து இரவுகள் கண்விழித்திருந்து

கண்காணிப்பதுதான் என்று அவரிடம் சொன்னேன். என் திட்டத்தை ஏற்க இபாட்சன் மிகவும் தயக்கம் காட்டினார்.

ஏனென்றால் நான் ஏற்கனேவே தூக்கமில்லாமல் பல இரவுகள் காத்திருந்தபடியால் மேலும் பத்து இரவுகள் கண்விழிப்பு என் உடல்நலத்தை பாதிக்கக்கூடும் என்று அவர் எண்ணினார்.

ஆனாலும் நான் விட்டுக் கொடுப்பதாக இல்லை. இப்போது ஒரு குறிப்பிட்ட காலவரைக்குள் என்னால் சிறுத்தையை கொல்லமுடியவில்லை என்றால் நைனிதால் திரும்பி நான் இந்த வேட்டைத் தொழிலுக்கே முழுக்குப் போட்டுவிடுவேன் என்றும், புதிதாக வருபவர்கள் தாராளமாக என் இடத்துக்கு வரலாம் என்றும் இபாட்சனிடம் சொன்னேன்.

அன்றுமாலை இபாட்சன் என்னுடன் கோலாப்ராய் வந்தார். யாத்ரிகர் தங்குமிடத்திலிருந்து நூறுகஜ தூரத்திலும் பண்டிட் வீட்டிற்கு ஐம்பது கஜம் கீழேயும் இருந்த மாமரத்தில் ஒரு பரண்கட்ட உதவினார். மரத்துக்குக் கீழே, சாலைக்கு நடுவில் நாங்கள் ஒரு பெரிய உருட்டுக் கட்டையை நட்டு அதில் கழுத்துமணியுடன் கூடிய ஒரு ஆட்டைக் கட்டிவைத்தோம். நிலவு கிட்டத்தட்ட முழுவட்டமாகி இருந்தது. அப்படி இருந்தும் கோலாப்ராயின் கிழக்கே இருந்த மலைமறைத்ததால் ஆழமான கங்கைநதிப் பள்ளத்தாக்கில் சிலமணிநேரங்களே நிலாவெளிச்சம் நீடித்தது. இருட்டிய பிறகு சிறுத்தை வருமானால் ஆடு எச்சரிக்கை செய்துவிடும்.

எல்லா ஏற்பாடுகளையும் செய்து முடித்துவிட்டு இபாட்சன் பங்களாவுக்குத் திரும்பினார். மறுநாட்காலை இரண்டு ஆட்களை அனுப்புவதாகச் சொல்லிவிட்டுச் சென்றார். மரத்தின் அடியிலிருந்த பாறைமீது உட்கார்ந்து புகைத்துக் கொண்டிருந்தேன். இரவு வருவதற்காக காத்திருந்தேன். பண்டிட் வந்து என் அருகே உட்கார்ந்தார். அவர் பக்திமான். புகைக்கும் பழக்கம் இல்லாதவர். அன்றுமாலை நாங்கள் பரண்கட்டுவதை அவர் பார்த்திருந்தார். இப்போது என்னிடம் வந்து மரத்தின்மீது இரவுமுழுக்க உட்கார வேண்டாம் என்றதோடு வீட்டுக்குவந்தால் மெத்தையில் சௌகர்யமாகத் தூங்கலாமே என்றார். நான் அந்த மரத்தின்மீது அன்றிரவு மட்டுமல்ல அடுத்துவரும் ஒன்பது இரவுகளும் உட்காரப் போகிறேன். ஒருவேளை பிசாசைக் கொல்ல முடியாவிட்டால் இங்கிருந்தபடி அவர் வீட்டையும், யாத்ரிகர் தங்குமிடத்தையும் எதிரிகளிடமிருந்து பாதுகாப்பேன் என்று சொன்னேன். இரவு குன்றின் மீதிருந்து ஒரு கேளையாடு குரைப்பொலி கொடுத்தது. ஆனால் அதற்குப்பின் இரவு நிசப்தமாகிவிட்டது.

மறுநாள் காலை எனது ஆட்கள் இரண்டுபேர் வந்தார்கள். நான் இன்ஸ்பெக்ஷன் பங்களாவுக்குப் புறப்பட்டேன். எங்காவது பாதச்சுவடுகள் தென்படுகின்றனவா என்று பார்த்துக் கொண்டே நடந்தேன். என்னுடைய ஆட்கள் என்னைக் கவனமுடன் பின்தொடர்ந்தனர்.

அடுத்துவந்த ஒன்பது நாட்களிலும் என் கால அட்டவணை மாறவில்லை. பங்களாவை விட்டு இரண்டு ஆட்கள் துணைக்குவர புறப்படுவதும் பரணில் ஏறி உட்கார்ந்து கொண்டு இருட்டுவதற்குள் இரண்டுபேரையும் பங்களாவுக்கு அனுப்பிவிடுவதுமாக இருந்தேன். நன்கு விடிந்து பகல் வெளிச்சம் முழுவதுமாகப் பரவியபிறகே அந்த ஆட்கள் பங்களாவை விட்டு வெளியேவர வேண்டும் என்று கண்டிப்பாகச் சொல்லியிருந்தேன். அவர்கள் இருவரும் ஆற்றுக்கு மறுபுறம் சூரியன் வானத்தில் நன்கு மேலேறிய பிறகு என்னைப் பங்களாவுக்கு அழைத்துச் செல்ல வந்தார்கள்.

அந்தப் பத்து இரவுகளும் முதல் நாளிரவு கேளையாட்டின் குரைப்பொலி கேட்டதைத்தவிர வேறு எதுவும் கேட்கவில்லை. ஆட்கொல்லி இங்கேதான் எங்கோ இருக்கிறது என்பதற்கு எங்களிடம் ஆதாரங்கள் இருந்தன. அந்தப் பத்து இரவுகளில் இருமுறை அது வீடுகளின் கதவை உடைத்து முதல்முறை ஒரு வெள்ளாட்டையும் இரண்டாவது முறை ஒரு செம்மறியாட்டையும் தூக்கிச் சென்றுவிட்டது. இரண்டு இரைகளையும் கஷ்டப்பட்டுதான் கண்டுபிடிக்கவேண்டியிருந்தது. ஏனென்றால் சிறுத்தை அவற்றை வெகுதூரம் இழுத்துச் சென்றிருந்தது. அவற்றைச் சிறுத்தை ஏறத்தாழ தின்று தீர்த்துவிட்டதால் அவற்றால் எனக்கு இப்போது எந்த பிரயோசனமும் இல்லை. அந்தப் பத்து இரவுகளில் ஒரு தடவை சிறுத்தை ஒரு வீட்டின் கதவை உடைத்து உள்ளே நுழைந்துவிட்டது. அதிருஷ்டவசமாக அந்த வீட்டில் இரண்டு அறைகள் இருந்தன. உள் அறையின் கதவு சிறுத்தையின் தாக்குதலை சமாளிக்கும் வகையில் மிகவும் உறுதியாக இருந்ததால் உள்ளே இருந்தவர்கள் தப்பித்தார்கள்.

மாமரத்தில் பத்தாவது இரவையும் கழித்தபிறகு பங்களாவுக்குத் திரும்பினேன். இபாட்சனும் நானும் எதிர்காலத்திட்டங்களைப் பற்றி விவாதித்தோம். நாட்டிலிருந்த வேட்டையாடிகளிடமிருந்து எந்தவிதமான தகவலும் வரவில்லை. ஆட்கொல்லியைக் கொல்ல அரசுவிடுத்த வேண்டுகோளை யாரும் ஏற்க முன்வரவில்லை, பத்திரிகைகளில் விடுக்கப்பட்ட அழைப்புகளுக்கும் எவ்விதமான பதிலும் யாரிடமிருந்தும் வரவில்லை. இபாட்சனும் சரி நானும்சரி ருத்ரப்ரயாகையில் நீண்ட காலம் செலவழிக்கும் நிலைமையில் இல்லை. இபாட்சன் தனது அலுவலகத்திலிருந்து

வந்து பத்துநாட்கள் ஆகின்றன. அங்கு அவருக்கு அவசரமான வேலைகள் காத்துக்கொண்டிருந்தன. எனக்கும் ஆப்பிரிக்காவில் செய்வதற்கான வேலை ஒன்று இருந்தது. ஏற்கனவே மூன்றுமாதம் தாமதமாகிவிட்டது. இனிமேலும் தாமதிப்பது இயலாத காரியம். இருவருக்குமே கட்வாலை ஆட்கொல்லியின் கருணையில் விட்டுப் போவதற்கும் தயக்கமாக இருந்தது. நாங்கள் இருந்த நிலைமையில் என்னமுடிவு எடுப்பது என்று புரியவில்லை.

இபாட்சனுக்கு ஒரு தீர்வு கிடைத்தது. விடுமுறைக்கு விண்ணப்பிப்பது. நான் எனது ஆப்பிரிக்கப் பயணத்தை உடனடியாக இரத்து செய்வது. இறுதியாக இன்று ஒரு இரவு வரை, முடிவெடுப்பதை நிறுத்திவைக்க தீர்மானித்தோம். இப்படி ஒரு முடிவுக்கு வந்தபின் நான் இபாட்சனிடம் இதுதான் கட்வாலில் உள்ள மாமரத்தில் நான் கழிக்கப்போகும் கடைசி இரவு என்று சொன்னேன்.

அந்த பதினோராவது நாளின் கடைசி மாலைப் பொழுதில் இபாட்சன் என்னுடன் வந்தார். சாலைஓரம் மனிதர்கள் சிலர் கும்பலாக நின்று மாமரத்துப் பக்கம் இருந்த வயலில் எதையோ வேடிக்கை பார்த்துக் கொண்டிருந்தார்கள். நாங்கள் அவர்களை நோக்கிச் சென்றபோது அவர்கள் சற்றுத் தொலைவில் இருந்த யாத்ரிகர் தங்குமிடம் நோக்கிச் சென்றனர். அவர்களில் ஒருவர் எங்களைப் பார்த்து திரும்பினார். நான் அவரை அருகில் வருமாறு சைகை செய்தேன். நாங்கள் விசாரித்தபோது அவரும் அவருடைய நண்பர்களும் கடந்த ஒரு மணிநேரமாக வயலில் இரண்டு பெரிய பாம்புகள் சண்டைபோட்டுக் கொண்டிருந்ததை வேடிக்கை பார்த்ததாகச் சொன்னார். அந்த வயலில் ஒரு வருடத்திற்கு மேலாக விவசாயம் நடந்ததாகத் தெரியவில்லை. வயல் நடுவே இருந்த பெரிய பாறை அருகேதான் சற்றுமுன் பாம்புச் சண்டை நடந்திருக்கிறது. பாறைமீது ரத்தக் கறைகள் இருந்தன. பாம்புகள் ஒன்றை ஒன்று கடித்துக் கொண்டதால் அங்கே ரத்தக் கறை படிந்திருப்பதாக அந்த ஆள் சொன்னார். பக்கத்திலிருந்து புதரில் இருந்து ஒரு குச்சியை ஒடித்துக் கொண்டு வயலில் குதித்தேன். அங்கே பாறை அருகே ஏதாவது துளைகள் தென்படுகிறதா என்று தேடினேன்.

அதே சமயம் சாலைக்குக் கீழே இருந்த புதரில் அந்தப் பாம்புகளைப் பார்த்தேன். இதற்கிடையில் இபாட்சன் ஒரு பெரிய கொம்புடன் வந்தார். ஒரு பாம்பு சாலையில் ஏற முயற்சித்தபோது அதைக் கொம்பால் அடித்துக் கொன்றார். மற்றொரு பாம்பு வரப்பு ஓரம் இருந்த வளைக்குள் சென்று மறைந்துவிட்டது. அதிலிருந்து பாம்பை எங்களால் வெளியே கொண்டுவர முடியவில்லை. இபாட்சன் கொன்ற பாம்பு ஏழடி

நீளம் இருந்தது. மங்கலான வைக்கோல் நிறம். அதன் கழுத்தில் நிறைய கடிபட்ட காயங்கள் காணப்பட்டன. அது சாதாரண தண்ணீர்ப் பாம்பு அல்ல. அதனிடம் நன்கு தெரிகிற விதத்தில் விஷக் பற்கள் காணப்பட்டதால் அதை நல்லபாம்பு வகையாக இருக்கும் என்று முடிவுசெய்தோம்.

குளிர் ரத்தப் பிராணிகள் பாம்பு விஷத்திற்கான தடுப்பு சக்தி கொண்டவை அல்ல. ஏனென்றால் நல்லபாம்பு கடித்த தில் ஒரு தவளை சில நிமிடங்களில் செத்துப்போனதை நான் பார்த்திருக்கிறேன். ஆனால் ஒரே வகையைச் சேர்ந்த விஷப்பாம்புகள் ஒன்றை ஒன்று கடித்துக் கொண்டால் அவற்றிற்கு விஷம் ஏறுமா என்று தெரியவில்லை. இப்போது வளையில் புகுந்த பாம்பு சில நிமிடங்களில் செத்திருக்குமா அல்லது வயதாகிச் சாகும்வரை வாழ்ந்திருக்குமா என்று தெரியவில்லை.

இபாட்சன் போனபிறகு பண்டிட் யாத்ரிகர் தங்குமிடம் நோக்கி கையில் பால்பாத்திரத்துடன் என் மரத்தின் கீழ் போய்க்கொண்டிருந்தார். பகற்பொழுதில் நூற்றி ஐம்பது யாத்ரிகர்கள் வந்து சேர்ந்ததாகவும் அன்றிரவை யாத்ரிகர் தங்குமிடத்தில்தான் கழிக்கப் போவதாகவும் என்னசொல்லியும் அவர்கள் கேட்கவில்லை எனவும் தன்னால் ஒன்றும் செய்யமுடியவில்லை என்றும் சொன்னார். இது விஷயத்தில் ஏதாவது செய்யலாம் என்றால் காலம் கடந்துவிட்டது. யாத்ரிகர்களை நெருக்கமாகப் படுத்துக் கொள்ளும்படியும் இருட்டியபிறகு என்ன ஆனாலும் வெளியே நடமாடக் கூடாது என்று எச்சரிக்கும்படியும் சொல்லி அனுப்பினேன்.

சாலையை ஒட்டியிருந்த வயலில் என்னுடைய மரத்திலிருந்து நூறு கஜ தூரத்துக்கு அப்பால் முள்வேலி கட்டிக்கொண்டு ஒரு மூட்டைக்காரர்–எனது பழைய நண்பர் அல்ல–அன்றுமாலை அவருடைய ஆட்டுமந்தைக்குக் கிடை போட்டிருந்தார். மூட்டைக்காரருடன் இரண்டு நாய்கள் இருந்தன. நாங்கள் சாலைப்பக்கம் இறங்கி வரும்போது கொடூரமாகக் குரைத்தன. இபாட்சன் என்னை விட்டுவிட்டு பங்களா நோக்கிச் சென்ற போதும் குரைத்தன.

முழுநிலவு கடந்து சில நாட்கள் ஆகியிருந்தது. பள்ளத்தாக்கு இருளில் மூழ்கிக் கிடந்தது. இரவு ஒன்பது மணி இருக்கும். யாத்ரிகர் தங்குமிடத்தைவிட்டு ஒரு மனிதன் லாந்தருடன் வந்து சாலையைக் கடப்பதைப் பார்த்தேன். ஓரிரு நிமிடங்களுக்குப்பிறகு சாலையைக் கடந்து தங்குமிடத்தை அடைந்த பிறகு லாந்தரை அணைத்துவிட்டான். அதேசமயம் மூட்டைக்காரரின் நாய் கொடூரமாகக் குரைக்க ஆரம்பித்தது. நாய்கள் நிச்சயம்

சிறுத்தையைப் பார்த்து விட்டுத்தான் குரைக்கின்றன. சிறுத்தை யாத்ரிகர் தங்குமிடத்திலிருந்து லாந்தருடன் வெளிப்பட்டு பிறகு மீண்டும் உள்ளே போன மனிதனைப் பார்த்திருக்கிறது.

முதலில் நாய்கள் சாலை இருக்கும் திக்கில் குரைத்தன. சற்றைக்கெல்லாம் நானிருக்கும் திசைநோக்கி குரைக்க ஆரம்பித்துவிட்டன.

சிறுத்தையின் பார்வையில் தூங்கிக்கொண்டு இருந்த ஆடு பட்டுவிட்டது. அது நாய்களின் கண்ணில் படாமல் பதுங்கியிருக்கிறது. நாய்கள் இப்போது குரைப்பதை நிறுத்திவிட்டன. சிறுத்தை அடுத்து என்ன செய்வது என்ற நோக்கத்துடன் பதுங்கி இருக்கிறது என்பது தெளிவாகி விட்டது.

சிறுத்தை வந்துவிட்டது என்பது எனக்கு நன்றாகவே புரிந்தது. அது பதுங்கி ஆட்டின்மீதுபாய நான் உட்கார்ந்திருக்கும் மரத்தைப் பயன்படுத்த உத்தேசித்திருப்பதும் புரிந்தது. நிமிடங்கள் செல்லச்செல்ல என் மனத்தை ஒரே கேள்விதான் அரித்தது. இப்போது சிறுத்தை ஆட்டைச் சுற்றிக் கொண்டு அப்பாலிருக்கும் யாத்ரிகர் தங்குமிடம் சென்று யாரேனும் ஒரு யாத்ரிகரைக் கொல்லுமா அல்லது ஆட்டைக்கொன்று அதன்மூலம் நான் சுடுவதற்கு வாய்ப்பளிக்குமா?

நான் அந்த மரத்தின்மீது உட்கார்த்திருந்த பல இரவுகளில் என் ரைஃபிளை மிகக் குறைவான வேகத்தில் நகர்த்தி சடுதியில் சுடுகிறவகையில் எனது இடத்தை அமைத்துக் கொண்டிருந்தேன். ஆட்டுக்கும் பரணுக்கும் இடையே இருபதடி தொலைவுதான் இருந்தது. மரத்தின் அடர்ந்த கிளைகள் காரணமாக அங்கே கும்மிருட்டாக இருந்தது. இந்தக் குறைவான தூரத்துக்குள் என்னதான் என் கண்களைக் கூர்மையாக்கிப் பார்த்தாலும் ஒன்றும் புலப்படவில்லை. ஆகவே என் செவிப்புலனைத்தான் நம்பியாக வேண்டும்.

எனது ரைஃபிள் – அத்துடன் இணைக்கப்பட்ட டார்ச் விளக்குடன் – ஆடு இருந்த திசைநோக்கிக் குறிபார்த்திருந்தது. அப்போதுதான் என் மனசில் – அது ஆட்கொல்லியாக இருக்கும் பட்சத்தில் – யாத்ரிகர் தங்குமிடத்துக்குள் நுழைந்து ஒரு மனித இரையை இன்னேரம் தேர்ந்தெடுத்து இருக்குமோ என்பதாக ஒரு எண்ணம் ஓடியது. அதே சமயம் மரத்தின் கீழே சலசலப்பு கேட்டது. ஆட்டின் கழுத்துமணி சத்தமிட்டது.

டார்ச் விளக்கின் பொத்தானை அழுத்தியபோது எனது ரைஃபிள் மிகச் சரியாக சிறுத்தையின் தோள்பட்டை நோக்கி இருப்பதைக்கண்டேன். ரைஃபிளை எவ்விதத்திலும் ஒரு

அங்குலம்கூட அசைக்கத் தேவை இன்றி நான் ரைஃபிளின் குதிரைவிசையை அழுத்தினேன் அதேசமயம் டார்ச் விளக்கும் அணைந்தது.

அந்தக் காலத்தில் டார்ச் விளக்குகள் இப்போது போல பயன்படுத்தப்படுவதில்லை. நான் பயன்படுத்திய டார்ச் விளக்கு நான் முதன்முதலாக வைத்திருந்தது. பலமாதங்கள் அதை நான் போகுமிடமெல்லாம் எடுத்துச் சென்றாலும் அதைப் பயன்படுத்தும் சந்தர்ப்பம் கிடைத்தது இல்லை. பாட்டரி எவ்வளவு காலம் தாங்கும், அதை பரிசோதிக்க வேண்டும் என்பதெல்லாம் எனக்குத் தோன்றியதில்லை.

இந்த சந்தர்ப்பத்தில் நான் பொத்தானை அழுத்தியபோது டார்ச்சில் ஒரு மங்கலான வெளிச்சம் பளிச்சிட்டு மறைந்தது. நான் சுட்டது என்ன ஆயிற்று என்றுகூடத் தெரிந்துகொள்ள முடியாமல் நான் இருளில் மூழ்கிப் போனேன்.

பள்ளத்தாக்கில் என் ரைஃபிளின் வெடிச்சத்தம் எதிரொலித்து மறைந்து கொண்டிருந்தது.

பண்டிட் கதவைத்திறந்து அங்கிருந்த படி 'உதவிவேணுமா? என்ன ஆச்சு' என்று கத்தினார். அதே சமயம் நான் சிறுத்தையிடமிருந்து ஏதாவது சத்தம் வருகிறதா என்று காதைத் தீட்டிக் கொண்டு காத்திருந்தேன். ஆகவே அவருக்குப் பதில் சொல்லவில்லை. அவர் அவசரமாகக் கதவை மூடிக்கொண்டுவிட்டார்.

நான் சுட்டபோது சிறுத்தை சாலையின் குறுக்கே தவழ்ந்தபடி வந்திருக்கிறது. அதன் தலை என்னிடமிருந்து தள்ளி இருந்தது. அது ஆட்டின் மேலாகப் பாய்ந்து குன்றின் பக்கமாகத் தாவிச் சென்றது மங்கலாக நினைவிருந்தது. பண்டிட் என்னைக் கூப்பிடும் முன்னதாக ஏதோ தொண்டை குழறுகிற சத்தம்மாதிரிகேட்டது. ஆனால் நிச்சயமாகச் சொல்வதற்கில்லை. துப்பாக்கி வெடித்த சத்தம் கேட்டு யாத்ரிகர்கள் விழித்துக் கொள்ள சில நிமிடங்கள் பேச்சுக் குரல்கள் கேட்டன. பிறகு அவர்கள் தூக்கத்தைத் தொடர்ந்தனர். ஆட்டிற்கு ஒன்றும் ஆகவில்லை. நேற்றிரவு தாராளமாகவே போட்ட புல்லை அது தின்று கொண்டிருந்தது என்று தோன்றியது.

இரவு பத்துமணி அளவில் சுட்டிருக்கிறேன். பலமணிநேரம் நிலவு உதிக்காததாலும், இடைப்பட்ட நேரத்தில் எனக்கு செய்வதற்கு ஒன்றுமில்லாததாலும் நான் வசதியாக உட்கார்ந்து கொண்டு சுற்றிலும் கூர்ந்து கவனித்தபடி புகைக்கலானேன்.

சில மணிநேரம் கழித்து கங்கைக்கு அப்பால் மலை முகடுகளில்நிலா வெளிச்சம் பட்டது. நிலவு பள்ளத்தாக்கில்

மெல்ல இறங்கியது. சற்று நேரத்தில் எனக்குப் பின்னிருந்த குன்றின் உச்சிமீது ஏறியது. ஆனால் அந்தக் காட்சியைக் காணவிடாது கிளைகள் மறைத்தன. மீண்டும் பரணில் இறங்கி சாலைமீது படர்ந்த கிளைகளின் மீது ஏறினேன். ஆனால் இங்கிருந்தும்கூட சிறுத்தை சென்ற திசைநோக்கி என்னால் பார்க்க முடியவில்லை. அப்போது காலை 3 மணி இருக்கும். அடுத்த இரண்டு மணிநேரத்தில் நிலா மங்கத் தொடங்கியது. கிழக்கு வெளுத்ததும் அருகில் இருந்த உருவங்கள் புரிபடத்தொடங்கின. நான் மரத்திலிருந்து இறங்கினேன். ஆடு என்னை நட்புடன் வரவேற்றது.

ஆடு கட்டியிருந்த இடத்துக்கு அப்பால் சாலை விளிம்பில் ஒரு நீண்ட தாழ்வான பாறை இருந்தது. இந்தப் பாறைமீது ஒரு அங்குல அகலத்தில் ரத்தக் கோடு தெரிந்தது. இந்த ரத்தம் வெளிப்பட்ட சிறுத்தை ஓரிரு நிமிடங்கள் மட்டுமே உயிர்வாழ்ந்திருக்க முடியும். ஆகவே மாமிச பட்சிணிகளின் ரத்தத் தாரையைப் பின்பற்றிச் செல்லும்போது எடுத்துக்கொள்ளவேண்டிய முன்னெச்சரிக்கைகளை நான் எடுத்துக் கொள்ளவில்லை. நான் சாலைப்பக்கம் இங்கும் அங்குமாக தட்டுத்தடுமாறி நடந்து பாறையின் கடைசிப் பகுதியில் காணப்பட்ட ரத்தத் தாரையை ஐம்பது கஜதூரம் பின்பற்றி நடந்தேன். அங்கே சிறுத்தை செத்துக்கிடந்தது. தரையில் இருந்த ஒரு பள்ளத்தில் அது பின்புறமாகச் சறுக்கிக் கிடந்தது. அந்தப் பள்ளத்தில் பதுங்கியதுபோல் அது கிடக்கவில்லை. பள்ளத்தின் விளிம்பில் அதன் தலை சாய்ந்திருந்தது.

இறந்து கிடந்த விலங்கின் அடையாளம் சரிவரத் தெரியவில்லை. ஆனால் அந்தப் பள்ளத்தில் கிடந்த சிறுத்தைதான் ஆட்கொல்லி என்பதில் ஒரு கணமும் சந்தேகம் உண்டாகவில்லை. அங்கே இருந்தது பிசாசு இல்லை. அதைக் கொல்வதற்கான என் முயற்சிகளில் நான் தோற்கும்போது எல்லாம் அந்த நீண்ட இரவுப் பொழுதுகளில் பேய்த்தனமாகச் சிரித்தபடி ஒரு கணப்பொழுது நான் அசந்த வேளையில் தனது கூரான பற்களை என் கழுத்தில் புதைக்கும் நாளுக்காகக் காத்திருந்த பிசாசு அல்ல அது.

அது ஒரு வயதான சிறுத்தை. அதன் இனத்தைச் சேர்ந்தவைகளிடம் இருந்து அது மாறுபட்டு இருந்தது. அதன் முகம் நரைத்திருந்தது. அதன் உதட்டுக்கு மேல் மீசை முடிகள் இல்லை. இந்தியா முழுவதும் மிகவும் வெறுக்கப்பட்ட, மிகவும் பயமுறுத்திய அந்த விலங்கு செய்த ஒரே குற்றம் – அதுவும் இயற்கைச் சட்டத்துக்கு எதிரானது அல்ல, ஆனால் மனிதனின் சட்டங்களுக்கு எதிரானது – அது மனித ரத்தம் சிந்தக் காரணமாக

இருந்தது என்பது பற்றியதுதான். மனிதனைப் பயமுறுத்தும் நோக்கமெல்லாம் அதற்கில்லை. தான் பிழைத்திருக்க வேண்டும் என்பதற்காக இதைச் செய்தது. இப்போது அதன் மோவாய் பள்ளத்தின் வெளிவிளிம்பில் சாய்ந்திருக்கிறது. அதன் கண்கள் பாதிமூடி இருக்கின்றன. அது இப்போது அமைதியாக ஆழ்ந்த துயிலில் மூழ்கியுள்ளது.

என் தோட்டாக்களை வெளியே எடுத்துக் கொண்டிருந்தேன். அவற்றில் ஒன்றுதான் அதோ அங்கே தூங்குகிற ஜீவனுக்கும் எனக்குமான தனிப்பட்ட பகையைத் தீர்த்துவைத்திருக்கிறது. அச்சமயம் ஒரு இருமல் சத்தம் கேட்டது. மேலே அண்ணாந்து பார்த்தபோது பண்டிட் சாலையின் விளிம்பிலிருந்து என்னை மிகுந்த உன்னிப்பாகப் பார்த்துக் கொண்டிருந்தது தெரிந்தது. நான் அவரைக் கீழிறங்கி வருமாறு சைகை காட்டினேன். அவர் குன்றிலிருந்து கவனமாக இறங்கி வந்தார். சிறுத்தையின் தலையைப் பார்த்ததும் சட்டென்று நின்றார். பிறகு என்னிடம் கிசுகிசுப்பான குரலில் அது செத்து விட்டதா என்று கேட்டார். அப்புறம் அது என்ன என்றார், பிசாசாக இருக்குமோ என்று நினைத்துக்கொண்டு. அது இறந்துவிட்டது என்று சொன்னேன். ஐந்து வருடங்களுக்கு முன்னால் அவர் தொண்டையைக் கிழித்த பிசாசு என்றேன். இதற்கு பயந்துகொண்டுதான் நேற்றிரவு அவசர அவசரமாகக் கதவை மூடினார் அவர். இரண்டு கைகளையும் கூப்பி அவர் தலையை என் பாதங்களில் வைக்க குனிந்தார். அடுத்த நொடி சாலையின் மேலிருந்து "சாஹேப்! எங்கே இருக்கிறீர்கள்?" என்ற குரல் கேட்டது.

எனது ஆட்களில் ஒருவர்தான் அப்படி பதற்றமாகக் குரல் எழுப்பினார். நான் மறுபடி கொடுத்த பதில் குரல் கங்கை நதி மீது எதிரொலித்துச் சென்றது. நான்கு தலைகள் எட்டிப் பார்த்தன. எங்களைப் பார்த்தவுடன் நான்கு பேரும் விழுந்தடித்துக்கொண்டு ஓடிவந்தனர். ஒருவர் கையில் லாந்தர் விளக்கு ஆடியது. அவர் அதை அணைக்க மறந்திருந்தார்.

சிறுத்தை பள்ளத்தில் விறைத்துக் கிடந்தது. கஷ்டப்பட்டு அதை வெளியே எடுத்தோம். ஒரு நல்ல வலுவான மூங்கில் கழியில் அதைக் கட்டும்போது அன்றிரவு முழுவதும் அவர்கள் தூங்கவில்லை. இபாட்சனின் ஜமேதார் கடிகாரம் 4.30 மணி காட்டியபோது லாந்தர் விளக்கை ஏற்றி ஒரு மூங்கில், ஒரு பெரிய கயிறு ஆகியவற்றை எடுத்துக்கொண்டு என்னைத் தேடி வந்திருக்கிறார்கள். இதெல்லாம் எனக்கு உடனடியாகத் தேவைப்படும் என்று அவர்களுக்குத் தெரியும்.

என்னை வேட்டைப்பரணில் காணோம் என்பதாலும், ஆடு தப்பித்திருப்பதாலும், பாறையில் ரத்தக் கோட்டினைக் கண்டதாலும் ஆட்கொல்லி என்னைக் கொன்றுவிட்டது என்ற முடிவுக்கு வந்துவிட்டார்கள். என்ன செய்வது என்று தெரியாமல்தான் வேறுவழியின்றி என்னைக் கூப்பிட்டிருக் கிறார்கள்.

பண்டிட்டிடம் வேட்டைப் பரணில் இருந்து எனது சாமான்களை எடுத்து வருமாறும், கும்பல் கூடிய யாத்ரிகர்களிடம் நேற்றிரவு நடந்ததைக் கூறுமாறும் தெரிவித்து விட்டு அந்த நான்கு ஆட்களும் நானும் ஆட்டை கூட்டிக்கொண்டு இன்ஸ்பெக்ஷன் பங்களாவுக்குச் சென்றோம். ஆடு சிறு காயத்துடன் தப்பி விட்டது. ஏனென்றால் நான் சுட்ட அதே நொடியில்தான் சிறுத்தை அதைக் கவ்வியிருக்கிறது. அன்றிரவு தனது சாகசத்தை அந்த ஆடே அறியாது. ஆனால் எஞ்சிய வாழ்நாள் முழுவதும் அது ஒரு 'நாயகன்' ஆகிவிடப் போகிறது. அதன் கழுத்தில் ஒரு அழகான பித்தளை வில்லை தொங்கும். நான் அதை வாங்கிய மனிதனுக்கு நல்ல வருவாய்க்குக் காரணமாகிவிடும். அந்த மனிதனிடம் நான் அந்த ஆட்டைத் திருப்பிக் கொடுத்துவிட்டேன்.

நான் கண்ணாடி பொருத்திய அந்தக் கதவை தட்டியபோது இபாட்சன் தூங்கிக்கொண்டிருந்தார். என்னைப் பார்த்ததுமே படுக்கையிலிருந்து துள்ளிக் குதித்து எழுந்தார். கதவை நோக்கி ஓடிவந்து அதை விரியத்திறந்தார். என்னை அப்படியே தழுவிக்கொண்டார். அடுத்த நொடி வராந்தாவில் ஆட்கள் கொண்டுவந்து கிடத்திய சிறுத்தையைச் சுற்றிவந்து நாட்டியமாட ஆரம்பித்துவிட்டார். தேநீர் கொண்டுவருமாறும் எனக்கு வெந்நீர்க்குளியல் ஏற்பாடு செய்யுமாறும் கூச்சலிட்டார். அவர் சுருக்கெழுத்தாளரை அழைத்து அரசுக்கும் பத்திரிகைகளுக்கும் எனது தங்கைக்கும் அவர் மனைவி ஜீனுக்கும் தந்திகளைப் பிறப்பித்தார்.

ஒரு கேள்விகூட அவர் கேட்கவில்லை. ஏனென்றால் இவ்வளவு அதிகாலையில் நான் கொண்டுவந்திருக்கும் சிறுத்தை ஆட்கொல்லியேதான் என்பதை அவர் அறிவார். அங்கே கேள்விகளுக்கு இடமேது?

முந்தைய சந்தர்ப்பத்தில் – எவ்வளவு ருசுக்களைக் காண்பித்த போதும் – பொறியில் சிக்கிய சிறுத்தை ஆட்கொல்லி அல்ல என்று ஒரேயடியாகச் சாதித்தேன். இப்போது யாதொன்றும் சொல்லவில்லை.

சென்ற ஆண்டு அக்டோபரில் இருந்தே இபாட்சனின் பொறுப்பு மிகுந்துவிட்டது. தங்களது தொகுதிமக்களைச்

சமாதானப்படுத்த கவுன்சில் உறுப்பினர்கள் கேட்கும் கேள்விகளுக்கு அவர்தான் பதில் சொல்லியாக வேண்டும். அரசாங்க அலுவலர்கள் ஒவ்வொரு நாளும் அதிகரித்துக் கொண்டே போகும் உயிர்ப்பலிகளின் எண்ணிக்கையைப் பார்த்து பயந்து போனார்கள். பத்திரிகைகளுக்கு சூடான சுவையான செய்தி வேண்டியிருந்தது. அவருடைய நிலைமை ஊரறிந்த ஒரு குற்றவாளியின் அடையாளம் தெரிந்தபிறகும் அவன் செய்யும் குற்றங்களைத் தடுக்க முடியாத காவல்துறை அதிகாரிபோல இருந்தது. எல்லாப் பக்கங்களிலிருந்தும் அவருக்குத் தொந்தரவு அதிகரித்துவிட்டது. 1926 மே மாதம் 2 ம் தேதி இபாட்சனைப்போல மகிழ்ச்சிகரமான மனிதரை நான் கண்டதே இல்லை என்னும்படி ஆகிவிட்டார்.

இப்போது அவர் சம்பந்தப்பட்ட எல்லோருக்கும் குற்றவாளி கொல்லப்பட்டு விட்டதாக கூறமுடியும். மேலும் கடைவீதி களிலிருந்து வந்தவர்களுக்கும், சுற்றுவட்டார கிராமங்களிலிருந்து வந்தவர்களுக்கும் யாத்ரிகர்களுக்கும், இன்ஸ்பெக்ஷன் பங்களா வளாகத்துக்குள் வந்து கூடிய மக்களுக்கும் எட்டு ஆண்டுகளாக அவர்களை ஆட்டிப்படைத்த பிசாசு செத்துவிட்டது என்று அறிவித்தார்.

ஒரு குண்டான் தேநீரைக் காலிசெய்துவிட்டு வென்னீரில் குளித்தபிறகு சற்றுநேரம் கண்அயர முயன்றேன். பழையபடி எனது பாதங்களில் தசை முறுக்குநோய் கண்டுவிடுமோ என்று பயந்துவிட்டேன். இபாட்சன்தான் முன்பு ஒரு தடவை அவை வளைந்துவிடாமல் ஏதேதோ தைலமெல்லாம் தடவி என்னைப் படுக்கையிலிருந்து எழுந்து நடக்க வைத்தார்.

பிறகு இபாட்சனும் நானும் சிறுத்தையின் அளவுகளைக் குறித்துக் கொண்டு அதைக் கவனமாகப் பரிசீலனை செய்தோம். எங்கள் அளவீடுகள் மற்றும் பரிசோதனை முடிவைக் கீழே அளித்துள்ளோம்:

அளவுகள்:

நீளம்(இரு கழிகளுக்கு இடையே கட்டப்பட்ட நிலையில்)	7 அடி 6 அங்குலம்
நீளம் (உடல் வளைவுகளுக்கு மேலாக)	7அடி 10 அங்குலம்

(இந்த அளவுகள் சிறுத்தை இறந்து 12 மணி நேரத்துக்குப் பிறகு எடுக்கப்பட்டவை)

விவரணக் குறிப்பு

நிறம்	:	மங்கலான வைக்கோல் நிறம்
முடி	:	சிறிய, எளிதில் முறியும் தன்மை
உதட்டோர மீசை	:	இல்லை
பற்கள்	:	உடைந்தும் நிறமிழந்தும் உள்ளன. ஒரு கோரைப்பல் உடைந்திருக்கிறது
நாக்கு, வாய்	:	கறுப்பு நிறமாக உள்ளது
காயங்கள்	:	வலதுபக்கத் தோள்பட்டையில் ஒரு புதிய காயம் – துப்பாக்கிக் குண்டு துளைத்தது
	:	இடதுபக்கப் பின்காலில் பாதத்தில் ஒரு பழைய காயம் – துப்பாக்கி ரவையால் ஏற்பட்டது. அதே காலில் ஒரு பெருவிரலும் ஒரு நகமும் காணப்படவில்லை
	:	தலைமீது ஆழமான, முழுவதும் ஆறாத வெட்டுப்புண்கள்
	:	வலதுபக்கப் பின்காலில் ஒரு ஆழமான, முழுவதும் ஆறாத வெட்டு
	:	வாலில் முழுவதும் ஆறாத வெட்டுகள்
	:	பின்புற இடது கணுக்காலில் முழுவதும் ஆறாத ஒரு காயம்

சிறுத்தையின் நாக்கும் வாயும் ஏன் கறுப்பாக இருந்தன என்பதைப் பற்றிய காரணம் ஏதும் புலப்படவில்லை. சயனைடின் காரணமாக இருக்கலாம் என்று சொல்லப்பட்டது. ஆனால் அதைப்பற்றி உறுதியாகச் சொல்வதற்கில்லை.

தலையிலும், வலதுபக்கப் பின்காலிலும், வாலிலும் காணப்பட்ட முழுவதுமாக ஆறாத காயங்கள் பைன்ஸ்வாராவில் ஒரு சிறுத்தையுடன் சண்டையிட்டதில் ஏற்பட்டவை. இடதுபக்க கணுக்காலில் உள்ள காயம், அது பொறியில் சிக்கியதால் உண்டானது. பொறியில் மாட்டிய ஒரு துண்டுத்தோலும், முடிக்கற்றையும் இந்தக் காயத்தில் பொருந்துகிறது. இடதுபக்க பின்காலில் ஏற்பட்ட காயங்கள் ஒரு இளம் ராணுவ அதிகாரி 1921ஆம் ஆண்டு பாலத்தின்மீது சிறுத்தை செல்லும்போது

சுட்டதால் ஏற்பட்டது. சிறுத்தையைப் பின்னர் தோல் உரித்தபோது அதன் நெஞ்சில் ஒரு துப்பாக்கி ஈயக்குண்டு பாய்ந்திருந்தது. இதை ஒரு இந்தியக் கிறித்தவர் அந்தச் சிறுத்தை ஆட்கொல்லியாக மாறிய ஆண்டில் அதைச் சுட்டபோது ஏற்பட்டது என்று பல வருஷங்கள் கழித்துக் குறிப்பிட்டார்.

நானும் இபாட்சனும் சிறுத்தையை அளவுகள் எடுத்து ஆய்வுக்கு உட்படுத்தியபோது அது ஒரு மர நிழலில் கிடத்தப் பட்டிருந்தது. அன்று முழுவதும் ஆயிரக்கணக்கான ஆண்களும் பெண்களும் குழந்தைகளும் அதை வந்து பார்த்துவிட்டுச் சென்றனர்.

நமது மலைவாழ் மக்கள் ஏதேனும் ஒரு நோக்கத்தோடு ஒரு பிரமுகரைச் சந்திக்கச் செல்லும்போது தங்களது நன்றியையும் விசுவாசத்தையும் தெரிவிக்க வெறும்கையோடு செல்லமாட்டார்கள். இது அவர்களின் சம்பிரதாயம். ஒரு ரோஜாப்பூ, ஒரு ஜவ்வந்திப்பூ அல்லது இந்தப்பூக்களின் இதழ்கள்கூட போதும். அந்தப் பரிசை அப்படியே இருகைகளில் ஏந்திக்கொண்டுவருவார்கள். அதைப் பெறுபவர் பரிசை வலது கை விரல்களால் தொட்டதும் அந்த அன்பளிப்பை ஏந்தி வந்தவர் அந்தப் பூவிதழ்களைப் பிரமுகரின் கால்களில் இருகைகளிலும் நீர்தெளிப்பதுபோல் தூவுவார்.

பல்வேறு சந்தர்ப்பங்களில் தங்கள் நன்றியறிதலைப் புலப்படுத்துவோரைக் கண்டிருக்கிறேன். ஆனால் அன்று நான் ருத்ரப்ரயாகையில், முதலில் இன்ஸ்பெக்ஷன் பங்களாவிலும் பிறகு கடைவீதியில் ஏற்பாடுசெய்த வரவேற்பு நிகழ்ச்சியிலும் பார்த்ததுபோல வேறெங்கும் கண்டதில்லை.

"எங்கள் ஒரே மகனை அது கொன்றுவிட்டது சாஹேப்! இப்போது வயதான காலத்தில் எங்கள் வீடு வெறிச்சோடிக் கிடக்கிறது."

"என் ஐந்து குழந்தைகளின் தாயை அது தின்றுவிட்டது. கடைக்குட்டிக்கு வயது ஒரு சில மாதங்கள்தான். இப்போது குழந்தைகளைப் பார்த்துக் கொள்ளவோ, சமையல் செய்யவோ வீட்டில் யாருமே இல்லை."

"என் மகனுக்கு ஒருநாள் இரவு ரொம்ப உடம்பு சரியில்லாமல் போய்விட்டது. அந்த இரவில் ஆஸ்பத்திரிக்குப் போய் மருந்து வாங்கிவரும் துணிச்சல் யாருக்குமே இல்லை. அவன் இறந்துபோய் விட்டான்."

சோகம், நெஞ்சை வருத்தும் சோகம் ஒவ்வொன்றாக நான் கேட்டுக் கொண்டிருக்க என் காலடியைச் சுற்றிலும் பூவிதழ்கள் பொழிந்துகொண்டே இருந்தன.

25. பின்னுரை

நான் விவரித்திருக்கும் சம்பவங்கள் 1925க்கும் 1926க்கும் இடைப்பட்ட காலத்தில் நடந்தவை. பதினாறு வருடங்களுக்குப் பின் 1942ல் மீரட்டில் ராணுவம் சம்பந்தமாக பணியாற்றிக் கொண்டிருந்தேன். கர்னல் ஃப்ளை ஒருநாள் என்னையும் என் தங்கையையும் அங்கு போரில் காயமுற்ற வீரர்களிடையே பேசி மகிழ்விக்க அழைத்திருந்தார். இந்தியாவின் பல்வேறு பகுதிகளிலிருந்தும் வந்திருந்த ஐம்பது, அறுபது பேர் அங்கே ஒரு டென்னிஸ் மைதானத்தில் தேநீர் சாப்பிட்டுவிட்டு உட்கார்ந்து இருந்தனர். நாங்கள் போய்ச் சேர்ந்த போது புகைக்கும் படலம் ஆரம்பமாகி இருந்தது. மைதானத்தின் எதிர்எதிர் திசைகளில் நானும் என் தங்கையும் வட்ட வடிவமாகச் சுற்றி வந்தோம்.

பெரும்பாலானவர்கள் மத்தியக் கிழக்குப் பகுதியிலிருந்து வந்தவர்கள். அவர்கள் ஓய்வுக்குப் பிறகு சிலர் விடுப்பிலும், சிலர் ராணுவப் பணியிலிருந்து விடுவிக்கப்பட்டும் அவரவர் வீடுகளுக்குத் திரும்பவிருந்தார்கள்.

திருமதி ஃப்ளை கிராமஃபோன் இசைக்கு ஏற்பாடு செய்திருந்தார். எல்லாம் இந்திய ரிகார்டுகள். தேநீர் விருந்து முடியும்வரை – அதற்கு இன்னும் இரண்டு மணிநேரம் பிடிக்கும் – எங்களை இருந்துவிட்டுப் போகச் சொன்னதால் காயமுற்ற வீரர்களைச் சுற்றிப்பார்க்க எங்களுக்கு தாராளமாகவே நேரம் கிடைத்தது.

நான் சென்ற வட்டப் பாதையில் பாதிதூரம் சென்றவுடன் ஒரு தாழ்வு நாற்காலியில் அமர்ந்திருந்த இளைஞனைக் கண்டேன். மிக மோசமாகக் காயமுற்றிருந்த அவன் நாற்காலி அருகே இரண்டு தாங்குகட்டைகள் இருந்தன. நான் அவனை நெருங்கியதும் அவன் மிகுந்த வலியுடன் நாற்காலியை நகர்த்திவிட்டு எழுந்து அவன் தலையை என் காலடியில் வைக்க முயற்சித்தான். நான் அவனைத் தொட்டுத் தூக்கினேன். மருத்துவமனையில் பல மாதங்கள் கழித்து விட்டதால் அவன் உடல் மிகவும் லேசாக இருந்தது. அவனை அந்த நாற்காலியில் சௌகர்யமாக உட்காரச் செய்தேன். அவன் சொன்னான்:

"நான் உங்களுடைய சகோதரி அம்மையாருடன் பேசிக் கொண்டு இருந்தேன். நான் ஒரு கட்வாலி என்று அவரிடம் சொன்னபோதுதான் நீங்கள் யார் என்று என்னிடம் தெரிவித்தார். நீங்கள் ஆட்கொல்லியைக் கொன்றபோது நான் சிறுவன். எங்கள் கிராமம் ருத்ரப்ரயாகையில் இருந்து வெகுதொலைவில் இருந்தது. என்னால் அவ்வளவு தூரம் நடந்து வரமுடியாது. அப்பாவுக்கும் என்னைத் தூக்கிச் செல்லும் அளவுக்கு உடம்பில் வலு இல்லை. ஆகவே நான் வீட்டிலேயே இருக்கும்படி ஆயிற்று. அப்பா திரும்பியதும் அவர் ஆட்கொல்லியைப் பார்த்ததாகச் சொன்னார். அதைக் கொன்ற சாஹேபையும் தன் இருகண்களாலும் பார்த்ததாகத் தெரிவித்தார். அன்று இனிப்புகள் விநியோகிக்கப்பட்டன – அவருக்குக்கிடைத்த பங்கை எனக்குக் கொண்டு வந்தார் – அவர் ருத்ரப்ரயாகையில் கண்ட மிகப்பெரும் மக்கள் கூட்டத்தைப் பற்றியும் சொன்னார். இப்போது என் நெஞ்சு பூராவும் நிறைந்த மகிழ்ச்சியுடன் நான் என் கிராமத்துக்குப் போகிறேன். நான் இதோ இந்தக் கண்களால் உங்களைப் பார்த்ததாக அப்பாவிடம் சொல்வேன். ஆட்கொல்லி இறந்த தினத்தை ஒவ்வோராண்டும் ருத்ரப்ரயாகையில் திருவிழாவாக கொண்டாடுகிறார்கள். யாராவது அந்த திருவிழாவுக்கு என்னைத் தூக்கிச் சென்றால் அங்கு நான் பார்ப்பவர்களிடம் எல்லாம் உங்களைச் சந்தித்ததையும் உங்களோடு பேசியதையும் சொல்லுவேன்."

வாலிபத்தின் தலைவாசலில் ஒரு முடவனாக நிற்கிறான் அந்த இளைஞன். உருக்குலைந்த உடலோடு போர்க்களத்திலிருந்து திரும்பியிருக்கிறான். அவன் யுத்தத்தின்போது செய்த சாகசங் களைப் பற்றி பேசும் உத்தேசத்தில் இல்லை. ஆனால் பலவருஷங் களுக்கு முன்னால் ஆசைப்பட்டும் பார்க்க வாய்ப்புக் கிடைக்காத ஒரு மனிதனைத் தன் இரு கண்களாலும் கண்டதாகப் பெருமிதத்தோடு சொல்ல ஆசைப்படுகிறான். அந்த மனிதனோ

நினைவில் வைத்துக் கொள்ளும்படி செய்த ஒரே காரியம் துல்லியமாகக் குறிபார்த்து சுட்டது மட்டுமே.

கட்வாலின் லட்சணம் பொருந்திய புதல்வன் அவன். எளிமையும் கடின உழைப்பும் உறுதியும் மிகுந்த மலைவாழ் மக்களின் இனம் அவனுடையது. அந்த மாபெரும் இந்தியாவின் தவப்புதல்வர்களை அவர்களோடு அங்கு வசித்த வெகுசிலரே பார்க்கக்கூடிய பாக்கியம் பெற்றவர்கள். விசாலமான இதயம் படைத்த இந்த மண்ணின் மைந்தர்கள் அவர்கள். சாதி, இனம் இவை எதுவானாலும் ஒருநாள் இவர்கள் வேற்றுமை உணர்வுகளை ஒன்றிணைத்து ஒன்றுபட்ட முழுமையாக்கி இந்தியாவை மகத்தான தேசமாக உருவாக்குவார்கள்.

காலச்சுவடு வெளியீடுகள்

எனது இந்தியா
ஜிம் கார்பெட்
தமிழில்: யுவன் சந்திரசேகர்
ரூ. 250

குமாயுன் புலிகள்
ஜிம் கார்பெட்
தமிழில்: தி.ஜ.ர
ரூ. 200